झुंज

झुंज

(तीन लघु कादंबऱ्यांचा संग्रह)

ग. वा. बेहेरे

दिलीपराज प्रकाशन प्रा. लि.
२५१ क, शनिवार पेठ, पुणे - ४११ ०३०.

प्रकाशक
राजीव दत्तात्रय बर्वे,
मॅनेजिंग डायरेक्टर,
दिलीपराज प्रकाशन प्रा. लि.,
२५१ क, शनिवार पेठ, पुणे - ४११ ०३०

भोंडे कॉलनी, पुणे ४११ ००४

प्रकाशन दिनांक : १५ सप्टेंबर २०१३

प्रकाशन क्रमांक : २०५५

ISBN : 978 - 93 - 82988 - 35 - 9

मुद्रक
Repro India Limited, Mumbai.

टाइपसेटिंग
मधुराज प्रिंटर्स अॅण्ड पब्लिकेशन्स प्रा. लि.
स. नं. २९/८-९, पारी कंपनीजवळ,
धायरी, पुणे - ४११ ०४१

मुद्रितशोधन - मिलिंद बोरकर, पुणे

मुखपृष्ठ : हेमंत देशपांडे

आतील सजावट - रेषविश्व अॅड, सागर नेने

झुंज / Ziunj

एक झुंझार पत्रकार,
एक निष्णात वकील...
काही कारणास्तव त्यांच्यात
झुंज सुरू झाली.
या लढाईत एक प्यादे अकारण
जखमी झाले. लढाई जिंकूनही
अखेर हार झाली!

- ग. वा. बेहेरे

अनुक्रम

झुंज

फोन वाजला, तेव्हा आबासाहेब खऱ्यांनी नाइलाजाने फोन घेतला. अलीकडे त्यांना हे भलत्या वेळी येणारे फोन आवडत नसत. पूर्वीइतके आपल्या व्यवसायात लक्ष घालावे, अशी इच्छाच त्यांना अलीकडे होत नसे. एक नामांकित फौजदारी वकील म्हणून मुंबईत त्यांची वाहवा चालू होती, ती त्यांच्या असामान्य कौशल्याबद्दल आणि वकिली डावपेचांबद्दल. एरवी आबासाहेब खरे इतक्या सौम्य प्रकृतीचे गृहस्थ होते की, हाच गृहस्थ उलटतपासणीच्या वेळेस इतका हिंस्र आणि आक्रमक कसा होतो - याचेच लोकांना कोडे पडे. त्यांच्या या उलट तपासणीचा लौकिक मुंबईतच काय, पण साऱ्या भारतातील वकीलवर्गात ज्ञात होता. हायकोर्टातील शब्दच्छल आणि वादकौशल्य यांपेक्षा आबासाहेबांचे मन सेशन्स कोर्टात किंवा मॅजिस्ट्रेट कोर्टात अधिक रमत असे, आणि तिथल्या कामधामात त्यांचा हात धरणारा वकील मुंबई बारमध्ये तरी नव्हता. तीस वर्षांहून अधिक काळपर्यंत मुंबईच्या कोर्टात ते वावरत होते, आणि आता केवळ कोर्टातील त्यांच्या वास्तव्यालासुद्धा अद्भुताचे रूप प्राप्त होत असे.

एखाद्या खटल्यात फिर्यादी पक्षाच्या वतीने आबासाहेब असले की, सरकारी वकीलसुद्धा अधिक दक्ष बनत. आबासाहेबांनी खोऱ्याने पैसा मिळविला. इतका की, अखेरी त्या पैशांचे करायचे काय, हा प्रश्न त्यांच्यापुढे पडू लागला. मरिन लाइन्सला एक उत्तम मोठा फ्लॅट त्यांनी व्यापला होता आणि तेथेच त्यांचे निवास आणि चेंबरही होते. हौस म्हणून त्यांनी लोणावळ्यालाही बंगला बांधला. अर्थात, या बंगल्याचा उपभोग घेण्याइतकी सवड मात्र त्यांना कधीच लाभली नाही. त्यांच्या पत्नी गायत्री. त्या मुळातच नाजूक होत्या आणि ललिता व गौरी या दोन अपत्यांच्या जन्मानंतर त्यांची रुग्णावस्था चांगलीच वाढली, आणि त्या जवळपास नेहमीच लोणावळ्याला राहू लागल्या. त्यांना भेटण्याच्या निमित्ताने आबासाहेब जेवढे काही मुंबईबाहेर पडत, तेवढीच त्यांना विश्रांती लाभत असे. पण दोन वर्षांपूर्वी गायत्रीबाई हृदयविकाराने मृत्यू पावल्या आणि तेव्हापासून आबासाहेबांना मुंबई सोडण्याचे फारसे कारणच पडले नाही.

त्यांच्या दोन्ही मुलींची लग्ने झाली. त्यांचे दोन्ही जावई व्यवसायानिमित्त अमेरिकेत स्थायिक झाले. त्या दोघी सुस्थितीत

पडलेल्या होत्या आणि त्यांची कसलीही चिंता आबासाहेबांना पडण्याचे कारण नव्हते. ड्रायव्हर हणम्या, आचारी दीपक, कारकून काका पुजारी आणि दोन-तीन असिस्टंट्स यांच्या संगतीत आबासाहेबांचा सारा दिवस जात असे. परंतु एकटेपणाची जाणीव आता हळूहळू होऊ लागली. त्यांना रक्तदाबाचा विकार होताच आणि नेहमी बैठ्या कामामुळे त्यांच्या प्रकृतीची कसली ना कसली तरी कुरकुर चालत असे. ते वेगवेगळ्या सामाजिक संस्थांना सढळ हाताने दान देत असत; पण कितीही आग्रह केला तरी कोणत्याही संस्थेचे अध्यक्षपद स्वीकारायला मात्र ते नकार देत असत.

त्यांना म्हणण्याजोगे कोणी मित्र नव्हतेच आणि जे काही चार-सहा मित्र त्यांच्यावर आपली मैत्री लादत, त्यांच्याबरोबर काही आमोद-प्रमोद करावा, गप्पा झोडाव्यात, मौजमजा करावी; असेही त्यांना कधी वाटत नसे. संभाषणातही ते फारसा रस घेत नसत. त्यांना फक्त वाचनाचा नाद होता. संगीत, नाटक, चित्रपट यांचाही शौक त्यांनी कधी केला नाही. बायको होती, तेव्हा बायकोबरोबर किंवा मुलींच्या बरोबर ते कधी सिनेमा-नाटकाला जात असत. पण तेही फारच आग्रह झाला तर. नचपेक्षा एखादे पुस्तक किंवा ब्रीफ चाळत मद्याचा घोट घेत बसून राहणे त्यांना जास्त मानवत असे. अलीकडे एकटेपणा जाणवण्याचे मुख्य कारण त्यांची प्रकृती. कोर्टात कधी कधी काम करताना त्यांना थकल्यासारखे वाटे. डॉक्टरांनी तर त्यांना काम बंदच करा, असा सल्ला दिला होता. पण संपूर्णतया काम बंद करणे त्यांना शक्यच नव्हते. काम बंद केले, तर बरे होण्याऐवजी आपण अधिकच आजारी पडू, हे त्यांना अनुभवाने पटले होते. अलीकडे दर शनिवार-रविवार लोणावळ्याला जाण्याचा परिपाठ मात्र त्यांनी चालू केला होता. परंतु वेळापत्रकाप्रमाणे दिनक्रम आखणाऱ्या त्यांच्यासारख्या माणसाला निरुद्योगी राहण्यापेक्षा कामात गुंतवून घेणे अधिक सोईचे होत असे. काम करताना त्यांना अलीकडे पूर्वीइतका विश्वास मात्र वाटत नव्हता.

म्हणून कोणाचाही फोन आला, तर त्यांना तो उद्वेग वाटे. आता रात्री नऊ वाजता हा फोन यावा याचा त्यांना मनातून राग आला होता. जरा वेळ फोन वाजू देऊन वैतागून अखेर त्यांनी तो घेतला.

"आबासाहेब, मी बाबूराव चित्रे बोलतोय."

"बोला बाबूराव, काय काम काढलंत भलत्या वेळेला?"

"अहो, ही भलती वेळ तुम्हाला; आम्हा पत्रकारांना ही भलती वेळ नव्हे. आता तर आमची अगदी रणधुमाळीची वेळ चालू असते. पण ते जाऊ द्या.

तुमची आता खरं म्हणजे विश्रांतीची वेळ आहे, पण नाईलाजच झाला म्हणून फोन केलाय."

"सांगा तर, काय भानगड आहे ती?"

"भानगडच आहे. उद्याच्या अकांत तुम्हाला वाचायला मिळेलच. भानगड अशी आहे की, तुम्हाला माहीत असेलच की चऱ्होली गावात बलात्काराचे एक प्रकरण घडले होते. पोलीसच त्यात सामील होते. बलात्काराची फिर्याद नोंदविण्यासाठी ती गुलाबबाई आणि तिचा नवरा बन्सीलाल राठोड वडगावच्या पोलीस ठाण्यावर गेले. तिथं पोलिसांनी केस तर नोंदवून घेतली नाहीच, उलट बन्सीलालला चौकीत डांबून ठेवले. रात्री त्याला मारहाण केली. एक तर तो तिथेच मेला असेल किंवा पोलिसांनी त्याला ज्या देवळात नेऊन टाकला, तिथं तो काही काळानं मेला असेल. मेला नक्की. नक्की काही कळायला मार्ग नाही. तो विषारी दारू पिऊन मेला आहे, असा "सरकारी डॉक्टरकडून पोस्टमार्टेममध्ये नोंद झाली," याप्रमाणे पंचनाम्यात शेरा लिहून घेतला आणि प्रकरण फाईल केलं. राठोड हा वंजारी जातीचा होता. हे सगळं प्रकरण कळल्यावर त्याचे जातभाई गोळा झाले आणि त्यांनी प्रेत उचलून डी. एस. पी. ऑफिसमध्ये नेऊन ठेवले आणि घेराव घातला. डी. एस. पी. नी पुन्हा पोस्टमार्टेम करण्याचे मान्य केले. त्याप्रमाणे पोस्टमार्टेम झाले. याही प्रकरणात मारहाणीचा कोठे उल्लेख नाही; तर 'लिव्हर बंद पडल्यामुळे झालेला मृत्यू' अशी नोंद आहे. लोकांचे समाधान झाले नाही, पण गाववाल्यांनी बन्सीला नाइलाजाने मूठमाती दिली. शेवटी या प्रकरणाची अधिक चौकशी व्हावी, म्हणून सारी मंडळी भगवंतराव नाईक या वनमंत्र्यांच्या घरी गेली. भगवंतराव घरी नव्हते. भगवंतरावांच्या भावाने त्यांतल्या काही लोकांची समजूत घातली आणि त्यांना घरी परत पाठविले. बन्सीचा भाऊ सूरज आणि बन्सीची बायको गुलाब यांना घेऊन तो मुंबईत आला, आणि आश्चर्याची गोष्ट म्हणजे, त्या दोघांनाही जवळपास आठ दिवस बंदिवासात ठेवले गेले. पुढे त्यांनाही खुनाची धमकी देऊन त्यांच्याकडून कबुलीजबाब घेण्यात आले, आणि पुन्हा त्या बाईवर भगवंतराव नाईकच्या भावानं—यशवंतरावानं—बलात्कार केला आणि तिला धमकी देऊन घरातून हाकलून दिले. ती बाई माझ्याकडे दुपारी आली होती. तिची सगळी हकिगत मी उद्याच्या अंकात देतोच आहे. सगळ्यांचे फोटोग्राफ्स मिळवलेच आहेत. माझी इच्छा आहे की, तुम्ही त्या बाईची गाठ घ्यावी."

"बाबूराव, तुला काय वेड लागलंय काय? मी काय पोलीस अधिकारी

आहे, का मंत्री आहे? मी काय करणार या प्रकरणात? हा खटला उभा राहिला, तर फार तर त्या बाईचं वकीलपत्र घेईन.''

''अरे, पण खटला उभा राहणारच कसा? पोलिसांनी तर हात झटकलेच आहेत. बलात्कार वगैरे काही झालेलाच नाही, असं त्यांचं म्हणणे आहे. बाई बदचालीची आहे, धंदा करते, असं त्यांचे रेकॉर्ड सांगते. बन्सीलालवर चोरी, दरोडे असे अनेक आरोप होते. त्यामुळं त्याचीही डायरी पोलिसांनी आमच्या रिपोर्टरला दाखविली. पोलिसांनी बन्सी आणि त्याच्या बायकोबद्दल खूप पुरावा गोळा करून ठेवलाय. तेव्हा बलात्कार करणारे पोलीस किंवा भगंवत नाईकचा भाऊ यशवंता याच्यावर सरकारी खटला होण्याची काही शक्यता नाही. खटला करायचा असेल, तर तो आपल्याला करायला हवा आणि असल्या खटल्यात पुरावा जमविणे मोठे कठीण जाईल.''

''तरी माझा या प्रकरणात काय उपयोग आहे, ते कळले नाही बाबा? त्यापेक्षा तुम्ही गृहमंत्र्यांच्या किंवा मुख्यमंत्र्यांच्या कानांवर ही गोष्ट का घालत नाही?''

''ते तर मी केलंच आहे रे! पण मुख्यमंत्री काय किंवा गृहमंत्री काय; उद्या कितपत न्याय देतील, याबद्दल शंकाच आहे. मी तुझ्याकडं गुलाबला पाठविलं आहे. ती आता येईल. मला तुझ्याकडून जे हवंय ते इतकंच की, त्या बाईला तू आडवे-तिडवे प्रश्न विचार आणि तुझ्या वकिली कौशल्याच्या जोरावर बाई जे काय सांगते, त्यातलं खरं किती आणि खोटं किती याचा मला अंदाज हवाय. उद्याच्या अंकात या प्रकरणाचा बॉम्ब तर मी टाकणारच आहे. पण यातून दोन शक्यता आहेत— सरकार या प्रकरणाची प्रामाणिकपणे चौकशी करेल किंवा आमच्यावर अब्रुनुकसानीचा खटला तरी भरेल.''

''हे बघ, त्या बाईला तू माझ्याकडे पाठवू नकोस. तुझ्यावर खटला झाला तर मग काय करायचे, ते पाहू.''

''ते ठीक आहे रे. पण आता चंद्रकांत गोगटेला बरोबर देऊन मी त्या बाईला आणि तिच्या दिराला—सूरजला—तुझ्याकडे पाठवलंय ना, त्याचं काय?''

''अरे, पण असले उपद्व्याप तू करतोसच का? ते काही नाही; मी त्या बाईला भेटायला नकारच देईन.''

''हे बघ आबासाहेब, असं काही तरी करू नकोस. खरं सांगतो— अशा अनाथ स्त्रियांना जर साह्य करता येत नसेल, तर वर्तमानपत्र चालविण्यात मला तरी काय आनंद आहे रे? आणि तुझ्या तरी वकिली कौशल्याचा उपयोग काय?''

"बाबूराव, हे तुझे उपद्‌व्याप तुलाच लखलाभ होवोत. अरे, तुझा तो धंदा आहे. मी वकीलमाणूस. मला या लफड्यात कशाला गुंतवितोस?"

"आबासाहेब, अरे, तू-मी एकच धंदा करतो— सत्य शोधणे."

"नाही रे बाबा, सत्य शोधण्याचा धंदा माझा नाही. समोर आलेल्या पुराव्यातून फक्त कायदेशीर सत्य मी शोधून काढतो."

"ते जाऊ दे रे! केवळ फीचाच प्रश्न असेल, तर तुझी काय असेल ती फी देईन बाबा."

"बाबूराव, आतापर्यंत मी तुझे कमीत कमी पाच-पंचवीस खटले चालविले; एक दमडी तरी तू मला दिली आहेस का? आणि मोठ्या पैशांच्या गोष्टी करतो आहेस!"

"ते जाऊ दे रे. झाले ते झाले; या वेळची गोष्ट निराळी आहे."

"या वेळेला काय निराळे आहे?"

"आबासाहेब, तुला काही उपयोग नाही... पण सांगतो. ही बाई फार सुंदर आहे."

"हां, तरी मला वाटलंच. तुझं काम काही सरळ असणार नाही. ती बाई तुझी तुलाच लखलाभ होवो. सुंदर असो वा कुरूप असो; मला काही या प्रकरणाशी कर्तव्य नाही."

"आबासाहेब, एक गोष्ट लक्षात ठेव. त्या बाईला तू पाहिलंस की, तू तिला हाकलूच शकणार नाहीस."

फोन तुटला. आबासाहेबांना बाबूरावाचा अतिशय राग आला. मद्याची नशा आता मस्तकाच्या पायथ्यापर्यंत जाऊन पोहोचली होती आणि हळूहळू तिचा अंमल त्यांच्या डोक्यामध्ये होऊ लागला. या अशा अर्धभ्रमित अवस्थेत राहणे आबासाहेबांना फार आवडे. अशा वेळेस त्यांचा एकटेपणा अगदी पळून जाई. त्यांची बायको गायत्री जणू काही त्यांच्याशी बोलते आहे, असा त्यांना भास होई. सडसडीत अंगाच्या, लांबसडक केस असलेल्या आणि गूढ डोळे असलेल्या गायत्रीबाई बोलू लागल्या की, ते नुसते बघत असत. तिच्या शरीराला सहन होत नसे; तरीपण आबासाहेबांनी तृप्त व्हावे, यासाठी ती कामसंगराच्या यातना सहन करी आणि आबासाहेबांची अपेक्षा नसतानाही ती आपल्या नाजूक शरीराचे दान त्यांना हसतमुखाने करीत असे. कधी कधी आबासाहेबांना वाटे, देवाने हिच्या बाबतीत एवढे कृपण का व्हावे? प्रफुल्लित मनाला निरोगी देह का लाभू नये? तिच्या इच्छा, हौस, रूप — हे सारे तिच्या रुग्णावस्थेमुळे मातीमोल

होत होते. आबासाहेबांना काय काय आवडते यासाठी ती इतकी दक्ष असे की, कधी कधी आबासाहेबांना वाटे, आपल्यासाठी गायत्री कणा-कणाने जळतेय... आपल्या सुखासीनतेत तिची आहुती पडतेय. मुली ललिता आणि गौरी इतक्या सुदृढ, निरोगी असाव्यात आणि ती मात्र कायमची रुग्ण असावी, यामागे नियतीचा काय हेतू आहे?

तिच्या शेवटच्या आजारात आबासाहेब तिच्याजवळ बसून राहत. चाळीस-पंचेचाळीस वय असणारी गायत्री पंधरा-सोळा वय असणाऱ्या मुलीसारखी दिसायची. तिच्या इंद्रियांनी जणू काही भोगलेलेच नाही असे तिचे अभुक्त शरीर आहे, असे वाटायचे. निळी साडी, निळा नाईटगाऊन, निळ्या बांगड्या सारे-सारे तिला फिकट निळ्या रंगाचे आवडायचे. कृष्णकमळाची फुले ती आनंदाने माळायची. जणू काही आकाशाचाच एक छोटासा तुकडा अवचित एखाद्या रात्री खाली आला आहे! आबासाहेब तसे रुक्ष होते. म्हणजे तिच्याकडे पाहून त्यांना मोरपिसांची वगैरे आठवण व्हायची नाही. आठवण एकच व्हायची की, ती म्हणजे तिचीच. गायत्री ही गायत्रीच होती. तिला कसली उपमा शोभत नव्हती. ती जेव्हा मृत्युमुखी पडली, तेव्हासुद्धा ती त्यांच्याकडे पाहून हसतच होती. मृत्यू तिचा प्राण घेऊन गेला, पण हसू घेऊन गेला नाही.

त्यांच्यासमोर आता गायत्रीच उभी होती.

गायत्री कशी असेल आत्ता? ती तर आपल्याला सोडून गेली. ती भलत्याच वेळी आपल्यासमोर येऊन उभी राहीलच कशाला? पण ती खरोखरच उभी होती. डोक्यात काही वेगळेच भ्रमण सुरू झाले. एक प्रत्यक्षातली आणि एक स्वप्नातली पायवाट एकमेकांना छेदून जाऊ लागली. ते चट्कन पुढे झाले आणि तिच्या खांद्यावर हात ठेवत म्हणाले, "गायत्री, तू...तू का आलीस?"

ते समोरचे डोळे हसले. थोडे केविलवाणे आणि थोडे मिश्किलपणे. मग एकदम त्या डोळ्यांतील प्रकाश विरल्यासारखा वाटला आणि आबासाहेब भानावर आले. त्यांनी भोवताली पाहिले. त्यांचा नोकर दीपक, बाबूरावांच्या परिवारातला रिपोर्टर चंद्रकांत, एक केस पिंजारलेला अनोळखी पुरुष (बहुधा हाच सूरज असावा!) आणि गायत्री. गायत्री नव्हे, गायत्रीसारखी दिसणारी. आबासाहेब सावरले. ते काही बोलणार एवढ्यात चंद्रकांत म्हणाला, "साहेबांनी पाठविलंय. साहेब बोललेच असतील फोनवर?"

"हो. बसा तुम्ही सगळे जण. पण बाईंशी मी माझ्या चेंबरमध्येच बोलतो.' आणि नोकराकडे वळून ते म्हणाले, "सर्वांना काही तरी खायला कर आणि

कॉफी पाठवून दे.''

आबासाहेब चेंबरच्या दिशेने जाऊ लागले. आपल्या मागोमाग पैंजणांचा आवाज येतो आहे, असे त्यांच्या लक्षात आले. हा आवाज पैंजणाचाच असेल असे नाही; कदाचित साखळ्यांचा असेल, कदाचित घुंगरांचा असेल, कदाचित आपल्या मनातला तो खेळ असेल... पण आपल्यामागे सावली येतेय याची त्यांना जाणीव होती. ते चेंबरमध्ये आले आणि ती स्त्री पूर्णपणे आत आली आहे, हे पाहून त्यांनी दरवाजा बंद केला. आपल्या खुर्चीत जाऊन ते बसले. अवघडून उभ्या राहिलेल्या समोरच्या स्त्रीला त्यांनी खुर्चीत बसायला खुणावले.

समोर अवघडून बसलेल्या स्त्रीला त्यांनी नीट न्याहाळून पाहिले तेव्हा, 'आपण जबाबदारी नाकारू शकणार नाही.' असे जे बाबूराव थोडे कुत्सितपणे म्हणाला, त्याचे कारण त्यांच्या लक्षात आले. ती सुंदर तर होतीच, पण त्या सौंदर्यातला नाजूकपणा आणि गूढता विलक्षण होती. तिच्या वयाचा अंदाज त्यांना करता येईना. पण ती फार प्रौढ नसावी. बलात्कार वगैरे झालेल्या स्त्रीसारखी ती दुखावलेली मुळीच दिसत नव्हती. तिची मान खाली नव्हती. आपण एका अमंगल गुन्ह्यात गुंतलो आहोत, असा अपराधी भाव तिच्या चेहऱ्यावर नव्हता. क्षण-दोन क्षण तिच्या डोळ्यांत डोकावून आबासाहेब वास्तवाला सामोरे झाले आणि त्यांचा वकिली पेशा एकदम त्यांच्या अंगोपांगांत जागा झाला. त्यांनी तिच्या लक्षांत येणार नाही, अशा तऱ्हेने टेपरेकॉर्डर ऑन केला. प्रथमच त्यांनी तिला थोड्या कठोर शब्दांत जाणीव दिली. ते म्हणाले, ''विचारीन तेवढंच सांगायचं. खरं तेवढंच सांगायचं. ज्या क्षणी मला शंका येईल की, तू खोटे बोलते आहेस, त्या क्षणी तुला हाकलून देईन.'' असे जेव्हा ते म्हणाले, तेव्हा समोरच्या स्त्रीच्या चेहऱ्यावरचे स्नायू एकदम ताठरले आणि मग प्रश्नोत्तरांची फैर सुरू झाली.

प्रश्न विचारताना आबासाहेब सर्व नात्यागोत्यांच्या पलीकडे पोहोचलेले होते. समोरच्या माणसाला जाळून टाकणारा प्रखर अग्नी त्यांच्या डोळ्यांतून प्रकट होत होता. समोर एक अश्राप, निराधार, अनाथ स्त्री आहे याचीसुद्धा ते जाणीव विसरले. प्रश्नांची फैर चालू असतानाच मध्यंतरी दीपकने दरवाजा उघडला. कॉफी आणि काही तरी खायला आणून ठेवले, इकडेसुद्धा दोघांचे लक्ष गेले नाही. तास-दोन तासांच्या प्रश्नोत्तरात घडलेल्या प्रकाराचे एक समग्र चित्र त्यांच्यापुढे उभे राहिले. पोलिसांनी प्रत्यक्ष बलात्कार केलेलाच नव्हता, ही गोष्ट त्यांच्या लक्षात आली; परंतु बलात्काराचा प्रयत्न जरूर केला होता. पोलिसांनी

जेव्हा चौकशीसाठी तिला चौकीवर आणली, ते प्रकरण होते देवराज पाटलाकडे झालेल्या चोरीबद्दल. वंजारी आणि पारधी जमातींचे गावाशी वाकडे होते. देवराज पाटलाच्या वस्तीवर दरोडा पडला, तेव्हा वहीम अर्थातच गुन्हेगार जमातीवर ठेवण्यात आला. धाकदपटशा, मारहाण सारे प्रकार चालूच होते. गुलाब ही बन्सीची बायको. ढोकीच्या बाजारात दागिने विकताना ती पकडली गेली आणि म्हणून पोलिसांनी तिला चौकशीसाठी आणले. हे दागिने, मोत्याचा सर आणि पाटल्या आपल्याला देवराज पाटलाने खुशीने दिल्या आहेत, असे तिने सांगितले. एवढेच नव्हे, तर याअगोदर कित्येक वेळा त्याने भेटवस्तू दिल्या होत्या, असे ती म्हणाली.

तिचे आणि देवराज पाटलाचे अधून-मधून शरीरव्यवहारही घडत होते, याचीही तिने कबुली दिली. पण देवराज पाटलाने या साऱ्याच गोष्टींचा इन्कार केला. त्याचे म्हणणे होते हा चोरीचाच माल आहे. पोलिसांनी अनेक पारध्यांना आणि वंजाऱ्यांना छेडले, पण गुन्ह्याचा तपास लागेना. तेव्हा गुलाबवर बलप्रयोग करणाऱ्याचे ठरले. पोलिसांनी बलप्रयोगाला नुसती सुरुवात करताच तिनेच आपण होऊन कपडे फेडले आणि बोंब ठोकली. तिच्या अनावृत देहाचे दर्शन झाल्यामुळे आणि एवीतेवी बोंब होणारच तेव्हा मजा मारून घ्यावी, या विचाराने पोलिसांनी तिच्या अंगचटीला जायचा प्रयत्न केला.

बारा गावचे पाणी प्यायलेली गुलाब पोलिसांना आवरता आली नाही, आणि ती जी पळत सुटली, ती थेट वंजारी वस्तीत जाऊन पोहोचली. रडून-भेकून तिने सारी जमात गोळा केली. ती सापडली नाही, म्हणून चौकशीसाठी चौकीत गेलेला बन्सी मात्र पोलिसांच्या ताब्यात आला. पोलिसांनी त्याला मारहाण केली, ही गोष्ट खरी आणि त्या मारहाणीनंतर तो मृत्युमुखी पडला, हीही गोष्ट खरी. मग सारीच जमात गाऱ्हाणे घेऊन भगवंतरावाच्या वाडीवर गेली. भगवंतराव नव्हता, पण त्याचा भाऊ यशवंतराव होता. वंजारीमंडळींचे आणि त्याचे चांगले संबंध होते. त्याने सर्व काही ऐकून घेतले. त्याने त्यांना मुंबईला न्यायचे कबूल केले. प्रत्यक्षात त्याने गुलाबवर बळजबरी केली, ही गोष्ट खोटी होती. त्याला अडकवावा, म्हणून तिनेच त्याला आपल्या सौंदर्याच्या जाळ्यात गुंतविले. प्रत्यक्षात त्यांचा शरीरव्यवहार झाला नाही; परंतु शारीरिक लगट मात्र खूप झाली आणि गुलाबच्या दिराने थोडी दमदाटीची भाषा केली. मग आपल्यावर या प्रकरणात तोहमत येण्याची शक्यता निर्माण झाली आहे, हे भगवंतरावाच्या भावाच्या—यशंवतरावाच्या—लक्षात आले. त्या दोघांचा छळ करण्यात आला,

त्यांचे वेडेवाकडे फोटो काढण्यात आले, कबुलीजबाब घेण्यात आला—हे सारे खरे होते.

जसजसे या प्रकरणाचे चित्र आबासाहेबांच्या समोर स्वच्छ येऊ लागले तसतशी आबासाहेबांच्या लक्षात एक गोष्ट आली की, मघाशी क्षणभर विचलित झालेले आपले मन आता चांगले स्थिर झालेले आहे. समोरची स्त्री अश्राप आणि निराधार मुळीच नाही. ती चांगलीच बनेल आणि तयार आहे. कायद्याचा थोडा दुरुपयोग झाला, नाही असे नाही; पण बलात्कार वगैरे या प्रकरणात काही नाही. मग या बाईने बाबूरावला सगळी खोटी गोष्ट का सांगितली? आणि बाबूरावसारख्या शहाण्या संपादकाने या गुन्हेगारी प्रवृत्तीच्या स्त्रीवर विश्वास तरी कसा टाकला?

प्रश्नांची सरबत्ती पुन्हा चालू करावी, म्हणून त्यांनी बैठक बदलली. टेपरेकॉर्डरमधील कॅसेटही बदलली. तेव्हा त्यांच्या लक्षात आलं की, कॉफी थंड होऊन गेलीय; एवढेच नव्हे, तर समोरची खाण्याची डिशही तशीच राहून गेली आहे. ते म्हणाले, ''पाच मिनिटे थांबू या. तुम्ही खाऊन घ्या.'' तिला ही सूचना करीत असतानाच त्यांनी व्हिस्कीची बाटली लांब हात करून जवळ घेतली आणि शेजारच्या तांब्यातले पाणी त्यात ओतून घेतले आणि व्हिस्कीचा एक मोठा पेग घेतला. क्षणभर डोळे मिटले. इतकी वर्षे खरे आणि खोटे याची चिकित्सा करणाऱ्या आबासाहेबांनासुद्धा तिच्या बोलण्याचे आश्चर्य वाटले.

काही गोष्टींचा ते अंदाज लावत होते. त्यांनी डोळे उघडून समोरच्या स्त्रीकडे पाहिले. जेव्हा आपल्या मद्याच्या ग्लासकडे समोरची स्त्री उत्सुकतेने पाहतेय, हे त्यांच्या लक्षात आले; तेव्हा ते मनातल्या मनात हसले. तिला समोरच्या खाण्यात रस नव्हता; परंतु मद्यामध्ये रस असला पाहिजे, हे त्यांच्या ध्यानात आले. एका गुन्हेगार जमातीतील ही स्त्री आपल्याकडे मदतीच्या याचनेसाठी येते आणि आपल्यासारख्या प्रथितयश वकिलाकडून अशा अवेळी मद्याची अपेक्षा करते, हे त्यांना थोडे अजब वाटले. त्यांनी खूप गुन्हेगार पाहिलेले होते. गुन्हेगारांचे मानसशास्त्रही त्यांना अवगत होते. गुन्हेगारीमुळे सैल झालेली माणसे ते प्रतिदिनी पाहत होते. समोरची ही स्त्री सैल चालीची आहे, गुन्ह्यात अडकलेली आहे. बदनामीचा विषय झालेली आहे; आणि असे असूनही तिला त्याची अजिबात खंत नाही, हे पाहताना ते थोडे चक्रावून गेले.

आपल्या वागण्यात काही चुकलेले आहे किंवा कायद्यानुसार आपण गुन्हेगार ठरण्याची शक्यता आहे, अशी कोणतीही भावना तिच्या चेहऱ्यावर दिसत नव्हती. ती क्रूर होती, दुष्ट होती, का बनेल होती? का आपल्या जीवनात

जे प्रखर सत्य आहे, त्याच्या अपरिहार्यतेमुळे ती नि:संकोच होती? काही कळण्यासारखे नव्हते; पण तिच्या डोळ्यांत एखाद्या निरागस मुलीचा रुसवा मात्र जरूर होता.

त्यांनी खुणेने विचारले, 'हवी आहे?' आणि तिने नुसते डोळ्याने सांगितले, 'हवी तर!' जणू समोरच्या मद्यावर तिचा नैसर्गिक हक्क होता. बाटली, ग्लास आणि पाण्याचा तांब्या त्यांनी टेबलावर पुढे सरकविला.

तिने सराईतपणे ग्लासात दारू ओतली आणि पाणी वगैरे न घालता चांगली दोन पेग दारू दोन-तीन घोटांत पिऊन टाकली. दारू घशातून जाताना कुठे जळजळ झाली नाही किंवा चेहऱ्यावर कडवटपणाचे भावही दिसले नाहीत. आणि... त्यांना गायत्रीची आठवण पुन्हा झाली. त्यांच्या आग्रहाखातर गायत्री कधी कधी त्यांच्याबरोबर मद्य घेत असे. मद्याचा दर्प आणि चव नापसंत आहे, असा एक भाव बहुतेक लोकांच्या चेहऱ्यावर येतो; तसला भाव गायत्रीच्या चेहऱ्यावर कधी येत नसे आणि हुबेहूब तसाच प्रसन्न भाव गुलाबच्या चेहऱ्यावरही त्यांना दिसत होता.

ज्या तऱ्हेने आपण आत्ता ह्या गुलाबला धारेवर धरतो आहोत; अगदी नागडे-उघडे सत्य व्यक्त करायला तिला भाग पाडतो आहोत, हे तरी इतके न्यायाचे आहे का? परिस्थितीने एक श्रीमंत वकिलाच्या घरात बायको म्हणून आली आणि तशीच एक स्त्री वंजाऱ्यांच्या घरात जन्माला आली अन् गुन्हेगारीच्या जगात वाहत गेली.

माणसाचा त्याच्या गुणधर्मांवर खरोखरच कितीसा हक्क असतो? माणसे भोवतालच्या परिस्थितीची किती गुलाम असतात; पापाचा किंवा पुण्याचा रस्ता ठरविण्याचे माणसाच्या हातात कितीसे असते? समोर बसलेली हीच गुलाब चांगल्या मध्यमवर्गात जन्माला आली असती, तर एखाद्या कुलशीलवंताची बायको म्हणून प्रतिष्ठेने आणि मानाने जगली असती. आपण काही सामाजिक गुन्हा करतो आहोत, अशी सुतरामसुद्धा जाणीव या स्त्रीच्या डोळ्यांत का जाणवू नये?

आबासाहेबांनी मघाशी धारण केलेला वकिलीपणाचा कठोर बुरखा आता झिरझिरीत झाला होता. ते म्हणाले, "मघाशी तू बाबूरावांकडे गेली होतीस. मग त्यांना सर्व बनावट गोष्ट का सांगितलीस?"

"साहेब, मी काहीच सांगितलं नाही. त्यांना हवी तशी गोष्ट त्यांनी माझ्याकडून वदवून घेतली आणि मलाही त्यात गंमत वाटायला लागली! आणि

समजा, जर मी घडलेलं अगदी खरं खरं सांगितले असते, तर त्यांनी मला आल्या-आल्याच हाकलून दिलं असतं.''

''पण उद्या तू सांगितलंस ते छापून आलं म्हणजे?''

''त्याला काय होतंय साहेब; आलं तर आलं. आमचं कोण काय वाकडं करणार आहे? नाही तरी रोज पोलीस आम्हांला त्रास देतातच. उलट तुमच्यासारखे आणि संपादकसाहेबांसारखे लोक आमच्या पाठीमागं आहेत असं जर कळलं तर काही दिवस तरी पोलीस आम्हांला त्रास देणार नाहीत.''

''अगं, पण या सर्व प्रकरणात तुझा नवरा हकनाक नाही का मेला?''

''साहेब, तो माझा नवरा नव्हता.''

''काय म्हणतेस काय! खरंच सांगतेस हे?''

''खरंच सांगते साहेब. आमचं लग्न-बिग्न काय झालं नव्हतं. मी तशीच त्याच्याबरोबर राहत होते.''

''अरे बापरे!''

''नाही साहेब, घाबरण्यासारखं काही नाही. पोलीस रेकॉर्डला आम्ही दोघं नवरा-बायको आहोत, असंच नोंदविलं आहे, आणि खरं सांगू का साहेब? तुमच्याकडे यायची माझी इच्छा नव्हती. पण त्या पेपरवाल्यानं आग्रह धरला, म्हणून मी खरं तुमच्यापर्यंत येऊन पोहोचले.''

आबासाहेबांना नेमके काय बोलावे, तेच समजेना. पुढे संभाषण चालू ठेवण्यात फारसा अर्थ नव्हता आणि हे सारे प्रकरण झटकून टाकावे, असेही मनातून वाटत नव्हते. ते म्हणाले, ''हे बघ, तू आजपर्यंत कशी जगलीस, कशी वागलीस याच्याशी मला कर्तव्य नाही. या प्रकरणातूनही काही तरी मार्ग काढता येईल. यापुढे मात्र तू भरकटल्यासारखं आयुष्य काढता कामा नयेस.''

''म्हणजे, माझं आत्ताचं आयुष्य वाईट आहे साहेब?''

''आहेच मुळी. चोऱ्या, दरोडे, शरीरविक्रय—हे काय चांगलं आयुष्य आहे?''

''साहेब— शेत नाही, कोणी नोकरी देत नाही; मग आम्ही जगावं तरी कसं?''

''इच्छा असली की माणसाला चांगल्या तऱ्हेनं जगता येतं.''

''पण साहेब, मी तसं काही वाईट करत नाही. कोणी पैसे दिले आणि झोपायला बोलाविले तर मी जाते. कुणाला मी नादी लावत नाही. कुणाचे फुकट पैसे मी घेत नाही. आणि चोऱ्यांबद्दलच बोलाल; तर ज्यांच्याजवळ खूप असते,

त्यांनाच आम्ही लुटतो. कोणाचा खून करीत नाही, मारामारी करीत नाही. ज्यांच्याकडे चोऱ्या करतो, त्यांच्याजवळ खूप असते साहेब. आता आमच्या जातीला आणि धर्माला आम्ही कसं काय सोडणार?''

''हे बघ, तुला एखाद्या अनाथ महिलाश्रमात ठेवतो. तिथं तुला काही उद्योग शिकवतील, एखादा रोजगार देतील आणि पोलीस व अन्य कोणाचेही भय न बाळगता तुला जगता येईल.''

''साहेब, माझ्यासारख्या बाईला एकटे नाही जगता येणार. आमच्या गावी आमच्या जाती-जमातींचे रक्षण असते आणि कुणी बाईमाणूस आपल्याबरोबर असावा लागतो. साहेब, असं का करीत नाही त्यापेक्षा— तुमच्याच घरी तुम्ही मला का नाही ठेवून घेत?''

''काय?'' चिरकलेला आवाज काढून आबासाहेब म्हणाले, ''माझ्या घरी तुला ठेवून घेऊ म्हणतेस? तू काय बोलतेस याची कल्पना आहे ना?''

''चांगली कल्पना आहे साहेब. नाही तरी तुम्ही एकटेच राहता. माझी तुम्हाला काही अडचण होणार नाही; झाली तर सोयच होईल. माझ्याजवळ या बाईपणाशिवाय काही नाही साहेब. कुठे तरी कोपऱ्यात पडून राहीन, घरात उरलेले शिळेपाके खात जाईन आणि म्हणाल ती तुमची सेवा करीन!''

समोरच्या त्या स्त्रीच्या डोळ्यांतला निष्कपट भाव एरवी आबासाहेबांनी सहज तोलून धरला असता, पण अजून तिच्या बोलण्यातल्या भावार्थातील धक्क्याने ते सावरले नव्हते.

आबासाहेब चांगले थकले होते आणि हे प्रकरण आज संपवायलाच हवे, असा त्यांनी निश्चय केला. तिला घेऊन ते बाहेरच्या खोलीत आले आणि उद्या परत यायला सांगून त्या सर्वांना त्यांनी रजा दिली. ते सर्व घराबाहेर पडलेत की नाही, हेसुद्धा न पाहता ते आपल्या बेडरूममध्ये निघून गेले. त्यांनी दिवा मंद केला आणि ते उशीला टेकून बसून राहिले. झोप येत होती पण झोपावंसं वाटत नव्हते. काही तरी खावे, असे आतून वाटत होते; परंतु त्यांच्या गात्रांचे चैतन्यच हरविले होते. काहीही न करता अर्धवट जागृतीत ते असेच बसून राहिले, गायत्रीची आठवण काढत. आता गायत्रीची एकटीची आठवण येतच नव्हती. गायत्रीच्या रूपात आता गुलाबचीही प्रतिमा दिसत होती. गुलाबला भोगाव्या लागणाऱ्या आयुष्यातील घटना आबासाहेबांसमोर आल्या आणि गुलाबचा देह कोणा अन्य पुरुषाकडून भोगला जात असल्याचे चित्र त्यांच्या डोळ्यांसमोर तरळू लागले. मध्येच त्या ठिकाणी गायत्रीचा चेहरा दिसू लागला आणि त्याबरोबर

त्यांच्या अंगावर शहारा उठला. अशा एकामागोमाग एक धूसर प्रतिमा डोळ्यांसमोर तरळत असतानाच आबासाहेबांना केव्हा झोप लागली, हे त्यांना कळलेच नाही.

सकाळी जाग आली, तेव्हा ते चपापून उठून बसले. खिडकीतून उन्हे आत आली. इतक्या उशिरापर्यंत झोपायची त्यांना सवयच नव्हती. खरे म्हणजे, नेहमी ते साडेचारलाच जागे होत.

मुखमार्जन आटोपून योगासने करून घंटा वाजविल्यावर दीपक चहा आणून देई. पाचच्या सुमारास ते त्या दिवशीची ब्रीफ्स बघू लागत. महत्त्वाचे काही ब्रीफ त्या दिवशी नसेल, तर कायद्याचे एखादे नवे पुस्तक, लॉ-रिपोर्ट्स किंवा अन्य एखादा ग्रंथ चाळायचे. सातच्या सुमाराला ते अंघोळ वगैरे करून तयार होत आणि दीपक ब्रेकफास्ट घेऊन येई. साडेसात वाजल्यापासून साडेदहापर्यंत त्यांच्या अशिलांचा त्यांच्याकडे राबता सुरू होई. त्यांचा दिवस तसा अगदी बांधलेला असे आणि वेळच्या वेळी प्रत्येक गोष्ट घडण्याकडे त्यांचा कटाक्ष असे. या त्यांच्या दिनक्रमात सकाळी लवकर उठणे, ही मात्र अत्यंत महत्त्वाची गोष्ट होती. पण आज भलतेच काही तरी झाले होते. इतक्या उशिरा उठल्यामुळे त्यांना अगदी चुकल्या-चुकल्यासारखे झाले. नेहमीच्या मानाने मद्य थोडे जास्त झाले असेल, नाही असे नाही. पण त्यामुळे काही जास्त झोप येणे शक्य नाही. आपल्याला झोपायला किती वाजले, हेही त्यांना आठवेना आणि आपल्याला लागलेली झोपही शांत नसावी, असेही त्यांना वाटू लागले. या साऱ्या अशांततेला कारण असणाऱ्या गुलाबची त्यांना आठवण झाली आणि एकदम संतापाची एक तीव्र भावना त्यांच्या मनात उमटली.

त्यांनी घंटा वाजवली आणि जणू काही त्यांच्या उठण्याची वाटच बघत असलेला दीपक चहाचा ट्रे घेऊन आत आला. काही न बोलता त्यानेच त्यांच्या समोर त्यांना चहा करून दिला. आपल्या साहेबाचे काही तरी बिनसलेले आहे, हे त्याच्या लक्षात आले. नोकराने अकारण बोललेले त्यांना आवडत नाही, हे त्याला अनुभवाने ठाऊक होते. साहेबांनी चहाचा घोट घेतला आणि त्यांच्या चेहऱ्यावर किंचित प्रसन्नता आली आहे, हे पाहून तो म्हणाला,

"साहेब—"

"काय रे?"

"काल रात्री ज्या बाई आल्या होत्या ना, त्या आपल्या दरवाज्यासमोर झोपलेल्या होत्या."

"म्हणजे?"

"हो ना साहेब! दुधाच्या बाटल्या आत घेण्यासाठी मी नेहमीप्रमाणे दरवाजा उघडला, तेव्हा त्या बाई तिथेच फरशीवर झोपलेल्या होत्या. तुम्हाला विचारल्याशिवाय त्यांना घरात तरी कसं घ्यायचं आणि तुम्ही तर उठलाही नव्हतात."

"आता कुठे आहे ती?"

"त्यांना मी बाहेर बसवलंय."

"त्यांच्याबरोबर कोण कोण आहे?"

"कुणी नाही साहेब, त्या एकट्या आहेत."

"ठीक आहे. त्यांना पाठवून दे. आणि हे बघ, आणखी कोण कोण आलेत?"

"केळकर आणि बाफना— दोघेही आलेत साहेब."

"हे बघ, त्यांना म्हणावं— आज जे कोणी येतील, त्यांची कामं समजावून घ्या आणि त्यांना कोर्टातच बोलावून घ्या... आणि माझी काही वाट पाहू नका. आज सेशन नाहीच आहे. इतर केसमध्ये तारखा घ्या. कोर्टात मी जाणार नाही. त्या बाईंना पाठवून दे."

एक-दोन मिनिटे गेली असतील-नसतील एवढ्यात गुलाब आत आली. जागरणाचा तिच्यावर काही परिणाम झाला नव्हता. उलट ताज्या फुललेल्या एखाद्या फुलासारखी ती टवटवीत दिसत होती. तिचे कपडे मळलेले होते-चुरगळलेले होते; पण त्यातल्या त्यात तिने साधे आणि स्वच्छ दिसायचा प्रयत्न केलेला होता. काल तिच्या कानांत, गळ्यात, हातांत आणि पायांत कसले तरी अनगड दागिने होते. नाकात चमकी होती. पण आज त्यांपैकी काहीच तिच्या अंगावर नव्हते. तिच्याकडे पाहून त्यांनी तिला खुर्चीवर बसायला खुणावले आणि थोड्या त्रासिक स्वरात ते तिला म्हणाले,

"तू कशासाठी थांबलीस?"

तिने एक निर्मळ हास्य केले. त्या हास्याने आबासाहेबांचा सारा त्रासिकपणा निघून गेला. ती म्हणाली,

"साहेब, तुम्ही आधी चहा तर घ्या."

"तू घेणार चहा?"

"तुमचा झाल्यावर घेते."

आबासाहेबांनी काहीच न बोलता चहा संपवला. आणखी चहा आणण्यासाठी

ते घंटा वाजविणार एवढ्यात ती म्हणाली, ''त्या भांड्यात आहे तेवढा चहा मला पुरे.''

''दुसरा कप तर आणायला सांगितला पाहिजे.''

''कशाला साहेब, हा तुमचा रिकामा कप आहे ना? मला चालेल तो.''

आळसावलेले आबासाहेब एकदम सावरून बसले. गायत्रीसुद्धा त्यांच्या कपातला उष्टा चहा प्यायची. समोरच्या बाईला जर आपण झटकून टाकली नाही, तर ती नको तितक्या खोलपर्यंत आपल्या आयुष्यात शिरेल, या भीतीने ते म्हणाले,

''नो.''

त्यांचा तीव्र नकार तिच्या ध्यानात आला. आणखी एक खळखळणारे हास्य करीत ती म्हणाली,

''रागावलात काय साहेब?''

''रागावणार नाही तर काय? तुला माझ्या घरापाशी थांबायचे कारणच काय होते?''

''साहेब, तुम्ही सांगितलंत ते मला पटलं. तुम्ही म्हणाला होता की, मी माझा घाणेरडा व्यवसाय सोडून द्यावा. मी सगळं काही सोडायचं ठरविलंय. तुम्ही सांगाल त्या आश्रमात मी राहीन, शीक म्हणाल तर शिकेन. सांगाल तिथं मी नोकरी करीन... पण परत काही वंजारवाड्यात जाणार नाही.''

''अगं पण-''

''साहेब, तुम्हीच मला सुचविलंत की, मी माझं घाणेरडं आयुष्य बदलावं, चोरी-मारी सोडून द्यावी. आता मी तयार झाले आणि तुम्ही नाराज दिसता.''

''अगं, माझा नाराजीचा प्रश्न आलाच कोठे? पण हे बलात्कार प्रकरण हा बाबूराव गाजविल्याशिवाय राहणार नाही. तुझे नाव अख्ख्या जगाला कळणार. तुला शांतपणाने कोठे राहताच येणार नाही. पोलीस तुला सतावतील. वर्तमानपत्रवाले तुझ्या मागे लागतील आणि आयुष्यात बदलायचे ठरविलेस तरी तुला कोणी बदलू देणार नाहीत.''

''साहेब, त्यांची चिंता करू नका. अहो, माझ्या आयुष्याचं आणखी कोणी वाईट करू शकणारच नाही. नरकात राहाणाऱ्याला आणखी काही वाईट होईल याची भीती कोठे असते? मी खंबीर आहे. मात्र, तुमचीच इच्छा नसली तर मी जाते परत.''

''माझ्या इच्छेचा प्रश्न नाही. तुझी व्यवस्था मी सहज करू शकेन. पण

तुझे जातवाले, तुझा दीर तुला असे त्यांच्यापासून दूर जाऊ देतील?''

''साहेब, कोणी माझे वाकडे करू शकणार नाही आणि कोणी मला अडवू शकणार नाही.''

''काय गं, काल रात्री तुला तुझ्या दिरानं एकटं सोडलं कसं?''

''ते येडं मला काय अडविणार? मी दिला त्याला गुंगारा!''

''आणि आता ते तुला शोधत आले तर?''

''मी सांगेन त्यांना की, आपला तुपला काही संबंध नाही.''

''ठीक आहे. तू आज संध्याकाळपर्यंत इथेच थांब. तोपर्यंत तू कोठे राहायचंस, हे ठरवितो आणि तेथे तुला पाठवतो. दीपक तुला बदलायला साडी-चोळी देईल. तू आंघोळ-बिघोळ कर. कपडे बदल आणि जेवून विश्रांती घे.'' आबासाहेबांनी घंटा वाजविली. दीपकला बोलावले आणि तिची व्यवस्था करायला सांगितले. ती गेल्याबरोबर त्यांना ती नित्यपरिचयाची बेडरूम एकदम अपरिचित वाटायला लागली. जागे होताना अप्रसन्नता होती, ती आता कुठल्या कुठे निघून गेली आणि त्याऐवजी एकदम एक चैतन्याचा झरा त्यांच्या अंत:करणात आला. एवढ्यात दीपक टेलिफोन घेऊन आला आणि त्याने बिछान्याशेजारी असलेल्या टेलिफोन सॉकेटमध्ये टेलिफोनचा प्लग बसविला आणि टेलिफोन आबासाहेबांच्या हातात दिला. फोनवर तो गडगडाटी आवाज ऐकताच आबासाहेबांनी तो फोन बाबूरावचा आहे, हे ओळखले.

''काय म्हणतंय तुमचं नवीन अशील?''

''अशील? कोणतं बुवा?''

''एवढ्यात विसरलास होय रे? अरे, अजून बारा ताससुद्धा उलटले नाहीत.''

''हां— हां. काल रात्री आलेल्या राठोडची केस म्हणतोस?''

''दुसरं काय रे म्हणणार? आजचा 'चव्हाटा' पहिलास की नाही?''

''नाही रे बुवा. आत्ताच उठतोय.''

''कमाल आहे. रात्री फार दमवले की काय आमच्या गुलाबबाईनी?''

''बाबूराव, ही वाह्यातपणाची बडबड बंद कर बघू.''

''का रे बाबा, एवढा रागावलास? मी म्हणालो की, ही केस तू नाकारू शकणार नाहीस. काय बाई आहे! अरे, तिला पाहिली आणि वाटलं—''

''बाबूराव, कृपा कर आणि असलं काही तरी बडबडू नकोस. प्रत्येक बाईबद्दल तू असंच बडबडतोस काय रे?''

"अरे, बायकांचा नाही तरी उपयोग काय? इथून-तिथून सगळ्या रांडा सारख्याच. कोणी मेकअप, रूज, तंग ब्रेसिअर्स वापरून सुसंस्कृत दिसायचा प्रयत्न करतात; तर कोणी गावंढळ दिसतात. आत बाई एकच असते रे! पण तुझ्यासारख्या अरसिक माणसाला काय सांगून उपयोग आहे रे? एव्हाना खरं लेका, तू दुसरं लग्न करून टाकायला पाहिजे होतंस. तू आपला वैनींच्या नावाची जपमाळ ओढत आयुष्य फुकट घालवतो आहेस."

"अरे बाबूराव, आता माझे लग्नाचे वय का आहे?"

"अरे, लग्नांचे कधी वय वगैरे असतं काय? अरे, लग्न ही केवळ एक गरज आहे. पुरुषाला बायको ही हवीच. लग्नाची असो, नाही तर ठेवलेली. तू असं का करत नाहीस? अरे, काल पाठविलेली ती गुलाबबाई आहे ना, तशी ती चालू आहे. दिसायला बरी आहे—म्हणजे चांगलीच आहे. तिलाच का ठेवून घेत नाहीस?"

"शट् अप! बाबूराव, तू आता मात्र ताळ सोडून बोलायला लागला आहेस."

"अरे बाबा, मी काय ताळ सोडला? मी चांगली माझ्या मित्राची सोय पाहतोय. चंद्रकांतने आताच फोन करून सांगितले की, गुलाबबाई तुझ्याकडेच वस्तीला होती म्हणून."

"तसं नाही बाबूराव— तुझा काही तरी गैरसमज झालाय."

"जाऊ दे रे आबासाहेब. समज काय आणि गैरसमज काय— असल्या बाबतीत फारसं खोलात जाऊ नये, हेच खरं. एवढी गोष्ट तर खरी की नाही, की गुलाबबाई तुझ्या घरी मुक्कामाला होती?"

"तेच तुला सांगतोय, पण तू ऐकतोयस कुठे? अरे, काल रात्री ते सर्व जण घरातून गेले आणि आता सकाळी मला कळले की, ती गुलाबबाई फ्लॅटबाहेरच्या दरवाज्याबाहेर रात्रभर पडून होती."

"काही तरीच सांगू नकोस."

"खरंच बाबूराव! मी खोटं कशाला सांगेन?"

"जाऊ दे बाबा. कालची रात्र फुकट घालविलीस; आता उरलेलं आयुष्य फुकट घालवू नकोस."

"बाबूराव, लोक म्हणतात तसा तू खराच बदमाश आहेस. दुसऱ्यांच्या बायका म्हणजे तुला काय खेळणी वाटतात?"

"हे बघ आबासाहेब, तू एक साधाभोळा वकील आहेस. अगदी हुशार

फौजदारी वकील आहेस. पण तुला अक्कल मात्र काडीची नाही. अरे, कोणत्याही बाईकडं मी आपण होऊन जात नाही; बायकाच येतात माझ्याकडे, मी काय करणार त्याला? आता हे बघ— कालचीच ती गुलाबबाई घे. काल मी तिला तुझ्याकडे पाठविली म्हणून—नाही तर ती इथेच माझ्याकडे नसती राहिली का?''

''म्हणजे?''

''म्हणजे काय लेका, ती इथे राहिली असती, तर मी काय तिच्याकडे फक्त बघत राहिलो असतो? पण म्हटलं, जाऊ दे. आपल्याला काय, जग खुलं आहे; आपला मित्र गरजू आहे. म्हणजे, त्याची आपण सोय केली पाहिजे!''

''यू स्काऊंड्रल!''

''दे, शिव्या दे. शिव्या देण्याचा, शिव्या खाण्याचा आमचा धंदाच आहे. आपल्याला त्याचं काही वाटत नाही. पण आबासाहेब, एवढं सांग—अगदी शपथ घेऊन सांग, गुलाब कशी आहे?''

एक क्षणभर आबासाहेबांना काय उत्तर द्यावे, तेच कळेना. उत्तराला वेळ लागतोय, हे पाहून बाबूरावच पुढे म्हणाला, ''नको सांगूस, समजलं सारं. बेस्ट ऑफ लक्. 'चव्हाटा' तेवढा वाचून ठेव. कोर्टात जाण्यापूर्वी मला फोन कर.'' फोन बंद झाला. आबासाहेब एकदम विचारग्रस्त झाले. कोठलीही कोण बाई येते, आपलं शांत आणि स्थिर जीवन उधळून टाकते; याला काही अर्थ आहे काय? बरं, ती बाईसुद्धा सती सावित्री नाही, चक्क गुन्हेगार आहे; अनेकांनी भोगलेली आहे. अशा बाईने केवळ तिच्यात आणि गायत्रीत असलेल्या साम्यामुळे इतके घायाळ करावे? उद्या तिच्याबद्दल एक शब्द जरी छापला गेला, तर केवढा अनर्थ होईल! ते काही नाही; आपण हे प्रकरण अंगाबाहेरच ढकलले पाहिजे. निदान तिला आत्ताच्या आत्ता अहिल्याश्रमात पोचविले पाहिजे.

अपहृत किंवा अनाथ स्त्रियांसाठी स्थापन झालेली मुंबईतील अहिल्याश्रम ही जुनी संस्था होती. या संस्थेचे आबासाहेब हे कायदेशीर सल्लागार होतेच, पण गायत्रीच्या मृत्यूनंतर एक लाखाची देणगी देऊन या संस्थेचे पेट्रनही झाले होते. या संस्थेशी त्यांचा जिव्हाळ्याचा संबंध जडलेला होता. माँ मोडक या नावाच्या एका सेवाव्रती स्त्रीकडे या संस्थेची व्यवस्था होती. अविवाहित राहून गेली चाळीस-पन्नास वर्षे त्यांनी या संस्थेची सेवा केली होती. सरकारने पद्मश्री पदवी देऊन त्यांचा गौरवही केलेला होता. सारे लोक त्यांना माताजी नावाने संबोधित असत. अहिल्याश्रमात गुलाबला ठेवण्याचा निश्चय आबासाहेबांनी केलाच होता;

पण बाबूरावांच्या कुत्सित सूचनेनंतर त्या निर्णयाची अमंलबजावणी ताबडतोब करावी, असे त्यांनी ठरविले आणि त्यांनी अहिल्याश्रमाला फोन लावला. माताजीच फोनवर होत्या. गुलाबची हकीगत त्यांनी माताजींना सांगितली. तिची कोणकोणती काळजी घ्यायला पाहिजे, तिला काय-काय शिकवायला पाहिजे, हे सारे सांगितल्यावर माताजी म्हणाल्या,

"वकीलसाहेब, तिला ठेवून घेण्यात काहीच अडचण नाही. पण तिचे पालक म्हणून तुमचंच नाव लावावं लागेल."

"का बरं?"

"आपल्याकडे दाखल होणाऱ्या स्त्रिया बहुतांशी सरकारकडून दाखल केल्या जातात, आणि ज्या काही बिघडलेल्या स्त्रियांना आपण आश्रय देतो, त्यांची पालक म्हणून कोणाला तरी जबाबदारी घ्यावी लागते. नाही तर अशा स्त्रियांच्या हातून काही गैरवर्तन घडले किंवा त्या पळून गेल्या, तर मोठी विचित्र परिस्थिती ओढवते. शिवाय अशा स्त्रियांसाठी आपले वेगळे होस्टेल आहे आणि त्या स्त्रियांचा खर्च त्यांच्या पालकांना करावा लागतो. तुमच्यासारख्याकडून खर्च नाही मिळाला तरी चालेल."

"खरंतर पालक म्हणून माझं नाव घालण्यास हरकत नाही. पण त्या बाईची माझी ओळख नाही. एवढंच नव्हे— तिला पाहून, भेटून अजून बारा तासही उलटले नाहीत; अशा स्त्रीचा पालक म्हणून नाव घालणं धोक्याचंच आहे."

"तसा काही धोका नाही. मी त्या बाईवर जातीनं लक्ष ठेवीन किंवा तसे कशाला — मी तिला माझ्याकडेच कामाला घेईन. वेळोवेळी तिचा रिपोर्ट तुम्हाला देईन म्हणजे झाले."

"ठीक आहे. मी दहा-साडेदहापर्यंत तिला तुमच्याकडे पाठवून देतो."

खरं म्हणजे, दिवसाची सुरुवात फार अप्रसन्नपणे झाली होती. पण आता शिरावरचे ओझे उतरल्यामुळे त्यांना एकदम हलके वाटू लागले. ते चट्कन उठले. त्यांनी दाढी केली. अंघोळ उरकली आणि कपडे चढवून ते दिवाणखान्यात येणार तोच दरवाज्यावर थाप वाजली. 'कम इन' असं ते म्हणण्यापूर्वीच दरवाजा उघडला आणि दरवाजाच्या चौकटीत उभी असलेली गुलाब त्यांना दिसली. ते क्षणमात्र आश्चर्यचकित झाले. सकाळी तासाभरापूर्वी पाहिलेली गुलाब हीच का? आता ती एक साधीसुधी व्हायोलेट रंगाची साडी नेसली होती आणि तसंलच कसंल तरी पोलकं तिनं घातलं होतं. सकाळी तिच्या केसांच्या वेण्या काही तरी

विचित्र पद्धतीनं गुंफलेल्या होत्या. आता तिचे लांबसडक केस तिने नुसते मागे सोडले होते आणि कुठल्याशा रंगीत रिबिनीने मस्तकाला लगटून ते बांधलेले होते. गरम पाण्याने आंघोळ केल्यामुळे ती किंचित घामेजली होती. पण कालचे मालिन्य, आळस आणि नजरेत असणारे आव्हान एकदम मावळले होते. शहरात जन्म पावलेली एक शांत, सुसंस्कृत व्यक्तिमत्त्वाची स्त्री उभी आहे- असे तिच्याकडे पाहून कोणालाही वाटले असते. व्हायोलेट रंगाच्या साडीमुळे तिच्या गव्हाळ रंगावर गुलाबी छाया पसरली होती. तिचे ओठ किचिंत विलग झाले, पण ती हसत मात्र नव्हती. एक सात्त्विक, निरागस, प्रसन्न वदनाची स्त्री फोटोतल्या फ्रेमप्रमाणे विभ्रमरहित अवस्थेत समोर उभी होती.

तिचे वेगळेच दिसू लागलेले रूप आबासाहेब नजरेत साठवू लागले. ब्रेकफास्टला बोलावण्यासाठी गायत्री अशीच दरवाजाच्या चौकटीत उभी राहायची. गायत्रीची आठवण येऊन त्यांच्या अंत:करणात एक कळ उठली. समोरची स्त्री गायत्रीसारखी होती, पण गायत्री नव्हती. ही स्त्री निरोगी होती, सुंदर होती आणि तरुणसुद्धा होती. जणू तरुण वयातील गायत्रीच, पण गायत्रीच्या डोळ्यांतला समर्पण भाव तिच्या डोळ्यांत असणे शक्य नव्हते. एकमेकांच्या सुखासाठी एकमेकांत संपूर्ण एकरूप झालेले त्यांचे प्रेमयुगुल होते. त्या दोघांनाही वेगवेगळे स्थान नव्हते. समोर होती ती गायत्रीच होती; पण आपल्या जीवनाशी एकरूप झालेली गायत्री ती ही नव्हे, हे आता आबासाहेबांना तीव्रतेने जाणवले. त्यांनी मनावर ताबा आणला आणि ते म्हणाले, "छान दिसतेस. सुरुवात तर चांगली केलीस. आता तुला मी महिलाश्रमात घेऊन जाणार आहे. तिथल्या संचालिका फार थोर बाई आहेत. त्यांना मी सगळं सांगितलं आहे. त्या तुझा नीट सांभाळ करतील, तुला शिकवतील, तुझ्या आयुष्याला दिशा देतील. पण पूर्वीचे सारे आयुष्य तुला विसरायला हवं. उद्धटपणा सोडायला हवा. आपण थोड्याच वेळात तिथं जाऊ या."

"साहेब, तिथं जायलाच हवं का? तुमच्या घरात मी नोकरानी म्हणून राहिले तर चालणार नाही का? तुम्हाला कसला म्हणून त्रास मी देणार नाही. अर्थात माझा आग्रह नाही. मला माहीत आहे, मी केवळ रस्त्यावरची धूळ आहे. तुमच्यासारख्या मोठ्या माणसाचा स्पर्शसुद्धा होण्याची माझी लायकी नाही."

आबासाहेब पुढे झाले. त्यांनी तिच्या खांद्यावर हात टाकला. ते म्हणाले, "कोठे जन्म घ्यायचा, ते आपल्या हातात नाही; पण जन्म घेतल्यावर कसं वागायचं, ते आपल्या हातात आहे. दैवानं जे आयुष्य तुझ्या नशिबात आणलं,

ते तू भोगलेस. आता दैवानं दुसरं आयुष्य तुझ्यासमोर आणलंय, त्या संधीचा तू सदुपयोग करून घे. काही दिवस तुला आश्रमात राहिलं पाहिजे. या शहरी जीवनात कसं राहायचं, ते शिकलं पाहिजे. तू अक्षरओळख करून घेतली पाहिजेस. तुला वाचता-लिहिता आलं आणि सभ्यपणानं वागून स्वत:च्या पायांवर उभं राहता आलं म्हणजे पुरे आहे. एरवी तुझ्या आयुष्यात बदल करण्याचा मला काय अधिकार आहे? तुझी इच्छा नसेल, तर तू अजूनही माघार घेऊ शकतेस. तुझ्यावर जबरदस्ती नाही. विचार कर आणि काय ते ठरव.''

गुलाबने आबासाहेबांकडे क्षणभर रोखून पाहिले आणि ती एकदम वाकली. आबासाहेबांच्या पायावर लोळण घेत म्हणाली, ''तुम्ही म्हणाल ते मी करणार आहे. कितीही त्रास झाला तरी मी मागं हटणार नाही. पण एकच इच्छा आहे– केव्हा तरी, कधी तरी... पण जाऊ दे, असल्या इच्छा व्यक्त करण्याची माझी लायकी नाही.''

''कसली इच्छा आहे, सांग. करता येण्यासारखी असेल, तर मी पुरी करेन.''

''आज नको; केव्हा तरी पुढे सांगेन. संधी मिळाली तर...''

अहिल्याश्रमात गुलाबची पाठवणी झाली आणि मग आपल्या व्हरांड्यात बसून आबासाहेबांनी निवांतपणे चव्हाट्याचा अंक उघडला.

पहिल्या पानापासून सुरू झालेली बलात्काराची कथा संपूर्ण तिसऱ्या पानापर्यंत छापलेली होती. बाबूरावांच्या शैलीतच सारा लेख लिहिलेला होता. त्यामुळे अतिशयोक्ती, दमदाटी, याहून स्फोटक मजूकर असण्याची ग्वाही, या साऱ्या लेखनात होती. वनमंत्री भगवंतराव, त्यांचा भाऊ यशवंतराव यांच्याबद्दल बाबूराव नेहमीच लिहायचे आणि आता तर काय भुताच्या हातात कोलीत द्यावे त्याप्रमाणे त्यांची नवी-जुनी सर्व प्रकरणे त्या लेखात उगाळलेली होती. ज्या भगवंतरावांच्याच बंगल्यात गुलाब आणि तिचा दीर यांना पकडून ठेवले त्या बंगल्याचा फोटो, चऱ्होली गावातील देवराव पाटील यांच्याबद्दल तर अनेक कल्पित कथा मोठ्या रसाळपणे लिहिल्या होत्या. गुलाब आणि देवराव पाटील यांच्या संबंधाचा मात्र कुठेही उल्लेख केलेला नव्हता. चऱ्होली गावाचा नकाशाही होता. त्यात वंजारी-फासेपारध्यांची वस्ती, वडगावची पोलीस चौकी या साऱ्यांचा निर्देश केलेला होता. पोलीस इन्स्पेक्टर मानेसाहेब आणि कॉन्स्टेबल परब, साळुंके, काळे यांचेही फोटो दिलेले होते.

पोलिसांच्या मारहाणीमुळे मरण पावलेला गुलाबचा नवरा बन्सी हा वंजारी समाजाचा कार्यकर्ता होता आणि राजकीय कारणास्तव त्याचा जाणूनबुजून खून करण्यात आला, म्हणून कैफियत देण्यात आलेली होती. सर्वांचे फोटो होते; पण गुलाबचा फोटो जाणीवपूर्वक देण्यात आलेला नसावा, हे त्यांच्या लक्षात आले. कारण तो फोटो दिला असता, तर तिच्या रूपाकडे पाहून लोकांना धक्काच बसला असता. शिवाय अगदी अश्राप, गरीब असे जे तिचे वर्णन करण्यात आलेले होते; त्या लेखनाला फोटोने बाधही आणला असता. सारेच लेखन मोठे चातुर्याने केले होते, यात शंकाच नव्हती. कारण त्याबद्दल बाबूरावाची प्रसिद्धी होती. लिहायचे ते खळबळजनक असावे व लोकांच्या मनात सर्व प्रकारच्या शंका याव्यात, अशा जातीचे ते लिखाण होते. बदनामीच्या खटल्यात पकडणे मोठे कठीण जावे, हा त्या लिखाणाचा प्रधान गुणधर्म. बाबूराव नेहमीच अशी स्फोटक प्रकरणे चव्हाट्यात देत असे. त्यामुळे या प्रकरणाचे नावीन्य नव्हते. बाबूरावावर खटले होत आणि बहुतेक वेळेला आबासाहेबच त्यांचे वकील असत. बाबूरावाचे लेखनकौशल्य तर आगळे असेच, पण त्याहीपेक्षा आबासाहेबांचे वकिली चातुर्य जास्त दिसून येई. बहुतेक सारी प्रकरणे कोर्टाबाहेर मिटवली जात. कारण बदनामी केली, हा आरोप सिद्ध करण्यासारखा असला तरी राजकीय पुढाऱ्यांची इतर लफडी इतकी असत की, त्याला घाबरून बाबूरावाचे तोंड बंद करण्यासाठी मध्यस्थ घालण्यात येत. कसलाही गवगवा न होता बाबूरावाच्या तिजोरीत भर पडे आणि हळूहळू ते सारे प्रकरण निस्तरले जाई. या वेळेसही असेच काही होईल, असे आबासाहेबांच्या मनात येऊन गेले. बाबूराव हा एक असा बलदंड पत्रकार आहे की, ज्याची भीती साऱ्या राजकारण्यांना वाटत असे. एका मंत्र्याकडून बातम्या काढून दुसऱ्या मंत्र्याचा नायनाट करणे, हा बाबूरावाचा नेहमीचा उद्योग.

भगवंतराव हा राजकीय दृष्ट्या तसा अप्रिय माणूस. आदिवासी समाजात त्याचे मोठे वजन. सर्वच बाबतींत त्याच्याबद्दल अनेक वदंता होत्या, पण त्याची उपद्रव शक्ती जाणून त्याला मंत्रिपद देण्यात आले होते. मुख्यमंत्र्यांच्या विरोधात जो गट नेहमी काम करीत असे, त्या गटाचा भगवंतराव म्होरक्या होता. म्हणूनच ह्या स्फोटक मजकुराला मुख्यमंत्र्यांचा आशीर्वाद असावा, असा कयास आबासाहेबांनी केला. मुख्यमंत्र्याना या गोष्टीची चौकशी केल्यावाचून गत्यंतरच राहणार नाही, असे गंभीर आरोप या लेखात केलेले होते.

पण काहीही झाले, तरी या साऱ्या प्रकरणात गुलाब ही मुख्य साक्षीदार

होती. तिला नको ती प्रसिद्धी या खटल्यात मिळणार, हे उघडच होते आणि आबासाहेबांना तर ही प्रसिद्धी टाळता आली तर हवी होती; कारण या साऱ्या प्रसिद्धीत तिचे चरित्र उघडे पडणार होते आणि मग इच्छा असली तरीसुद्धा तिच्या होणाऱ्या बदनामीपासून तिला वाचविणे शक्य झाले नसते.

हे जर करायचे असेल, तर बाबूरावालाच थोडे चुचकारावे लागेल. त्याने ऐकले तर ठीक आहे, न ऐकले तर त्याच्याशी भांडणे आपल्याला परवडणार नाही. त्याच्या हातात उपद्रव देणारे एक साधन आहे. वास्तविक, जो बलात्कार घडलेलाच नाही, त्याच्याबद्दल बाबूरावाने रचलेली ती कपोलकल्पित कहाणी म्हणजे सत्याशी धडधडीत बेईमानी होय. गुलाब सांगते ते जर खरे असेल, तर केवळ काही तरी सनसनाटी निर्माण करावी म्हणून बाबूरावाने हे सारे नाटक उभे केलेय. बाबूरावाचा हा उघड-उघड धंदेवाईक व्यापार होता आणि या साऱ्या प्रकरणात गुलाबला दूर कसे ठेवायचे, हा आबासाहेबांच्या पुढचा गहन प्रश्न होता.

आता थोड्याच वेळात बाबूरावाचा फोन येईल आणि त्याचं व आपलं संभाषण आपण जर टेप केलं, तर पुराव्याच्या कामी जरी नाही तरी अन्य मार्गाने त्याचा उपयोग करता येईल. एवढ्यासाठी त्यांनी नवी कॅसेट घालून टेपरेकॉर्डर सज्ज केला. त्यांच्या होऱ्याप्रमाणे बाबूरावाचा फोन आलाच.

"वाचलात की नाही चव्हाटा?"

"वाचला तर."

"मग तुम्हाला काय वाटलं?"

"हे प्रकरण तुझ्या अंगावर शेकणार बाबूराव."

"ते का बुवा?"

"अरे, सारी बनावट गोष्ट लिहिली आहेस. यातील काहीसुद्धा तुला सिद्ध करता येणार नाही."

"अरे, पण सिद्ध काहीच करावं लागणार नाही."

"असं कसं म्हणतोस? भगवंतराव तुला कोर्टात खेचल्याशिवाय राहणार नाही."

"खेचू दे रे. असे शेकडो भगवंतराव पाहिलेत आपण. त्याची काय माय व्याली नाही! सत्तावीस लाखांचा साग त्यानं चोरून विकला, त्याचेपण कागदपत्रं आपण मिळवलेत."

"अरे, पण त्या प्रकरणाचा या प्रकरणाशी काय संबंध आहे? समज, मॅजिस्ट्रेटने या खटल्याबाहेरच्या गोष्टी पुराव्यात घ्यायला परवानगी दिली नाही

तर?"

"अरे, मग तू कशाला आहेस?"

"नाही रे बुवा. या वेळेला तुझे वकीलपत्र मी घेणार नाही."

"का रे बुवा? या वेळेला तुझी फी रोख देऊ, म्हणजे झाले की नाही?"

"अरे, फीचा प्रश्न नाही–"

"मग कशाचा प्रश्न आहे?"

"अरे, सारंच प्रकरण तू इतकं ढळढळीत खोटं लिहिलंयस की, कोणाही साक्षीदाराकडून यातलं काहीही सिद्ध करता येणार नाही. बलात्कार मुळी झालेलाच नाही. देवराज पाटलाचे आणि गुलाबचे संबंध फार जुने आहेत. चोरीचा माल गुलाबजवळ सापडला, ही गोष्ट खरी. पण बन्सीचा मृत्यू कसा झाला, एवढेच आपल्याला उपयोगी पडेल. पण बलात्काराचा आरोप जर खोटा ठरला– आणि तो ठरणारच– तर तू काय करणार? भगवंतरावांच्या भावाने बदनामीचा खटला केला, तर त्या सागाच्या प्रकरणाचा काय फायदा मिळणार? किंवा बन्सीच्या मृत्यूचा तरी काय फायदा मिळणार? कारण या प्रकरणाशी भगवंतरावाच्या भावाचा काहीच संबंध नाही. बन्सीचा मृत्यू कसा झाला, हे सांगण्याची जबाबदारी भगवंतरावाच्या भावावर नाही. मला जर भगवंतरावाने सल्ला विचारला, तर मी बलात्काराच्या खोट्या आरोपाबद्दल त्याच्या भावाने तुझ्यावर खटला भरावा, असा त्याला सल्ला देईन. तुझ्याकडे जेव्हा गुलाब व गुलाबचा दीर आला आणि त्यांनी त्यांची जी माहिती सांगितली, त्या साऱ्या स्टेटमेंटवर त्याचा अंगठा तरी उठवून घेतलायस की नाही?"

"ते काय, केव्हाही करता येईल. ती दोघे माझ्याकडे परत येणार आहेत!"

"ती नाही आली तर? आणि त्यांनी तुला हव्या त्या जबाबावर अंगठा उठवून दिला नाही तर?"

"आबासाहेब, तुम्ही अगदी भाबडे आहात हो. मी तुम्हाला चांगला बनेल समजलो होतो. अहो, पाच-पन्नास रुपये आणि दारूची बाटली दिली की, मग वाटेल त्या जबाबावर ते अंगठा देतील."

"बाबूराव, हा तुझा भ्रम आहे. पैशानं कामं होतात, ही गोष्ट खरी. पण सर्वांनाच काही पैशानं विकत घेता येत नाही. बरं, ते जाऊ दे. मी काही आपण होऊन सल्ला देणार नाही. जे काही पुढे होतंय, ते पाहू निरखून. जरा सांभाळून राहा. पण बाबूराव, मला हे कळत नाही की, इतकं सगळं धडधडीत खोटं लिहिण्याची आवश्यकता होती का?"

“कमाल आहे! अरे, सत्य हे कधीच वृत्तपत्रांची बातमी होत नाही. सत्यात थोडी भेसळ करावीच लागते. वास्तविक, भगवंतरावाचा या प्रकरणाशी काहीही संबंध नाही हे मला पण माहितीय; पण भगवंतरावाला या प्रकरणात ओढला नाही, तर या प्रकरणाला गंमतच येणार नाही. शिवाय बलात्कार– तोसुद्धा भटक्या जातीतल्या एका तरुण स्त्रीवर– म्हणजे एकदम सारी सहानुभूती त्या स्त्रीकडे जाते. अरे, हे प्रकरण मिटवायला भगवंतराव कसा धावत येईल पाहा!”

“अरे, तू भगवंतरावाकडून पैसे खाशील आणि प्रकरण मिटवशील; पण असेंब्ली फ्लोअरवर जेव्हा विरोधी पक्ष प्रश्नांची सरबत्ती करेल, तेव्हा सरकारजवळ काय उत्तर आहे?”

“त्याच्याशी आपल्याला काय करायचं आहे? मुख्यमंत्री आणि भगवंतराव बघून घेतील.”

“अरे, पण त्यांनी फ्लोअरवर सांगितलं की, चव्हाट्यात आलेली बातमी धडधडीत खोटी आहे तर...?”

“वकीलसाहेब, लोकांचं मानसशास्त्र असं नसतं. लोकांना पहिला प्रहार खरा वाटतो व खुलासा खोटा वाटतो. शिवाय आपली लेखणी काही स्वस्थ बसणारी नाही. दुसरंच काही तरी गंभीर प्रकरण उत्पन्न करून भगवंतरावाला कोड्यात आणलं की, लोक बलात्काराचं प्रकरण विसरून जातील आणि त्या नव्या प्रकरणात रस घेतील.”

“अरे, पण गुलाबची बेअब्रू झाली, त्याचं काय?”

“अरे, तिला कसली आली आहे अब्रू? दहा-पाच रुपयांसाठी कोणाही बरोबर झोपणारी ती वेश्या आहे. तिची अब्रू गेली काय, राहिली काय– त्याला काय महत्त्व आहे?”

“अरे बाबूराव, तू गरिबांचा कैवारी म्हणवून घेतोस आणि केवळ पोट जाळण्यासाठी गरिबांची अब्रू अशी विक्रीला काढतोस?”

“अरे वकिला, तुला ही नीती कधीपासून सुचायला लागली? खऱ्याचं खोटं करून तू नामवंत वकील झालास. चोर, स्मगलर आणि बलात्कारी माणसांना भली मोठी फी घेऊन तू सोडवतोस; तेव्हा जे कोणी गरीब, दुबळे बदमाशांनी नाडविले होते, त्यांचा तू कधी विचार केलास?”

“तसा विचार करणं माझ्या धर्मातच बसत नाही. गुन्हेगारावर गुन्हा सिद्ध होईपर्यंत तो निर्दोष आहे, असं कायदा मानतो आणि निर्दोषी माणसाला बचावाची

सर्व संधी मिळाली पाहिजे, हे वकिली-धंद्याचं सूत्र आहे. हजारो अपराधी सुटले तरी चालतील, पण एकही निरपराधी माणूस दंडित होता कामा नये, हे कायद्याचं मूलतत्त्व आहे. आमच्या व्यवसायात एकच नीती आहे आणि ती मी प्रामाणिकपणे पाळतो, आणि ती म्हणजे, माझ्याकडे आलेल्या अशिलाचा माझी बुद्धी वापरून बचाव करणं.''

''म्हणजे तेच. दोघांचाही धंदा एकच– खऱ्याचं खोट आणि खोट्याचं खरं करणं.''

''नाही रे बाबा, तुझा आणि माझा धंदा एक नाही. न्याय-अन्याय याचा तुला कसलाच विचार नसतो. काही तरी भन्नाट मजकूर लिहायचा, लोकांचं कुतूहल चाळवायचं, खप वाढवायचा आणि दहशतीच्या जोरावर लोकांकडून पैसे मिळवायचे– हा तुझा धंदा.''

''पण आजपर्यंत माझ्या या धंद्याला तुझं साह्य होतं.''

''मला वाटत होतं की, लोकांना न्याय मिळवून देण्यासाठी तू धडपडतोस, तेव्हा तुला थोडी मदत केली पाहिजे. एवढ्यासाठी कधी तुझ्याकडून अपेक्षा केली नाही. आपण प्रत्यक्षपणे समाजाचं काही कार्य करत नाही, तर दुसरा कोणी करतो त्याला आपण साह्यभूत व्हावं, अशी माझी अपेक्षा होती. तुझ्याबद्दल माझ्या मनात शंका होत्या, पण मी फार खोलवर जायचं नाही ठरविलं, म्हणून मी आजवर तुझं वकीलपत्र घेतलं. पण केवळ कोणाला तरी दम देण्यासाठी किंवा मुख्यमंत्र्यांना मदत करण्यासाठी तू लहान-लहान माणसांना खर्चीं टाकतोस, हे पाहिल्यावर समजलं की, तुझे-माझे मार्गच वेगळे आहेत. लोक हे तू साधनांसारखे वापरतोस. तुझा निर्भयपणा वगैरे सर्व थोतांड आहे. कोणाची तरी भडवेगिरी करून पोट जाळायचं, हीच तुझी पत्रकारिता असेल; तर तुला पाहिजे त्या रस्त्यानं तू चाल ना– आम्ही कोण आडकाठी करणार?''

''आबासाहेब, रात्री दारू काय जास्त झाली काय? या बाबूरावाला तुम्ही ओळखत नाहीसं दिसतंय. मी-मी म्हणणाऱ्या धुरंधरांना मी लोळवतो; तुमच्यासारख्यांचा काय पाड लागणार माझ्यापुढं?''

''बाबूराव, घमेंडखोर माणसाची केव्हा तरी जिरतेच. आपल्या आवाक्यात न येणाऱ्या माणसाबरोबर युद्ध करण्याची भलती आकांक्षा बाळगू नये. कोणाच्या मेहेरबानीनं किंवा कोणाची भाड खाऊन मी मोठा झालेलो नाही. माझ्या बुद्धीवर मी माझं वैभव आणि नाव कमवलंय. मला तुमच्या प्रशंसेचीही किंमत नाही किंवा स्तुतीचीही गरज नाही. मी आपण होऊन कधी तुमच्याआड येणार नाही, कारण

तो माझा पिंड नाही. पण भलत्या घमेंडीला बळी पडून तुम्ही माझ्या वाटेला जाऊ नका. कायदा माझ्या घरी पाणी भरतोय आणि तुम्ही तर सर्व बेकायदेशीर कृत्यांत आकंठ बुडालेले आहात. माझ्यापासून तुम्ही दूर राहिलात, तर फार बरं.''

''थोडक्यात आबासाहेब, तुमची-आमची जुंपली; असंच की नाही?''

''मुळीच नाही. मघाशी मी सांगितलं की, आपण होऊन मी कोणाशी युद्ध करत नाही. मला त्याची गरज नाही, पण कुणी प्रहार केलाच तर...''

''तर मग आबासाहेब, उद्याचा अग्रलेख वाचाच.''

बाबूरावांच्या धमकीची कोणालाही भीती वाटावी, असाच त्यांचा लौकिक होता. बाबूराव हे नुसते पत्रकार नव्हते. नामवंत साहित्यिक तर होतेच, पण उत्तमपैकी वक्ते पण होते. अनेक सामाजिक संस्थांत त्यांचा हातभार होता आणि राजकारणातल्या सर्व गटांशी त्यांचे संबंध होते. तीच एक मूर्तिमंत दहशत होती. एका मंत्र्याला जवळ करून दुसऱ्या मंत्र्याला नागडे करणे, हा त्यांचा खाक्या होता. राजकारणातली सर्व गुपितं त्यांना कळत असत. या घटकेला मुख्यमंत्र्यांच्या गटाला त्यांनी जवळ केले आणि वनमंत्री भगवंतराव नाईक, कायदामंत्री अण्णासाहेब पाटील, गृह खात्याचे राज्यमंत्री देवीचंद लाहोटी या सर्वांना धारेवर धरले. राजकारणात पाप कोण करत नाही? मुख्यमंत्री आणि त्यांचा गट ही मोठी चारित्र्यवान माणसे होती, अशातला भाग नाही; पण सत्तेत असणाऱ्या एका गटाच्या साह्याशिवाय राजकारणातली लफडी-कुलंगडी हातात येत नाहीत. या अनुभवामुळेच बाबूराव असले डावपेच रचायचे. बाबूरावांनी बायकाबाजी आणि स्मगलिंग यांसाठी मशहूर असलेल्या चव्हाणांना संरक्षण देऊन त्यामानाने भाबड्या आणि थोड्याशा बावळट असणाऱ्या रावसाहेब गाढ्यांना राजकारणातून उठवले आणि त्याचा परिणाम त्यांच्या अपमृत्यूत झाला. कुशाग्र बुद्धी, हजरजबाबीपणा आणि भाषाप्रभुत्व यांच्या बळावर सर्वच क्षेत्रांत बाबूरावांचा धाक होता. त्यांच्याबरोबर लाचारीने वागणाऱ्या, 'साहेब-साहेब' असे करीत गोंडा घोळणाऱ्यांना ते कसेही असले तरी त्यांच्याकडून संरक्षण लाभे.

त्यांच्या अतिशयोक्तिपूर्ण लेखनामुळे कित्येकदा निरापराध माणसे भरडली जायची. त्यावर त्यांचे स्पष्टीकरण असायचे की, त्याला काही इलाज नाही. किल्ल्याचा बुलंद दरवाजा फोडायचा म्हणजे खिळे झाकण्यासाठी निरपराध उंटाचा बळी द्यावाच लागतो. बाबूरावांनी केले नाही, असे एकही पाप या जगात नव्हते. अनेक पोरींना त्यांनी नादी लावले आणि वाऱ्यावर सोडून दिले. किती

तरी सुखी संसारांत त्यांनी बिब्बा घातला. अनेक तऱ्हेचे फंड गोळा केले आणि त्याच्या बळावर आपली 'चव्हाटा'ची प्रचंड आलिशान इमारत आणि अद्ययावत यंत्रसामग्री खरेदी केली. एका खानदानी मराठा कुटुंबातल्या संसारी बाईला– जयमालेला– त्यांनी मोहात पाडले आणि तिला दिवस गेले, तेव्हा आपल्या परमप्रिय डॉक्टर देशमान्यांकडून तिच्या इच्छेविरुद्ध गर्भपात केला. हे सगळे जगाला माहीत होते. यात गुप्त असे काहीच नव्हते. पण इतके असूनसुद्धा सरकारला नमवणारा आणि लोकांची गाऱ्हाणी वेशीवर टांगणारा असा एक झुंजार पत्रकार म्हणून लोकांनी त्याला स्वीकारला. अखेर लोकांची स्मरणशक्ती ही अल्पजीवी असते. लोक मागचे सारे विसरून जातात, म्हणून बाबूरावांसारख्या माणसांचे ठीक असते. बाबूरावांजवळ क्रूरपणा आणि भलेपणा यांचे एक विचित्र रसायन होते. एके काळचा हा हळवा, भाबडा मास्तर, प्रतिभासंपन्न नाटककार व कवी आज 'चव्हाटा'तून रुद्रावतार धारण करीत असे, आणि सत्ता-संपत्ती-संघटना असणाऱ्या बलदंड माणसांना वठणीवर आणत असे, याचेच लोकांना अप्रूप वाटत असे. अधून-मधून बाबूरावांनी आपल्या वाटेला जाऊ नये म्हणून उठल्या-उठल्या बाबूरावांच्या खुशालीची चौकशी करणारे फोन मुख्यमंत्र्यांपासून ते भुरट्या साहित्यिकांपर्यंत सर्व जण करत असत. म्हणून मुख्यमंत्र्यांचा जेव्हा फोन आला, तेव्हा बाबूरावांना अश्चर्य वाटले नाही.

"बाबूराव, आज धमाल उडवलीत तुम्ही. भगवंतरावांचा आत्ताच फोन आला होता."

"काय म्हणतोय तो हरामखोर?"

"म्हणतोय काय– म्हणत होता, सगळं बालंट आहे. बाबूरावानं हे सगळं खोटं लिहिलंय."

"बन्सीचा खून झालाय, हे तरी खरं आहे की नाही?"

"ते खरं आहे हो. पण भगवंतराव म्हणतो, त्यात त्याचा काय संबंध? माझ्याकडेच गृह खातं आहे, तेव्हा तो म्हणाला की, ताबडतोब मी त्याबद्दल खुलासा केला पाहिजे."

"मग तुमचा विचार काय आहे?"

"अहो, मी खुलासा केला नसता... पण असेंब्ली चालू आहे, हे तुम्ही विसरलात. प्रेस तर सारखा भंडावतोय. पण आज प्रश्नोत्तराच्या तासाला काही तरी उत्तर द्यावं लागेलच."

"मग तुम्ही काय ठरवलंय?"

"काय ठरवणार बाबूराव, तुम्ही आम्हाला विश्वासात न घेता असलं काही तरी छापता. अहो, आम्हाला राज्य करायचंय. पोलिसांच्या मारहाणीत बन्सीचा खून झालाय, असं तुम्ही लिहिलंय आणि तुम्हाला माहीत आहे की, ते सर्व खोटं आहे."

"काय खोटं आहे? बन्सीचा मृत्यू झाला, ते खोटं आहे? बन्सीला मारहाण झाली, हे खोटं आहे? आणि त्या मारहाणीनंतर थोड्याच काळात त्याला मृत्यू आला, हेही खोटं आहे?"

"हे पाहा, आमच्याकडे आलेल्या रिपोर्टनुसार तरी त्याचा मृत्यू नैसर्गिक कारणांमुळे झाला आहे. त्याच्या अंगावर मारहाणीच्या खुणा कोठेही नव्हत्या. अर्थात, मारहाण झालीच नसेल, असं काही मी म्हणत नाही. बरं, बन्सी काही सरळमार्गी माणूस नव्हता. तो रेकॉर्डमधला माणूस आहे. तुम्ही त्याच्या बायकोवर बलात्कार झाला, असं म्हणता, पण तिची वैद्यकीय तपासणी करून घेतलेली आहे."

"मग तुमचं म्हणणं तरी काय? मी हे सर्व खोटं लिहिलंय?"

"रागावू नका बाबूराव! तुम्ही खोटं लिहिलंय, असं मी म्हटलेलं नाही. पण मला असेंब्ली फ्लोअरवर हे सर्व नाकारावं लागणार, हे लक्षात ठेवा. नंतर गैरसमज नको, म्हणून फोन केला."

"म्हणजे तुम्ही आम्हाला वाऱ्यावर सोडणार म्हणा की."

"तसं नाही बाबूराव, या प्रकरणाची चौकशी करण्याचा प्रश्न विचारायला मी जगन्नाथ बोबडेंना सांगितलं आहे. चौकशी एकदा सुरू झाली की, तुम्हाला माहीतच आहे की, ती लांबत राहाते. लोकांचं लक्ष दुसरीकडे जातं. भगवंतरावाला तुम्ही उघडं पाडलंच आहेत. तुमचं काम झालंय आता. प्रकरण फार ताणू नका, एवढंच माझं म्हणणं आहे. आजची प्रश्नोत्तरं देताना उगीच जादा टीकाटिप्पणी करू नका. नाही तर पुन्हा हक्कभंग, स्थगन प्रस्ताव असलं काही तरी लफडं होईल. काय लिहायचं आणि कसं लिहायचं, हे आम्ही सांगायची आवश्यकता नाही."

"ठीक आहे, बघतो काय जमतं ते. पण आमच्या छगनलालच्या सिनेमा लायसेन्सचं काय झालंय? बरेच दिवस प्रकरण कोकलत पडलंय."

"नाही, त्याची चिंता करू नका. ते आज-उद्या नक्की हातावेगळं होतंय."

"बरेच दिवसांत गाठ नाही आपली."

"होय ना. आपण भेटू या. पुढच्या आठवड्यात असेंब्ली संपतेय.

ताडोबाला दोन-तीन दिवस विश्रांतीसाठी जायचा विचार आहे. तुम्ही या. येताना बाईंनाही घेऊन या.''

''हां! हे ठीक आहे. जमवतो. पण फार बोभाटा करू नका. नाही तर आमच्यासारख्यांना तुमच्या संगतीत दिवस घालवणं फार अडचणीचं होतं.''

''बाबूराव, मागे तुम्हाला आमच्या अण्णासाहेब पाटलांबद्दल बोललो होतो. त्यांच्यावर अजून तुम्ही काहीच लिहिलं नाहीत.''

''आहे– आहे, लक्षात आहे. पण अजून तुम्ही आमची मागणी पुरी नाही केलीत?''

''करू की. त्यात काय अडचण आहे?''

''ठीक आहे.''

फोन बंद झाला आणि बाबूरावांच्या चेहऱ्यावर समाधानाचे हसू पसरले. या राज्यातला सर्वांत मोठा सत्ताधीश म्हणजे मुख्यमंत्री. त्याचेसुद्धा आपल्यावाचून भागत नाही. मनात आणू, ते आपण करू शकतो– या भावनेने त्यांची छाती थोडी आणखी फुलून आली. त्यांनी रिपोर्टर चंद्रकान्त गोगटेला बोलावून घेतले. कोणकोणत्या आमदारांना व मंत्र्यांना भेटायचे आणि त्यांची प्रतिक्रिया कोणत्या मुद्द्यावर नोंदवून घ्यायची, याची सूचना दिली.

आबासाहेब आज कोर्टात जाणार नव्हते. दहा-बारा दिवस रेंगाळलेले सेशन कालच संपले होते. आज बोर्डावर काम नव्हते असे नाही, पण त्यांनी त्याबद्दल सकाळीच आपल्या असिस्टंट्सना सूचना देऊन ठेवल्या होत्या. खरे म्हणजे, कोर्टातल्या वातावरणात गेल्यावर त्यांना नेहमीच बरे वाटे. ज्युनिअर्स तर त्यांना आदराने वागवतच, पण समयवस्कसुद्धा त्यांच्याशी अदबीने वागत. राजाने नजराण्याकडे जशी कौतुकाने नजर टाकावी तसेच ते या कौतुकाचा स्वीकार करत.

पण आज का कोणास ठाऊक, त्यांना कोर्टात जायची इच्छाच नव्हती. हायकोर्टात त्यांची कामे सोराबजी करीत असत. पण कधी कधी हायकोर्टात त्यांना स्वत:लाही उभे राहावे लागत असे. त्यांची दोन अपिलं सोराबजी सध्या चालवीत होते. त्यातले एक तर दोन-तीन दिवस चालूच होते. सोराबजीला सर्व केस समजावून दिलेली होती, तरीपण नेहमीच्या रिवाजाप्रमाणे प्रत्यक्ष कामकाज चालू असताना– निदान काम संपल्यावर तरी– सोराबजीची गाठ घ्यायला हवी होती. आपल्या स्टडीत खुर्चीला रेलून काल गुलाबबरोबर झालेले संभाषण ते

पुन्हा एकदा ऐकत होते. तेवढ्यात फोन वाजला.

"मी वनमंत्री भगवंतराव नाईकसाहेबांचा पी.ए. बोलतोय. साहेबांना तुमच्याशी बोलायचंय."

"द्या."

"मी भगवंतराव नाईक बोलतोय. आपली-माझी फारशी ओळख नाही, पण अण्णासाहेब आपल्याबद्दल बोलत होते. त्यांची नि तुमची चांगलीच मैत्री आहे."

"हो ना, आम्ही बारमध्ये कलिग्ज होतो."

"त्यांना मी आत्ताच फोन केला. त्यांनी तुमच्याशी बोलायचा सल्ला दिला."

"काय काम काढलंत माझ्याकडे?"

"आजचा 'चव्हाटा' पाहिलात काय?"

"हो. का?"

"मग तुम्हाला माझ्या कामाची कल्पना आली असेल?"

"माफ करा नाईकसाहेब. त्या प्रकरणात मी तुमच्याशी कसलीच चर्चा करू शकणार नाही. तुम्हाला माहीत आहे, मी बाबूरावांचा मित्र आहे आणि वकीलही आहे. अशा परिस्थितीत मी बाबूरावांच्या विरुद्ध तुम्हाला कसा सल्ला देणार?"

"तुमच्या अडचणी जाणतो मी साहेब. पण तुमच्याशिवाय या प्रकरणात अधिकारवाणीने बोलू शकेल, असा दुसरा कोणीही मुंबईत नाही, असे अण्णासाहेब पाटील म्हणाले आणि मलाही ते पटले. तुम्हाला माहीत आहे की, हा बाबूराव माझ्यामागे हात धुऊन लागलाय आणि त्याचा बोलविता धनी आमचे सी. एम.च आहेत. मुख्यमंत्र्यांना मी पुढच्या निवडणुकीत त्यांचा एक स्पर्धक वाटतोय आणि म्हणून मला राजकारणातून उठवण्याचा त्यांचा बेत आहे."

"हे पाहा नाईक, मला तुमच्या राजकारणात काहीही रस नाही. मी एक साधासुधा, फक्त वकिली करणारा वकील आहे. माझ्याकडे जो अशील येतो, त्याची बाजू फक्त कायद्याप्रमाणे मांडून त्याला मुक्त करणे आणि न्याय मिळवून देणे, एवढे एकच कर्तव्य मी जाणतो."

"म्हणून तर आपल्याशी बोलायचेय. माझ्या भावाचं वकीलपत्र तुम्ही घ्यावे, असं मी सुचवितोय. एका निर्दोष माणसाला एक धटिंगण काही कारण नसता फासावर द्यायला निघालाय. त्याला न्याय देणे, हे तुमचं कर्तव्य नाही

काय? तुमची काय असेल-नसेल ती फी आम्ही देऊ.''

"नाईक, तुम्हाला समजत कसं नाही? फीचा मुळी यात प्रश्नच नाही. फी तर द्यावीच लागेल आणि तीही आधी. कोर्टात हजर राहिलेल्या प्रत्येक दिवसासाठी मी पाचशे रुपये घेतो, हे सर्व जगाला ठाऊक आहे. तुम्ही कदाचित जास्तही फी द्याल, यात मला शंका नाही. प्रश्न पैशाचा नाही. अनेक वर्षं मी बाबूरावांची ब्रीफ्स घेतली आहेत आणि आज एकदम त्यांच्याविरुद्ध उभं राहणं, हे आमच्या व्यवसायाच्या नीतीत बसत नाही. शिवाय मला असं सांगा– या प्रकरणात बाबूरावांचे आणि माझे मतभेद झाले आणि त्यांचे ब्रीफ मी घेत नाही, ही गोष्ट तुम्हाला इतक्या लवकर समजलीच कशी?''

"ते एक सीक्रेट आहे साहेब. बाबूरावांचे हेर जसे सचिवालयात असतात, तसेच बाबूरावांच्या कार्यालयातही आमचे हेर असतात. तुमचं आणि बाबूरावांचं झालेलं संभाषण मला कळलं, म्हणून तर मी तुम्हाला फोन केला.''

"ते काही असले तरी नाईक, मी तुमचे वकीलपत्र घेणं तुमच्या फायद्याचं नाही आणि मी घेणारही नाही. तुम्हाला वकीलपत्र द्यायचंच असेल, तर तुम्ही अक्षयकुमार संचेतीला वकीलपत्र द्या. काही काळ माझे ते सहकारी होते. बाबूरावांनाही ते चांगले ओळखतात, आणि गरज लागली, तर ते माझ्याशी सल्लामसलत करू शकतात.''

"थँक्यू खरेसाहेब. तुमच्या सल्ल्याबद्दल मी आभारी आहे. पण आमच्यावर कृपालोभ असू द्या.''

गुलाब आश्रमात आली आणि माताजींनी तिचा ताबा घेतला. आश्रमाची जेवणाची वेळ झाली, जेवणे आटोपली आणि त्या तिला घेऊन त्यांच्या बंगलीत गेल्या. तिची सर्व केसहिस्ट्री त्यांना समजावून घेणं भाग होतं. त्याप्रमाणे समोरच्या खुर्चीवर तिला बसायला सांगून त्यांनी संभाषण चालू केलं. माताजींचा सौम्य आवाज, धीरगंभीर व्यक्तिमत्त्व आणि त्याहीपेक्षा सत्यासाठी शोध घेणारी त्यांची जळजळीत नजर यांमुळे गुलाब आपोआपच बोलू लागली. काल वकीलसाहेबांशी बोलताना ती सावध होती, पण आता मात्र आडपडदा न ठेवता ती बोलत होती. बालपणीच्या काही आठवणी तिला आठवत होत्या. एका भव्य नदीच्या काठावर एका देवळात आपण आई-वडिलांबरोबर प्रवास करीत निघालो होतो, अशी एक अस्पष्टशी आठवण तिने सांगितली. तिच्या स्मृती चाळविण्याचा माताजींनी खूप प्रयत्न केला. पण एका काळ्याकुट्ट अंधाऱ्या गुहेत असल्यासारखे तिचे पूर्वीचे

आयुष्य अंधारून गेले होते. चार-पाच वर्षांचे तिचे वय असेल-नसेल... काही तरी प्रचंड आरडाओरड, गडबड, धावपळ झाली आणि तिची अन् तिच्या आई-बापांची ताटातूट झाली. सैरावैरा भटकत, रडत-भेकत तिने आई-बापांचा खूप शोध केला. अशा या चुकलेल्या मुलीला तळ टाकून बसलेल्या काही वंजाऱ्यांनी पाहिले. त्यांनी तिला दिलासा दिला. जेवायला-खायला घातले. तिच्या आई-बापांचा शोध केला, पण ते काही सापडले नाहीत. तहसीलदाराकडे जाऊन या मुलीला स्वाधीन करावे, असे त्या टोळीप्रमुखाने ठरविले. पण त्यांना भीती वाटली की, पोलिसांनी आपल्यालाच धरले तर काय? पोलीसचक्रात अडकलो म्हणजे इथेच अडकून पडावे लागणार. ती चिमुकली मुलगी त्या तांड्यात रमली होती. रंगीबेरंगी कपडे, पोपट, साळुंक्या, मैना, त्यांचे पिंजरे, शेरडे, गाई, घोडे– असा जनावरांचा कळप हे सारं तिला आवडलं होतं. मुलगी लहान होती. तांड्यात खपून जाईल, बोंबाबोंब होणार नाही, या भरवशावर तांड्याचा नायक मोतीलाल तिला बरोबर घेऊन जायला तयार होता. पुढचा सारा इतिहास तसा सरळ होता. त्या तांड्यातच ती वाढली. त्यांचेच रीतिरिवाज ती शिकली. त्यांची भाषा सफाईने बोलू लागली. तिचा मानलेला बाप मोतीलाल वारल्यानंतर ती बन्सीबरोबर राहू लागली. मिळेल ते काम करू लागली. हाती लागेल ते अन्न खाऊ लागली. जाती-धर्मानुसार पाप-पुण्य, नीती-अनीती मानू लागली. पण कधी तरी, केव्हा तरी त्या नदीकाठी आपले आई-बाप आपल्याला सोडून गेले, याची आठवण काढीत राहिली. आई-बापांचे चेहरे तिला आठवत नव्हते किंवा आपली जातपात तिला स्मरत नव्हती. आपल्या आई-बापाबरोबर आपणही गावामागून गावं फिरत होतो, त्यामुळे कुठल्याच गावाचे स्पष्ट चित्र तिच्या मनात नव्हते. कदाचित आपले आई-बापसुद्धा दुसऱ्या वंजारी तांड्यातील असतील किंवा दुसऱ्या जातीतील असतील; पण आजच्या आपल्या या तांड्यातील स्त्रियांप्रमाणे आपण दिसत नाही. आपले उच्चार स्पष्ट आहेत. त्यामुळे आपण उच्च आहोत, असे तिला वाटायचे– तांड्यात असूनसुद्धा.

तांड्यातील पुरुषांप्रमाणे तिचेही वागणे बेछूट होते. हा बेछूटपणा मूळचा आपल्या रक्तातच होता, की मोतीलालनी आपल्याला मुलगी मानलं म्हणून आला, याचा उलगडा तिला करता आला नाही. पण आपले बालपण, आपल्याशी झालेला शरीरव्यवहार, रुपये-दोन रुपये मिळविण्यासाठी आपण ज्यांच्यापाशी झोपलो त्या पुरुषांचे तपशील... हे सारे ती इतक्या निर्व्याजपणे सांगत होती की, माताजींनासुद्धा आश्चर्य वाटले. अगदी अट्टल स्त्रियांशी रोज गाठभेट घडत

असूनसुद्धा माताजींना गुलाब अगदी वेगळी स्त्री वाटली. त्यांनी विचारले,

"इथे राहायला तुला आवडेल?"

"नाही आवडणार. तरीपण मी इथं राहीन."

"अगं, थोड्या दिवसांत इथं कंटाळशील. तू सैल वागलेली, पुरुषांची चव घेतलेली. तुला इथलं निष्क्रिय वागणं कसं आवडेल?"

गुलाब हसली. ते हसणे म्हणजे एक प्रकारचे रडणेच होते. एरवी तिच्या चेहऱ्यावर तसा एक उद्धटपणा असे. स्वतंत्र बाण्याने जगणाऱ्या आणि कोणत्याही संकटाला सामोरे जाण्याची सवय असणाऱ्या स्त्रीचा हा वेगळाच आविर्भाव माताजी पाहत होत्या. माताजी म्हणाल्या,

"बघ, चार-दोन दिवस तू सहन करशील. इथलं भात-भाजीचं जेवण तुला आवडणार नाही. चोवीस तास अशा अंधार कोठडीत राहणं तुला गैरसोईचं वाटेल. तू असं कर– आजचा दिवस विचार कर. मग हवं तर आपण उद्या तुला आश्रमात रीतसर नोंदवून घेऊ."

"तुम्हाला हवं तसं करा. पण कोणत्याही परिस्थितीत मी इथून जाणार नाही, एवढं मात्र नक्की. त्या भल्या माणसाला मी शब्द दिलाय."

"कुणाला शब्द दिलायस?"

"तुमच्या त्या वकीलसाहेबांना हो!"

"अगं, पण त्यांचा-तुझा संबंध काय?"

"ते तुम्हाला कसं समजावून सांगू?"

"अगं, पण त्यांची तुझी काल रात्री प्रथम ओळख झालेली आहे ना?"

"ते पण खरं आहे बाई. त्यांनी एकदा माझ्या डोळ्याला डोळा भिडवून पाहिलं; तेव्हा लक्षात आलं की, त्यांची नि माझी जुनी ओळख आहे. केव्हा तरी आणि कुठं तरी भेटलो असलो पाहिजे. किती स्वच्छ नि निखळ डोळे आहेत त्यांचे. मी तर काय रुपया-दोन रुपये देणाऱ्या कोणाहीजवळ झोपते. पण त्यांच्या डोळ्यांत मी बाई आहे, हे कधी जाणवलंच नाही. त्यांनी माझ्या खांद्यावर हात ठेवले आणि सांगितले की, तुझं पूर्वीचे आयुष्य तू सोडून दे. त्यांचा स्पर्श माझ्या खांद्याला झाला आणि मळक्या चिरगुटाप्रमाणं माझं सारं पूर्वीचे आयुष्य गळून पडले. आता मी त्यांच्या सांगण्यापलीकडे काहीही करू शकणार नाही. ते म्हणाले, विहिरीत उडी टाक, तर विहिरीत उडी घेईन... ते म्हणाले धावत्या गाडीखाली उडी टाक तरीसुद्धा..."

"अगं, पण हे कशासाठी... आणि कुणासाठी?"

“बाई, जगण्यासाठी मला कारण नव्हतं, मी नुसती जगतच होते... एखाद्या कुत्र्या-मांजरासारखी जगत होते. आता मला मरायलासुद्धा कारण आहे!”

सूरजची परिस्थिती मोठी बिकट झाली होती. आपण ज्या उमेदीने गुलाबला घेऊन मुंबईला आलो, त्यापैकी काहीच खरे होण्याची शक्यता नाही, हे त्याच्या लक्षात आले. पोलिसांनी त्याला रोज गिरगाव पोलीस चौकीत हजेरी द्यायला सांगितलं होतं. कारण तो तसा सराईत गुन्हेगार होता. तो काय किंवा बन्सी काय, चऱ्होली-वडगावच्या परिसरात उपद्रवी गुन्हेगार म्हणून ओळखले जात आणि त्या दोघांनाही पूर्वी वेळोवेळी शिक्षा झाली होती. खरे तर यशवंतरावांबरोबर जेव्हा सूरज व गुलाब मुंबईला आले तेव्हा त्यांची अपेक्षा एवढीच होती की बन्सीच्या खुनाच्या शोधाच्या निमित्ताने वडगावचा पोलीस इन्स्पेक्टर माने याची बदली व्हावी.

मानेची आणि बन्सीच्या टोळीची वादावादी होतीच, कारण बन्सी आपल्या गैरव्यवहारातील हप्ता पोलीस चौकीत पोहोचवायला तयार नसे. त्याने पैसेच पोहोचविले पाहिजेत, असाही मान्यांचा आग्रह नव्हता. बन्सीने आपली बायको आणून मान्यांच्या शरीराखाली घातली असती, तर प्रकरण मिटले असते. बन्सीच्या अनेक दारूभट्ट्या होत्या. या दारूभट्ट्यांवर मान्यांची धाड नेहमी पडायची. बन्सीला अटकसुद्धा व्हायची. पण बन्सीविरुद्ध पुरेसा पुरावा मिळत नसल्याने दर वेळेस त्याची सुटका व्हायची. आपल्या बायकोच्या चौकशीसाठी बन्सी चौकीवर गेलेलाच नव्हता. गेला होता तो त्याचे साथीदार पकडले गेले होते, म्हणून. तिथे बाचाबाची झाली. जिल्ह्याला आपला वशिला आहे आणि त्याच्या बळावर माने आपले काहीच वाकडे करू शकत नाहीत, असे बन्सी म्हणाला नि त्यामुळे मानेचे डोके बिथरले.

बन्सीला मारहाण झाली, ही गोष्ट खरी आणि अखेरीस तो मेला, हेही खरे. पण त्यापूर्वी त्याने दोन-तीन पोलिसांना जखमी केले होते. त्या पोलिसांची वैद्यकीय तपासणी होऊन प्राणघातक हल्ला केल्याच्या आरोपाखाली बन्सीवर खटलाही दाखल करण्यात आला होता. खटला दाखल केला, तेव्हा बन्सी देवळाबाहेर विव्हळत पडला होता. वेळच्या वेळी त्याला इस्पितळात दाखल केले असते, तर कदाचित तो वाचलाही असता. पण हा सारा प्रकार प्रत्यक्ष पाहणारा कोणीही नव्हता, म्हणूनच ही केस तशी गुंतागुंतीची झाली.

वनमंत्र्यांचा भाऊ यशवंतराव हा तसा वंजाऱ्यांचा व पारध्यांचा दोस्त

होता आणि त्याच्या बळावरच त्या लोकांची गुन्हेगारी सुखेनैव चालली होती. यशवंतरावांच्या सांगण्याप्रमाणे नको त्या माणसांना ठोकून काढणे, दारूव्यापाऱ्यांकडून मिळालेल्या पैशातला काही भाग पोहोचता करणे, विरोधी पक्षांच्या सभांत वा मिरवणुकीत दंगल घडविणे– असली कामे बन्सी आणि सूरज नेहमी करीत असत.

नाईकांचा हा मतदारसंघ राखीव होता आणि इथले राजकारण अगदी वेगळ्या पद्धतीने चालत असे. यशवंतरावांबरोबर मुंबईस येताना मान्यांचा काटा काढावा, हा जो हेतू मनात होता; तो सफल होण्याऐवजी त्यात गुंता निर्माण झालेला होता. सूरजचे आणि गुलाबचे तसे फारसे जमत नव्हतेच. गुलाब ही तशी सहजासहजी काबूत राहाणारी बाई नव्हती. बन्सीच्या मृत्यूमुळे निराधार झालेली आपली भावजय आपल्या म्हणण्याप्रमाणे वागेल, असे जे त्याला वाटले, तो त्याचा अंदाज साफ चुकला होता. याउलट, मुंबईच्या हवेने गुलाबचे माथे चांगलेच भडकले होते.

'चव्हाट्या'चा रिपोर्टर चंद्रकात गोगटे हा भगवंतराव नाईक यांच्या विरुद्ध गटातला, आणि त्यांच्यावर पाळत ठेवणारा मुख्यमंत्र्यांचा जासूस होता. त्याला जेव्हा हे प्रकरण कळले, तेव्हा त्याने खूप थापा मारून आणि पैसे देण्याचे आश्वासन देऊन त्यांना बाबूराव चित्र्यांच्या ऑफिसमध्ये आणले. बाबूरावांचा मायवीपणा, मायाळू शब्द, त्यांनी केलेले आतिथ्य आणि 'चव्हाटा' दैनिकाच्या कचेरीतील ते वैभव पाहून गुलाब आणि सूरज दोघेही खूश झाली. बाबूरावांच्या प्रश्नाला ती हवी तशी उत्तरे देऊ लागली. त्या वेळी चंद्रकांतने शब्दन्‌शब्द लिहून घेतला. त्याला हेही माहीत होते की, बाबूरावांच्या रिवाजाप्रमाणे गुप्त ठेवलेल्या टेपरेकॉर्डरवर सारे संभाषण ध्वनिमुद्रित होत असणार.

साहेबांच्याच सांगण्यावरून गुलाब आणि सूरजला घेऊन चंद्रकांत खरे वकिलांकडे गेला, तरीही हे त्याच्या लक्षात आले नाही की, आता वकिली सल्ला घेण्यासारखे या प्रकरणात काय आहे? इतकी वर्षे बाबूरावांच्या सहवासात राहूनही साहेबांच्या डोक्यातील विचारपद्धती चंद्रकांतला समजली नव्हती. चंद्रकांत हा तसा हरहुन्नरी माणूस. सगळ्या मंत्र्यांच्या आणि पुढाऱ्यांच्या घरात त्याचा राबता असे. बाबूरावांनी टाकलेले अनेक ॲटमबॉंब चंद्रकांतने पुरविलेल्या माहितीवर असत.

रात्री वकिलांच्या घरातून गुलाब, सूरज आणि तो जेव्हा बाहेर पडले; तेव्हा त्याच्या डोक्यात त्या दोघांना वरळीच्या आंटीकडे नेऊन दारू पाजून

अधिक बोलते करायचे होते. पण गुलाबने भलताच पवित्रा घेतला. टॅक्सीमध्ये चढता-चढता तिने एकदम सूरजशी भांडण उकरून काढले. या अशा रात्री गुलाबसारख्या बाईने एकटेदुकटे हिंडणे धोक्याचे आहे, हे त्याने सांगण्याचा खूप यत्न केला. पण तिने काही ऐकले नाही आणि ती चट्कन गर्दीत दिसेनाशी झाली.

गुलाब ही बाबूरावांच्या नव्या लढाईतील शस्त्र आहे, हे चंद्रकांतला समजत होते. हे शस्त्र डोळ्यांआड होऊ देणे साहेबांना आवडणार नाही, याचीही त्याला खात्री होती. आंटीच्या घरी गेल्यावर प्रथम जर त्याने काय केले असेल, तर पोलीस कंट्रोलला फोन केला आणि गुलाबचा ठावठिकाणा शोधून काढायला सांगितला. अर्ध्या तासात पोलिसांनी गुलाब खरे वकिलांच्या घरी पोहोचली आहे, अशी बातमी दिली. निश्चिंत मनाने चंद्रकांत आणि सूरज यांनी मग आंटीकडे मद्यपान केले. 'चव्हाटा'च्या कचेरीत जाऊन साहेबांच्या कानांवर ही बातमी घालण्याची आवश्यकता होती, पण साहेब आता ऐकून घेण्याच्या स्थितीत नसतील, या खात्रीनेच त्याने 'चव्हाटा' कचेरीत जाण्याचा विचार सोडून दिला आणि सूरजला घेऊन तो आपल्या नायगावच्या मठीत येऊन निवांत झोपला.

तो सकाळी जागा झाला, तेव्हा प्रथम त्याने, 'चव्हाटा'चा अंक पाहिला आणि तो चकितच झाला. कारण साहेबांनी दिलेल्या कित्येक गोष्टी चर्चेच्या वेळी गुलाब आणि सूरज यांनी सांगितलेल्याच नव्हत्या. साहेबांच्या शैलीतील अतिशयोक्ती सोडून दिली तरी यशवंतरावाने गुलाबवर बलात्कार केला, असा जो सूर साहेबांनी लावला, तो मात्र चंद्रकांतला अनाकलनीय वाटला. वनमंत्र्यांना आणि त्यांच्या गटाला नेस्तनाबूत करण्याची गोष्ट ठीक आहे; पण त्यासाठी अशा तऱ्हेने या प्रकरणात यशवंतरावांना गोवण्याची गरज नव्हती, असे त्याला वाटले. अर्थात, साहेबांच्या लेखनशक्तीवर त्याचा विश्वास होता.

बाबूरावांचे आणि भगवंतरावाचे संबंध फारसे चांगले नव्हते. 'चव्हाट्या'चा सी. एम. च्या गटाला पाठिंबा आहे, हे भगवंतरावाला ठाऊक नव्हते असे नाही. भगवंतरावाचा स्वत:च्या कर्तृत्वावर विश्वास होता आणि आज ना उद्या आपण सी. एम. होऊ, याची त्याला खात्री होती. त्याचा दिल्लीत चांगला दबदबा होता. तो विमुक्त जाती-जमातीचा असल्यामुळं त्याला त्याच्या समाजात चांगली मान्यता होती. सडतोडपणासाठी तो प्रसिद्ध होता. त्यांच्या भन्नाट व्यक्तिमत्त्वामुळे पक्षातही त्याचे जरा उपद्रवी स्थान होते. सिनेमात वावरणाऱ्या एक-दोन नट्या आणि एक

बिनधास्त स्तंभलेखिका यांच्याशी त्याचे निकटचे संबंध होते. पण कोणत्याही बेकायदा व्यवहारात तो गुंतलेला नव्हतो. तिरुवल्ली विभागातल्या सागाच्या व्यवहारात त्याचे हात नकळत अडकलेले होते आणि हे प्रकरण केव्हाही उघडकीला येईल, अशा विवंचनेत तो होता. आजचा 'चव्हाटा' पाहिल्यावर प्रथम त्याने काय करावयाचे ठरविले असेल, तर ते म्हणजे या प्रकरणात स्वत:हूनच चौकशीचे नाटक सुरू करायचे आणि त्याचा दिलदार दोस्त व जंगली लाकडाचा ठेकेदार फकीरशहा याला बळी देऊन टाकायचे. राजकारणात हळवे असून चालत नाही. शत्रूंचा तर नि:पात करावा लागतोच, पण कधी कधी मित्रांनासुद्धा बळी द्यावे लागते. फकीरशहा थोडा अडचणीत येईल, पण त्याला काही इलाज नव्हता. चौकशी करणे अखेर त्याच्याच हातात होते आणि समजा, चौकशीत त्याला दोषी ठरविले, तरी त्याच्याविरुद्ध कच्चा खटला भरून त्याची सुटका करणेही शक्य होते. पण नाजूक वेळी आपल्याविरुद्ध हे प्रकरण काढून आपल्याला बदनाम करण्याचा डाव कुणाला खेळू द्यायचा नाही, असे त्याने पक्के ठरविले.

त्यातूनच फकीरशहाला बोलावून घ्यायचे, वन खात्याच्या चिटणीसाकरवी आजच्या आज चौकशीचे आदेश द्यायचे, उद्या भरणाऱ्या कॅबिनेट मीटिंगमध्ये आपण होऊनच हे प्रकरण पुढे आणायचे आणि त्यापूर्वी 'जनशक्ती'चा संपादक तळेकर याला मुलाखतीसाठी बोलावून घेऊन उद्याच्याच अंकात आपण होऊन हे प्रकरण जाहीर करायचे, असे त्याने ठरवून टाकले.

खरे तर त्याने किती छान बेत आखले होते. आज तो स्तंभलेखिका शकुंतला चोबे हिला घेऊन नव्याने बांधलेल्या अभयारण्यातील बंगलीत आजची रात्र घालविणार होता. पण आजच्या परिस्थितीमुळे ती रात्र फुकट जाणार होती. त्याचा भाऊ यशवंता या प्रकरणात किती गुंतलेला आहे, याचाही त्याला गुप्तपणे तपास घ्यायचा होता. आबासाहेब खऱ्यांनी या प्रकरणात सल्ला-मसलत द्यायचे जरी नाकारले असले, तरी अक्षयकुमारची त्यांनी केलेली शिफारस त्याला पसंत होती. अक्षयकुमार हा संध्याकाळी त्याला भेटणार होता. त्याच वेळेस 'जनशक्ती'च्या तळेकरांनीही यायचे कबूल केले होते.

दुसऱ्या दिवशी ठरल्याप्रमाणे 'जनशक्ती'त वनमंत्री भगवंतराव नाईक यांची दणदणीत मुलाखत प्रसिद्ध झाली. त्यात त्यांनी आपल्या नेहमीच्या स्वभावाप्रमाणे 'चव्हाटा'चा उल्लेख पिवळे वर्तमानपत्र म्हणून केलाच होता. वृत्तपत्र-स्वातंत्र्याचा

दुरुपयोग करणारा बाबूराव हा एक बदमाष मनुष्य आहे, हे लिहायलासुद्धा त्याने कमी केले नाही. कुणाच्या तरी राजकीय स्वार्थामुळे 'चव्हाटा'ने ही बदनामीची मोहीम उघडलेली आहे आणि असा हा भाडखाऊ पत्रकार या देशातील लोकशाहीची विटंबना करतो, असे त्याचे प्रतिपादन होते. कसलाही आधार नसलेले आणि कोणताही पुरावा हाती नसलेले आरोप 'चव्हाटा'ने केलेले असून आदिवासी आणि विमुक्त जमातींतील एका प्रामाणिक नेत्याला नेस्तनाबूत करणाऱ्या या ब्राह्मणी मनोवृत्तीला आपण योग्य तोच धडा शिकवू व त्याला आयुष्यातून उठवू, असाही आशावाद त्याने प्रकट केला होता.

लोक आता केवळ शब्दाला भुलणार नाहीत; ते बाप दाखव नाही तर श्राद्ध कर, असा सवाल पुसतील– हे सांगताना भगवंतरावाने अखेरीस म्हटले होते की, वरळीच्या गटारगंगेत डुंबणारा हा डुक्कर आता माजलेला आहे. अनेक कुलशीलवान स्त्रियांची आणि अजाण कुमारिकांची अब्रू याने लुटली आहे. एवढेच नव्हे, तर एका खानदानी मराठा कुटुंबाचा संसार धुळीला मिळवून याने आपल्या पापाची निशाणी राहू नये, म्हणून भ्रूणहत्येचा गुन्हाही केलेला आहे. पापात पूर्णपणे बुडालेला हा पत्रकार समाजाला सदाचार शिकविण्याचा प्रयत्न करीत असतो आणि तरीही जनता त्याला शिक्षा करू शकत नाही, याबद्दल त्यांनी अचंबा व्यक्त केला. आपण किती कार्यतत्पर आणि प्रामाणिक आहोत आणि आपल्या खात्यातील किती प्रकरणे आपण उघडकीस आणली, याचा आढावा घेत ऐंशी लाखांचा सागाचा गैरव्यवहार आपण स्वत: तपास करून शोधून काढला असून संबंधित गुन्हेगार व्यक्तीविरुद्ध इलाज योजण्याविषयी तातडीचे आदेश दिले असल्याचे त्याने जाहीर केले.

सदर मुलाखत लिहून घेत असताना 'जनशक्ती'चा संपादक तळेकर मनातून घाबरला होता. तळेकर हा सामान्य कुवतीचा माणूस. केवळ भगवंतरावांच्या वशिल्यानेच संपादकपदापर्यंत पोहोचला होता. भगवंतराव ही काय वल्ली आहे, हे काय त्याला माहीत नव्हते थोडेच? पण भगवंतरावांपेक्षा बाबूराव ही काय शक्ती आहे, हे त्याला जास्त ठाऊक होते.

बाबूरावांच्या कचाट्यात आपण सापडलो, तर आपले हाल कुत्रा खाणार नाही, हे त्याला कळत होते. उद्याच्या अंकात ही मुलाखत प्रसिद्ध झाली म्हणजे त्यांची होणारी प्रतिक्रिया महाभयंकर असेल, हे कळण्याचे भान त्याला होते. मूळ प्रकरण राहील बाजूलाच आणि या भल्याभल्यांच्या साठमारीत आपली चटणी उडेल. समोर ॲड. अक्षयकुमार बसलेलाच होता. तोसुद्धा या संभाषणाने

थरकून गेला. तो आला होता 'चव्हाटा'त प्रसिद्ध झालेल्या लेखामुळे भगवंतराव आणि यशवंतराव यांच्या झालेल्या बदनामीबाबत सल्ला द्यायला. पण आपल्या सल्ल्याची भगवंतरावाला फारशी गरज नाही, हे त्याच्या लक्षात आले. भगवंतराव स्वत: वकील होता आणि त्याने जो पवित्रा घेतला आहे, त्यातले रहस्य अक्षयकुमारच्या लक्षात आले नव्हते, असे नाही. कुठल्याही लढाईत बचावापेक्षा आक्रमण हे फायदेशीर असते, हे त्याला माहीत होते. पण बाबूरावसारख्या मातब्बर पत्रकाराशी भांडण उकरून काढताना आक्रमणाचा कितपत उपयोग होईल, याची मात्र त्याच्या मनात शंका होती.

तळेकर निघून गेला आणि मुलाखतीची फायनल गॅली डोळ्यांखालून घालण्यासाठी आपण ताबडतोब पाठवितो, असेही त्याने सांगितले. तो गेल्यावर अक्षयकुमार म्हणाला, "वी आर गोइंग टू फार! कदाचित तुम्हाला हे महाग पडेल."

भगवंतराव हसले आणि म्हणाले. "यू आर राईट. पडेलही कदाचित महाग. पण 'चव्हाटा'सारखी पत्रकारिता उघडी-नागडी करायची असेल, तर दुसरा काहीही पर्याय नाही. चित्र्यांजवळ स्वत:चं वर्तमानपत्र आहे. तो रोज माझ्यावर हल्ला करू शकेल. शिवाय सी. एम. चा त्याला पाठिंबा आहे. पण चित्र्यांसारखी माणसं शौर्याचा देखावा करीत असली तरी भेकड असतात. सामनेवाला मजबूत आहे असं पाहिलं की, ती पळ काढतात. म्हणून तर मी हा पवित्रा घेतला. आपण गप्प बसलो की, लहानसहान वृत्तपत्रंही आपला चावा काढू लागतील. शिवाय आपलं सारं चरित्र जगजाहीर आहे. आपण चोरटेपणा कधी केला नाही. येऊन-जाऊन चित्रे माझ्यावर काय लिहील? तर, माझी बायकांची प्रकरणं आहेत– एवढेच की नाही? त्याबद्दल आपण डरत नाही. मी बायकांच्या मागे लागत नाही; बायका माझ्या मागे लागतात. ते जाऊ दे, चित्र्यांवर केस घालायची असेल, तर मुद्देसूद नोटीस करून द्या. कोणकोणता पुरावा द्यावा लागेल, याची टिपणी तयार करा. केस आपल्याला जिंकायची आहे. खऱ्या-खोट्याचा विधिनिषेध करायचा नाही. पैशाचा प्रश्नच नाही. वॉर इज ऑलवेज क्रुएल! त्यात कुणी जगणार, कुणी मरणार. शिवाय हे युद्ध आपण सुरू केलेलं नाही."

'जनशक्ती'च्या कार्यालयात ही स्फोटक मुलाखत आली आणि कंपोझही झाली. प्रूफरीडर नाफडे हा बाबूराव चित्र्यांचा भक्त. त्याने ती वाचली. मुलाखतीत

आलेल्या मजकुराची कल्पना थोडी तरी साहेबांना दिली पाहिजे, असे त्याला वाटले. त्याने गॅल्या तपासून दिल्या आणि चहा प्यायला म्हणून तो उठला. अजून त्याची ड्युटी संपायला दोन-तीन तास अवकाश होता. त्यामुळे त्याला फोनवरच बोलणे भाग होते. त्याने कोपऱ्यावरच्या इराण्याकडे जाऊन बाबूरावाला फोन केला. बाबूराव फोनवर भेटले नाहीत. कुठल्या तरी नाटकाच्या शंभराव्या प्रयोगानिमित्त होणाऱ्या समारंभास गेले होते. त्याने चंद्रकांत आहे का, याची चौकशी केली. चंद्रकांतही कुठे तरी बाहेर गेला होता. त्याने आपली ड्युटी संपल्यावर 'चव्हाटा'च्या कचेरीत येतो, महत्त्वाचे काम आहे, बाबूरावांना थांबायला सांगा– असा निरोप ठेवला आणि परत तो 'जनशक्ती'च्या कचेरीत आला. तोपर्यंत मुलाखतीचे पान लावायला आरंभ झाला होता. कधी नव्हे ते स्वत: संपादक तळेकर पान लावत होते. लावलेले पान पाहिल्यावर नाफडेच्या लक्षात आले की, गॅलीत वाटली त्यापेक्षा ही मुलाखत भडक आहे.

मुलाखतीत बाबूरावांचा नाटक पाहताना झोपी गेलेला एक फोटो होता. त्याखाली लिहिले होते– ही धुंदी नाट्यानंदाची नव्हे. एकंदर मुलाखत चांगली पानभर पसरली होती. भगवंतरावांचा आक्रमक असा फोटो होता. शीर्षक आणि पोटशीर्षकंही भडक होती. पान लावून ते कंपोझ खात्याकडे परत गेले. नाफडे थोडा वेळ तसाच काही तरी काम करत राहिला. थोड्या वेळाने लावून झालेल्या पानाची एक प्रत त्याने घेतली. ती हळूच खिशात घातली आणि ड्युटीशीटवर सही करून तो 'जनशक्ती'च्या कचेरीतून बाहेर पडला आणि 'चव्हाटा'च्या कचेरीत आला.

अजूनही 'चव्हाटा'च्या कचेरीत बाबूराव आले नव्हते आणि त्यांचा काही निरोपही नव्हता. ज्या नाटकाच्या समारंभासाठी ते गेले होते, तिथून ते केव्हाच कुठल्या तरी पार्टीला गेले होते. नाफडेचा नाइलाज झाला. वास्तविक, हा लेख बाबूरावांच्या हातात ताबडतोब पडला असता, तर बाकी नाही; तरी चंद्रपूरच्या सागाच्या गैरव्यवहाराच्या प्रकरणातील हवा त्यांना काढून घेता आली असती. पण नाफडे काहीच करू शकत नव्हता. हे प्रकरण दुसऱ्याच्या हातात द्यावे, असे त्याला वाटत नव्हते. बाबूराव कितीही रात्र झाली तरी कचेरीत आल्याशिवाय जाणार नाहीत, तो त्यांचा रिवाजच होता, म्हणून त्याने ते पान 'तातडीचा' असा शेरा मारून त्यांच्या टेबलावर ठेवले आणि तो घरी गेला.

बाबूराव आपल्या घरी आले, तेव्हा चांगले दोन वाजले होते. आज ते

त्यांचे प्रिय मित्र डॉ. दिघे यांच्याबरोबर अनुराधाच्या घरी गेले होते. अनुराधा हीही एक धंदेवाईक बाई होती. ती बाबूरावांच्या नाटकांतून कामे करीत असे. बाबूरावांनी आपल्या घरी यावे, अशी तिने खूपदा विनंती केली; पण ते आजवर जमले नव्हते. पण आज सकाळपासून बाबूराव उत्तेजित होते. केवळ मद्यपान केल्यामुळे येणारी उत्तेजना त्यांना आज पुरेशी वाटत नव्हती. ज्या नाटकाच्या शतकप्रयोगाला ते गेले होते, तेथे त्यांचे भाषण नेहमीप्रमाणे अघळपघळ टाळ्या घेणारे झाले. फुलांच्या हाराबरोबर आपल्या लोकप्रियतेचे दर्शन झाल्यामुळे बाबूराव खूश झाले. नेहमीप्रमाणे मद्यपानाची बैठक आटोपल्याबरोबर सिटी एडिशनची पाने मशिनवर चढण्यापूर्वी आपण 'चव्हाटा'च्या कार्यालयात जाऊ शकू, या भरंवशावरच त्यांनी अनुराधाचे आमंत्रण स्वीकारले.

पण अनुराधाच्या घरी गेल्यावर त्यांचा सावधपणा त्यांना सोडून गेला. मद्याचे प्याल्यावर प्याले रिचवून झाल्यावर बाबूरावांच्या चाळ्यांना आरंभ झाला. डॉ. दिघ्यांसारखा धन्वंतरी समोर आहे, याचेही भान त्यांना राहिले नाही. अनुराधेच्या मांडीवर चापट्या मारणे, तिला जवळ ओढणे, चावट आणि अश्लील कोट्या करणे– हे चालू झालेले पाहिल्याबरोबर दिघे लाजले. त्यांनी बाबूरावांचे खेळ पूर्वी पाहिले होते. तरीपण अनुराधेच्या घरातील वातावरण, बाबूरावांचा सुटत चालेला तोल यामुळे आपण गेलेलेच बरे, असे त्यांना वाटले. अनुराधा बाबूरावांना उत्तेजन देत होती. मी आता निघतो, असे दिघे म्हणल्याबरोबर बाबूराव हसले आणि म्हणाले, ''डॉक्टरा, अरे, तुला नागडी बाई म्हणजे काय नवीन आहे काय? तुझ्या हॉस्पिटलमधल्या नर्सेस, लेडी डॉक्टर्स आणि पेशंट्स यांच्यामुळे तुझी चंगळ असते म्हणा! पण ही गंमत त्यांना यायची नाही. अरे, ही तर चार पुरुषांना भारी आहे. जरा थांब थोडं; माझ्यानंतर तुझाही नंबर लागेल!''

बाबूराव हा किळसवाणा मनुष्य आहे, हे दिघ्यांना ठाऊक होते. अगदी रांडेलासुद्धा नीती-अनीती असते; पण समाजातल्या भल्या-भल्या बायका बाबूरावांवर खूश होऊन त्यांच्यामागे पिंगा घालत, तेव्हा त्यांच्याशी ते असंच असभ्यपणे वागायचे. सानेगुरुजी, सावरकर, तुकाराम, ज्ञानेश्वर यांच्या प्रसादयुक्त भाषेत आकंठ बुडालेला आणि करुणेने ओथंबलेले साहित्य लिहिणारा हा माणूस असा जनावरासारखा का वागतो, याचा ते नेहमी विचार करीत.

बालमित्र म्हणून त्यांना बाबूरावांबद्दल प्रेम होते आणि त्यांचे अनेकदा घडलेले ओंगळ दर्शन पाहूनही त्यांचा लोभ काही दिघेंना सोडवत नव्हता. या माणसाच्या प्रचंड देहात देव आणि दैत्य एकाच वेळेस कसे वावरतात, कोण

जाणे! बाबूराव आणखी पुढे काय बहकतील, या भीतीने दिघ्यांनी तेथून पाय काढता घेतला. दिघे असल्यामुळे बाबूरावांची गैरसोय होत होती, अशातला भाग नव्हता. स्त्रियांशी संग करताना भोवताली कुणी माणसे आहेत याचा विधिनिषेध बाबूरावांनी कधीच पाळलेला नव्हता. बरोबरीच्या लेखकमित्रांना गाडीत बसवून ठेवून बाबूराव बरोबरीच्या बायांना घेऊन हॉटेलमध्ये खुशाल जायचे आणि तास-अर्ध्या तासाने दमून-भागून जणू काही आपण पराक्रम करून आलो, अशा थाटात गाडीत परतायचे. आपली शक्ती, आपली लोकप्रियता आणि आपल्यावर फिदा होणाऱ्या बायका यांच्या प्रदर्शनाची त्यांना फार हौस होती.

आज अनुराधेच्या घरी कसला धरबंध उरलेलाच नव्हता. मग बाबूरावांचे विमान स्वर्गाला गेलं, यात काहीच आश्चर्य नाही. खरे म्हणजे, स्त्री भोगण्यासाठी लागणारा पुरुषार्थसुद्धा झोपून जाईल, एवढे ते प्यायले होते. एखाद्या खेळण्याला खेळवावे तशी अनुराधा या महाकाय पुरुषाला खेळवीत होती. सगळ्या गोष्टींत पुढाकार घेत होती. बाबूरावांची मर्जी प्रसन्न झाली, तर त्यांच्या नाटकातले हवे ते रोल्स तिला मिळणार होते. देवमासा गळात पकडण्यासाठी गळाला तिने आपला मांसल देह लावला होता.

सकाळी बाबूराव शुद्धीवर आले, तेव्हा ते घरातल्या बेडरूममध्ये अस्ताव्यस्त पडलेले होते... म्हणजे इमानदार बाबू ड्रायव्हरने नेहमीप्रमाणे त्यांना सुखरूप घरी आणले होते. डोळे चोळत-चोळत त्यांनी आळस झटकण्याचा प्रयत्न केला. शेजारची घंटा वाजविली, म्हणजे चहा येईल, ही त्यांना खात्री होती. बायको त्यांच्याजवळ नांदत नव्हती. त्यामुळे सारा कारभार ड्रायव्हर आणि स्वयंपाकी यांच्याच हाती होता. अंगातून आळस काही जात नव्हता. एवढ्यात त्यांचे लक्ष वर्तमानपत्राच्या गठ्ठ्याकडे गेले, 'चव्हाटा'चा एक अंक वरच होता. तो प्रथम त्यांनी घेतला. पहिल्या पानावर विशेष काही नव्हते. होती एक चौकट. चौकट अशी होती–

> 'उद्याच्या अंकात वाचा.'
>
> **'वकीलच जेव्हा अशिलाला पळवून नेतो!'**
>
> 'मुंबईतील सुप्रसिद्ध वकील एका देखण्या, तरुण, सुंदर वादग्रस्त महिला अशिलावर फिदा झाला. त्याची सरस कहाणी उद्याच्या अंकात वाचा.'

चौकट पाहताच बाबूरावांचा चेहरा प्रसन्न झाला. बघू या आता तो खरे वकील काय करतो ते, असे म्हणत त्यांनी इतर अंक चाळला. कालच्या अग्रलेखावर खूश झालेली पत्रे आतल्या पानावर होती. ती पाहून बाबूरावांच्या चेहऱ्यावर आणखीनच प्रसन्नता आली. किटलीतला चहा त्यांनी कपात ओतून घेतला आणि ते तृप्त मनानं 'चव्हाटा' चघळू लागले. चहाचा पहिला कप संपेपर्यंत 'चव्हाटा' पाहून झाला. खरं म्हणजे, त्यात बाकी पाहण्यासारखे काही नव्हते. नाही तरी 'चव्हाटा' लोक पाहायचे ते बाबूरावांच्या लेखासाठी. मग त्यांचे लक्ष 'जनशक्ती'च्या अंकाकडे गेले.

पहिल्या पानावरच आपला विचित्र फोटो पाहून ते चकित झाले. तो अंक त्यांनी एकदम ओढून घेतला आणि भगवंतरावांची मुलाखत एकदम त्यांच्या नजरेसमोर आली. पहिल्यांदा त्यांना आश्चर्याचा धक्का बसला. असल्या भाषेत आपल्यावरची टीका ऐकायची-वाचायची त्यांना सवय नव्हती– तीही राजकारणात वावरणाऱ्या माणसाकडून. आपले सारे आयुष्य त्या माणसाने लक्तरासारखं फेकून दिलंय, हे पाहून तर त्यांचा संताप अनावर झाला आणि सर्वांत शेवटी कहर झाला तो म्हणजे; ज्या प्रकरणात आपण भगवंतरावाला अडकवू शकू, ते चंद्रपूरच्या सागाचे प्रकरण– त्यातलीही हवा आता निघून गेली होती. एवढी मोठी मुलाखत आणि तीही अशी स्फोटक छापणाऱ्या 'जनशक्ती'च्या संपादकाला आपण ठेचून काढायचे, असा त्यांनी निर्णय घेतला.

आता भगवंतरावाची गय करायची नाही, खरे वकिलाची गय करायची नाही; एवढेच नव्हे, तर प्रसंगी सी. एम. चीसुद्धा गय करायची नाही, असा त्यांनी निर्धार करून टाकला. रात्रीची सारी नशा त्यांच्या डोक्यातून एकदम निघून गेली आणि त्यांच्यातला खरा झुंजार पत्रकार जागा झाला.

भगवंतरावांची मुलाखत वाचता-वाचताच त्यांच्या डोक्यात अग्रलेखाची सुरुवात होऊ लागली. ते स्त्रैण होते, मद्यपी होते आणि त्यांना स्त्रियांचा अनावर मोह होता; पण ते अखेरीस एक पत्रकार होते. आज त्यांच्या पत्रकारितेवर हल्ला झाला होता. भगवंतरावांवर लिहिण्यासाठी अनेक प्रकरणे त्यांच्या फायलीत जमा झाली होती. पण त्यांना लगेच आठवण झाली की, ही मुलाखत 'जनशक्ती'त छापून आली, ती आपणाला आधी कळली कशी नाही? त्यांनी पुन्हा घंटा वाजवली आणि ड्रायव्हरला बोलावून घेतले. ते म्हणाले, "आत्ताच्या आत्ता त्या नाफड्याच्या घरी जा आणि त्याला असेल तसा घेऊन ये."

मग ते उठले आणि ताबडतोब प्रातर्विधी उरकून आजच्या दिवसाचा

समाचार घेण्यासाठी तयार होऊ लागले. क्षणभर त्यांच्या मनात आले की, खऱ्याला अजूनही फोन करावा. नेमकी काय भूमिका घ्यावी, हे त्याला विचारावे. जुन्या मैत्रीला स्मरून अजूनही तो आपल्या बाजूने उभा राहील. ती चौकट आपण टाकायला नको होती. त्यामुळे खरे वकील दुखावला असेल. आपल्याला परिस्थितीचे भान का राहत नाही? दुसऱ्याला दुखविण्यात आणि दहशतीखाली घाबरवून टाकण्यात आपल्याला विकृत आनंद का होतो? खऱ्यांनी आपल्याला किती प्रकरणांत वाचवलंय! त्याला आपण आजपर्यंत एक दमडीसुद्धा दिली नाही.

बाबूराव पक्का स्वार्थी होता. मनातून भेकडही होता. आपल्यापेक्षाही लोक भित्रे आहेत, हे माहीत असल्यामुळे नेहमी शौर्याच्या आणि ठोकून काढण्याच्या वल्गना तो करीत असे. एक तर ज्यांचे चारित्र्य निष्कलंक आहे ते किंवा जे बाबूरावांसारखे नंगे होते; त्यांच्यापुढे बाबूरावांची मात्रा चालत नसे. बाबूराव मनोमन हे ओळखून होते. प्रसंगी माघार घेतली, तडजोडी केल्या, तरी आपल्या निर्भय प्रतिमेला धक्का लागत नाही, हे त्यांनी ओळखले होते. समाजाला काय, कुणाचीही वस्त्रे फेडली की मजा वाटतेच. राजकारण काय किंवा अन्य सामाजिक संस्था काय, यात वावरणारी थोडीच माणसे शुद्ध चारित्र्याची असतात. आपली दुसरी पापे उघडकीला येऊ नयेत, म्हणून बाबूरावांसारख्या उपद्रवी माणसापुढे ती नम्र होतात.

सत्ताधीश नम्र झालेले पाहिले, म्हणजे लोकांच्या मनात बाबूरावांसारख्या पत्रकाराबद्दल एक अनावर आकर्षण निर्माण होई. बाबूरावांच्या कर्तृत्वालाही म्हणूनच एक लोकप्रियतेचे वलय लाभले. बाबूराव कधी कोणत्याही निवडणुकीत यशस्वी झाला नाही. कारण एक करमणूक करणारा विदूषक म्हणून त्याला मिळालेली लोकप्रियता मतपेटीत मते मिळविताना उपयोगी पडली नाही; पण असे असूनसुद्धा प्रस्थापित शक्तींना भय वाटणारे एक वृत्तपत्र म्हणून 'चव्हाटा' जनमानसांत लोकप्रिय होतेच. बाबूराव कसेही वागले तरी लोक त्यांना क्षमा करीत आणि म्हणूनच त्यांनी पापी माणसांवर प्रहार केलेले लोक स्वीकारीत होते. 'चव्हाटा'च्या खपावर किंवा आपल्या साहित्यिक कमाईवर बाबूरावांची श्रीमंती अवलंबून नव्हती. आपल्यावर बाबूरावांचा बॉंबगोळा पडू नये, म्हणून समाजातले किती तरी धुरंधर बाबूरावांच्या पायांवर पैशाच्या राशी आणून ओतत असत.

बाबूराव इतके शहाणे, व्यासंगी आणि लोकांच्या लेखी बलदंडांवर प्रहार करणारे म्हणून जरी विख्यात असले; तरी स्वत:च्या शक्तीची चिकित्सा मात्र

त्यांना कधी करता आली नाही. जे आपल्या पायावर लोळण घेतात व आपली वाहवा करतात, त्यांच्यात नसलेल्या गुणांची बाबूराव एवढी भलावण करीत की; ज्यांचे कौतुक झाले, त्यांनासुद्धा कधी कधी लाज वाटे. पण त्यांच्या लेखनातला प्रसाद हा गुणच एवढा मोठा होता की, ते जे काय लिहीत त्यातील गुणावगुणांची चिकित्सा न करता त्यांचे लेखन लोकांना आवडत होते. त्यांचे मृत्युलेख तर अविस्मरणीय होते. कारण मृत्युलेखात मूल्यमापन करावयाचेच नसते आणि भाबड्या हकिगती व कल्पित, करुण न घडलेल्याच रोमांचकारी घटना यांमुळे बाबूरावांनी मृत्युलेख लिहावा म्हणून त्यांच्या आधी मृत्यू यावा, असे पुष्कळांना वाटे. एरवी घणाघाती प्रहार करणारे बाबूराव इतके हळुवार लिहीत की, वाचणाऱ्यांचे डोळे भरून येत. ऋषी-मुनींची साधना, दधिचीऋषींचा त्याग, तात्या टोपेची एकांडी शिलेदारी, लक्ष्मीबाईंचे हौतात्म्य, ज्ञानेश्वरांचा सौंदर्यानुभव, तुकाराम वाण्याचा भक्तिभाव– हेच काय, पण असे अनेक थोरामोठ्यांचे काव्यजीवन बाबूरावांच्या लेखणीत पाणी भरत असे. बाबूराव लिहीत असत ते त्या माणसांसाठी नसे. ते असे त्यांच्यासाठीच. मोठेपणापुढे नम्र झालेला हाच तो महाकाय पुरुष, असे बाबूरावांबद्दल सर्व जण बोलत.

बाबूरावांनी किती पैसा कमवला, गमवला, किती व्यवसाय केले आणि कितींतून त्यांना पळ काढावा लागला, किती लोकांना त्यांनी फसविले आणि किती लोकांनी त्यांना फसविले– हे सारेच एक अद्भुत रामायण होऊ शकले असते. मातीच्या शिपायात चैतन्य निर्माण करण्याइतके त्यांच्या शब्दांना मंत्रसामर्थ्य होते; पण तेच शब्द कधी कधी संसार उद्ध्वस्त करणाऱ्या ठिणग्याही बनत. शब्दांच्या सौंदर्यासाठी कुणी होरपळले, कुणी जळून मेले, याचा त्यांना विधिनिषेध नसे.

त्यांच्या मनाला फक्त दोनच टोके होती. एकाला फक्त तीव्र राग समजत असे आणि दुसऱ्याला स्वार्थ समजत असे. रागाचा झटका ओसरून गेला आणि आपण खरे वकिलाला उगीच दुखावले, असे त्यांच्या स्वार्थी मनाला वाटले. त्यांनी लगेच खसूकन फोन जवळ घेतला आणि खरे वकिलांना फोन जोडला. तो परिचित आवाज येताच ते म्हणाले,

"आबासाहेब, आमचं जरा चुकलं. रागाच्या भरात तुमच्याशी उगीच आम्ही हमरीतुमरीवर आलो आणि त्याच रागाच्या भरात आजच्या 'चव्हाटा'त आमच्याकडून एक बॉक्स टाकलेला आहे. पण तो विसरून जा. आमचं चुकलं."

"जाऊ द्या हो बाबूराव. मी असल्या गोष्टी लक्षात घेत नाही. या असल्या

लेखनामुळे माझ्या आयुष्यावर काही परिणाम होणार नाही. तुम्हाला समाधान वाटलं ना, मग बास झालं.''

''समाधान कसलं आबासाहेब, खंत वाटली! इतकी वर्षं आपण एकत्र काढली आणि तुमच्याबाबतीत आमच्याकडून असं काहीतरी लिहिलं गेलं, याच्याबद्दल आम्हाला अभिमान वाटेल काय? तुम्ही आता सर्व विसरायला पाहिजे, एवढ्यासाठीच मी फोन केला.''

''नाही बाबूराव, एवढ्यासाठीच नाही तुम्ही फोन केलात. सहजासहजी दिलगिरी व्यक्त करण्याचा तुमचा स्वभाव नाही. 'जनशक्ती'तील मुलाखत त्याला कारणीभूत आहे. होय की नाही?''

''छे, छे! काही तरीच काय बोलता! अजून मी पेपर वाचले नाहीत.''

''बाबूराव, मी तुम्हाला किती वर्षं ओळखतो? वकिलाला फसविणं इतकं सोपं नसतं.''

''बरं बुवा, आम्ही हरलो. मग तर कबूल?''

''तुमचा स्वभाव मी चांगला ओळखून आहे.''

''हरलो म्हटलं ना? मग सांगा– तुमचं त्या मुलाखतीबद्दल काय मत आहे?''

''मत काय असणार? तुम्हाला असा कोणी तरी भेटायला हवा होता.''

''पण या मुलाखतीतील अनेक विधानं बदनामीकारक आहेत, असं तुम्हाला वाटत नाही?''

''तुमची बदनामी? बाबूराव, तुम्ही काय बोलताय?''

''हे पाहा, मी तुम्हाला कायद्याचा सल्ला मागतोय. या मुलाखतीतील अनेक विधानांबाबतचा खटला करता येईल की नाही, ते सांगा.''

''बाबूराव, तुम्ही राग मानू नका. पण आता फुकट सल्ला द्यायचा मी बंद केलाय. तुम्ही वाटेल तसं लिहायचं, धमकी देऊन लाखो रुपये मिळवायचे आणि मी तुम्हाला फुकट सल्ला द्यायचा; तो काय म्हणून?''

''आबासाहेब, मी फुकट सल्ला मागत नाही. तुमची योग्य फी अगोदर देतो; मग तर सल्ला द्याल?''

''बाबूराव, एकदा स्वच्छ सांगतो– तुमचं वकीलपत्र मला स्वीकारायचं नाही. अर्थात, सल्ला पण देणार नाही.''

''पण का? माझ्यावर एवढा राग का?''

''ते तुम्ही तुमच्या मनाला विचारा. मला दमदाटी देण्याची हिंमत दाखवलीत

तेव्हाच तुमची-आमची मैत्री संपली.''

''आबासाहेब, तुम्ही फार मनाला लावून घेतलंत. तुम्हाला आमचं फुटकं तोंड ठाऊक आहे. अहो, चालायचंच. इतकी लहान गोष्ट मनावर घेऊन रागवायचं काय? अहो, आपण एकत्र खाल्लेली, प्यायलेली माणसं. असं करू, आज रात्री आपण रेडिओ क्लबमध्ये जाऊ, म्हणजे सगळं भांडण मिटेल.''

''बाबूराव, तुम्ही मला ओळखत नाही. मी दारू पितो, पण दारूडा नाही. दारूच्या एका प्याल्यात स्वाभिमान, श्रद्धा आणि सभ्यता बुडवून टाकायला मी काही बाबूराव चित्रे नाही.''

बाबूरावांना राग अनावर झाला. तो गिळण्याचा त्यांनी आटोकाट प्रयत्न केला. पुढे काय बोलावे, हेच त्यांना कळेना. त्यांनी प्रयत्नांती स्वत:वर ताबा मिळविला आणि ते मधाळ आवाजात म्हणाले,

''आबासाहेब, तुमची बायको मेली म्हणून तुम्ही एकटे; माझी बायको माझ्याजवळ नांदत नाही म्हणून मी एकटा. रात्री घर खायला उठतं, तेव्हा दारू आपली सोबत करते.''

बाबूरावांचा बदललेला आवाज आबासाहेबांनी ओळखला. ते एवढंच म्हणाले,

''बाबूराव, तू उगीच डोक्यात राख घालू नकोस. मी मुळीच रागावलेलो नाही. मीच काय एकटा वकील आहे, असं नाही. माझ्यापेक्षा श्रेष्ठ असे शेकडो वकील आहेत. पटेल, जेठमलानी, लवळेकर– कुणीही तुझं काम हौसेनं करील. अरे, किती झालं तरी तू मोठा पत्रकार आहेस, साहित्यिक आहेस, लोकप्रिय आहेस, राजकीय नेता आहेस. तुझ्याशी संबंध ठेवायला कुणालाही आवडेल.''

''पण तुला आवडणार नाही; असंच ना?''

''असं समजूच नको. प्रत्येकाचा दुसऱ्याच्या आयुष्यात काही शेअर असतो. तो संपला की, मैत्री आपोआप संपुष्टात येते.''

भगवंतरावांच्या मुलाखतीने मुंबईतच नव्हे, तर अख्ख्या महाराष्ट्रात खळबळ उडाली. भगवंतराव मुळातच आक्रस्ताळा म्हणून प्रसिद्ध होता. त्यामुळे त्याची एक भन्नाट प्रतिमा निर्माण झाली होती. पण बाबूरावासारख्या संपादकावर अशा तऱ्हेचे बेछूट आणि उद्दाम लिहिण्याची तो हिंमत दाखवील, असे कुणाला वाटले नव्हते. काही झाले तरी बाबूराव हा महाराष्ट्रातला दांडगा संपादक होता. त्याने कसले विधिनिषेध पाळले नव्हते. मुख्यमंत्र्यांशी त्याचे असलेले संबंध

म्हणजे त्याच्या हातातील अमोघ शस्त्र होते. आजपर्यंत त्याला कुणीही शह न दिल्याकारणाने तो अजिंक्य मानला गेला होता. त्यामुळेच भगवंतरावांच्या या मुलाखतीतील भयंकर आरोपांबाबत तो काय करतो, इकडे सर्वांचे लक्ष लागलेले होते.

बाबूरावांजवळ स्वत:चे वर्तमानपत्र होतेच. सी. एम. च्या साह्याने ते 'जनशक्ती'च्या व्यवस्थापनावरही दडपण आणू शकत होते. 'जनशक्ती'चे व्यवस्थापक त्या दडपणाला किती बळी पडतील, हा प्रश्न होताच, पण 'जनशक्ती' किती झाले तरी दुसऱ्याचे वर्तमानपत्र. शांतिलाल शेठ हे जनशक्ती जनसेवेसाठी चालवीत नव्हते. त्यांचे शेकडो उद्योग होते. त्या उद्योगधंद्यांना संरक्षण असावे, म्हणून त्यांनी 'जनशक्ती' चेन पेपर्सचे जाळे या देशाच्या कानाकोपऱ्यांत काढले होते. 'जनशक्ती' मराठीतील सर्वांत अधिक खपाचे दैनिक होते.

दुसऱ्या दिवसापासून 'जनशक्ती' आणि 'चव्हाटा' यांचं शब्दयुद्ध सुरू झालं. 'दीडदमडीच्या मंत्र्याचे भयंकर उद्योग' या शीर्षकाखाली बाबूरावांनी लेख लिहिला, तर 'भाडखाऊ संपादक' असा 'जनशक्ती'ने पुकारा दिला.

बाबूराव दररोज भगवंतरावांचे नवे प्रकरण उकरून काढत होता. पण 'जनशक्ती' ह्या लढाईत कमी पडला नाही. 'जनशक्ती' आणि 'चव्हाटा' यांचे पूर्वापार वैर होतेच, पण आता त्या वैराला तिखट धार आली. बाबूराव मंत्र्यांची खासगी लफडी-कुलंगडी शोधण्यात तरबेज होते व त्यासाठी ते पैसाही खूप खर्च करीत असत. पण 'जनशक्ती'ने आपला दिल्लीतील खास वार्ताहर कुलदीप रावत याला बोलावून घेतले. भगवंतरावाने सरकारी साधनसामग्रीचा खूप उपयोग केला. बाबूरावांच्या आयुष्यातली सर्व काळीकुट्ट प्रकरणे शोधायला कुलदीपने सुरुवात केली, त्याबरोबर त्याच्यावर माहितीचा पाऊस पडला. समाजातल्या वेगवेगळ्या घटकांना बाबूरावांनी पुष्कळ वेळा डिवचले होते. ते सारे बाबूरावांच्या सूडापायी एकत्र आले. बाबूरावांच्या विरुद्ध लेख लिहिण्यासाठी त्यांच्या पद्धतीने लेखन करणाऱ्या ठाकऱ्यांचे साह्य घेण्यात आले. ठाकऱ्यांची भाषा तर तिखट होतीच, पण त्यांच्या भाषेत शिवराळपणाही खूप होता. एके काळी ठाकरे हे चित्र्यांचे मित्र होते. काही काळ त्या दोघांचे हितसंबंधही होते.

ठाकऱ्यांची तोफ मिळाल्याबरोबर 'जनशक्ती'चे पारडे जड झाले आणि बाबूरावांच्या जड लेखणीचा बुरखा हळूहळू फाटू लागला. बाबूराव अस्वस्थ होऊ लागले. कारण आजपर्यंत त्यांची लढाई भित्र्या माणसांबरोबर असे. प्रसंग येताच सर्व जणच शेपूट घालून पळत असत. भगवंतराव पळपुटा माणूस नव्हता.

'जनशक्ती'नेही हा प्रश्न ईर्षेला नेला. ठाकऱ्यांची बेमुर्वतखोर लेखणी बाबूरावांचे वाभाडे काढू लागली. जिवाच्या आकांताने बाबूराव लिहीत होते. सभेत बोलत होते आणि राजकीय पातळीवर दबाव आणत होते. दोन्ही पक्षांनी सभ्यता सोडली. दोन्ही वृत्तपत्रांचे खप प्रचंड प्रमाणात वाढले. ही लढाई कुठपर्यंत चालणार, हे समजेनासे झाले.

मुख्यमंत्र्यांनी हस्तक्षेप करण्याचा प्रयत्न केला, पण तो बाबूरावांवरच उलटला. कारण ठाकऱ्यांनी 'मुख्यमंत्र्यांचा चमचा' हा अग्रलेख लिहून मुख्यमंत्र्यांचे व त्याचे संबंध उघडे-नागडे केले. 'चव्हाटा'ची इमारत बांधण्यासाठी जी जागा मिळवून दिली, त्याचे प्रकरण आता बाहेर येऊ लागले. ३०० रुपये वाराची जागा नाममात्र भाडे घेऊन कोणत्या समाजसेवेसाठी बाबूरावांना मिळाली, हा प्रश्न ठाकऱ्यांनी उपस्थित केला आणि मग एक दिवस बाबूरावांच्या तरुणपणातल्या भ्रूणहत्येचे प्रकरण संबधितांचे फोटो आणि डॉक्टरांच्या जबान्यांसकट कुलदीपने प्रसिद्ध केले.

मग या प्रकरणाला वेगळीच गती मिळाली आणि कधी नव्हे ते बाबूरावांना फिर्यादी होण्याचा प्रसंग आला. आजपर्यंत कायदाविषयक कोणत्याही गोष्टीसाठी ते आबासाहेबांचा सल्ला घेत. आज तो विवेकी सल्ला त्यांना उपलब्ध नव्हता. बाबूरावांनी पुन्हा खऱ्यांना चुचकारून घेण्याचा प्रयत्न केला, पण खऱ्यांनी साफ इन्कार केला. बाबूरावांनी अशाच नामांकित पटेल वकिलांचा सल्ला घेतला. अशा एकाच मुद्द्यावरती खटला केला तर आपण केस जिंकू, असे त्यांनी आश्वासन दिले. भ्रूणहत्त्येचा आरोप सिद्ध होण्यासारखा नाही, हे बाबूरावांनाही समजत होते.

आजपर्यंत आपण होऊन कधी ते कोर्टाची पायरी चढले नाहीत आणि त्यातच त्यांचे यश सामावलेले होते. फिर्यादीला विटनेस बॉक्समध्ये यावे लागते, उलटतपासणीला तोंड द्यावे लागते आणि आरोपी मात्र सुखासमाधानाने शांत बसू शकतो. आरोप सिद्ध करण्याची सर्व जबाबदारी फिर्यादी पक्षावर असते. गुन्हा करणाऱ्या आरोपीला शपथेवर बोलायचे नसल्या कारणाने तो उलटतपासणीत कधीच अडकत नाही. बाबूरावांचे आजपर्यंतचे सारे यश खऱ्यांच्या उलटतपासणीत असे. पण आज खरे वकील नव्हते आणि आक्रमक उलटतपासणीला त्यांना तोंड द्यावे लागणार होते. आपल्या हजरजबाबीपणाच्या बळावर आपण उलटतपासणीत पुरून उरू, या भरवशावर त्यांनी बदनामीचा खटला लावण्याचा पटेलांचा सल्ला स्वीकारला.

खटला दाखल झाला, हीही वार्ता खळबळीची ठरली. खटला फक्त भ्रूणहत्येबाबतचाच होता. त्यामुळे अन्य लढाई चालूच राहणार होती. परंतु लेखणीवर आता बंधने येणार होती. पुढे कोणकोणते पवित्रे घ्यायचे, हे ठरविणे सर्वथा परिस्थितीवर अवलंबून होते. बाबूराव मात्र आत्मविश्वासाने खटल्याच्या तयारीला लागले होते.

आबासाहेबांनी वकीलपत्र घ्यावे, म्हणून भगवंतराव आणि त्यांचा गट धडपडत होता; परंतु आपली असमर्थता आबासाहेबांनी अनेकदा दाखवून दिली. त्यांनासुद्धा वाटत होते की, बाबूरावालासुद्धा एखादी चपराक बसावी आणि तो या खटल्यात हरावा. पण ते स्वत: मात्र त्यात गुंतायला तयार नव्हते. याला महत्त्वाचे कारण म्हणजे, त्यांचा आणि बाबूरावचा अनेक वर्षांचा स्नेह हेच होय. खटला कोणत्या प्रकारे चालविला तर बाबूराव उघडा पडेल, याचे आडाखे त्यांनी बरोबर मांडले होते. त्यांच्याच तालमीत तयार झालेला अक्षयकुमार त्याच रस्त्याने खटला चालवेल, याबद्दल त्यांना खात्रीही होती. ते खटला कसाकसा पुढे सरकतो, इकडे लक्ष देऊन होते. त्यांचा आज असलेला असिस्टंट टिपणीस याला त्यांनी सर्व कामे सोडून या खटल्याच्या प्रत्येक क्षणाला साक्षी राहण्यास सांगितले. बाबूरावांनी खटला जरी मर्यादित स्वरूपाचा केलेला असला, तरी फौजदारी खटल्यात ती मर्यादा पाळली जातेच, असे नाही. शिवाय मॅजिस्ट्रेटच्या मर्जीवरही पुष्कळ गोष्टी अवलंबून असतात.

ज्या मॅजिस्ट्रेटच्या पुढे या खटल्याची प्राथमिक चौकशी होणार होती, त्या तांबे मॅजिस्ट्रेटबाबत कसलाच भरवसा देता येणार नव्हता. हा माणूस बुद्धिमान होता, पण तापट होता. त्याबरोबर इतक्या मोठ्या लोकांच्यातील झगडा चालवताना अगदी कायद्यावर बोट ठेवून हा खटला चालविणे गैरसोईचे असते. एकेका माणसाच्या काही प्रवृत्ती असतात. कुशल वकील न्यायासनावर बसलेल्या मॅजिस्ट्रेटचे मानसशास्त्र लक्षात घेऊन आपले पवित्रे ठरवितो. अक्षयकुमार संचेती या कामात कितपत यशस्वी होईल, याबद्दल आबासाहेबांच्या मनात शंका निर्माण होई.

खटला दाखल झाला. त्यात भगवंतराव, त्याचा भाऊ, शांतिलाल शेठ व 'जनशक्ती'चा संपादक या चौघांनाही आरोपी करण्यात आले होते. प्रत्येकाने वेगवेगळे वकील दिले होते. चौघाही आरोपींना कोर्टाने पहिल्याच तारखेला एक्झमशन देऊन टाकल्याकारणाने आरोपी पाहण्याचे जे कुतूहल असते, तेही संपुष्टात आले. नाही तरी आरोपीला प्रत्यक्ष काहीच काम नसते. रोजच्या रोज वकिलांची आणि आरोपींची झालेल्या कामधामाबद्दल चर्चा होऊन वकिलाला

सूचना मिळाल्या, म्हणजे संपले. कारण नसताना कोणी मुदती मागणेही शक्य नव्हते, आणि मॅजिस्ट्रेट तांबे त्या देणेही शक्य नव्हते. दोनएक महिने समन्स लागणे, प्राथमिक चौकशी होणे, एक्झम्शन मिळणे, नकला मिळणे या साऱ्या सव्यापसव्यात गेले.

असेंब्लीत यासंबंधी प्रश्नोत्तरे झाली. व्यक्तिगत बदनामीच्या प्रकरणात सरकारला काहीही म्हणायचे नाही, असे मुख्यमंत्र्यांनी जाहीर करून टाकले. सागाच्या अफरातफरीचे प्रकरण विरोधकांनी ताणून धरण्याचा प्रयत्न केला, पण खुद्द भगवंतरावांनीच त्यासंबंधित उत्तर दिले. या प्रकरणाची प्रथम माहिती आपणाला कशी मिळाली व आपण त्याबाबत काय काय उपाययोजना केली आहे, हे त्यांनी खुल्लमखुल्ला सांगून टाकल्यामुळे विरोधकांची हवा निघून गेली. दोन फॉरेस्ट रेंजर्स, तीन वनरक्षक आणि दोन जंगल कॉंट्रॅक्टर्स यांची नावे त्यांनी सभागृहाला सादर केली. पैकी सर्व सरकारी नोकरांना निलंबित करण्यात आले आणि जंगल कॉंट्रॅक्टर्सच्या ताब्यातील तीस लाखांहून अधिक माल जप्त करण्यात आला आहे, ही माहिती सभागृहाकडे आल्यामुळे हे प्रकरण विझल्यासारखे झाले.

बाबूरावांच्या आमदार मित्रांनी व गणपतराव पाटील, सुभानराव जाधव यांनी या प्रकरणी वनमंत्र्यांवर आरोप केले व 'चव्हाटा' वृत्तपत्राचा संबंधित अंक सभागृहात हजर करण्याची संमती मागितली. ही संधी साधून आपल्या मुलाखतीतील बाबूरावांच्या गलिच्छ पत्रकारितेवर भगवंतरावांनी हल्ला चढविला. खोट्या आणि विकृत बातम्या देऊन, लोकप्रिय असणाऱ्या लोकप्रतिनिधींचे चारित्र्यहनन करणे आणि दमदाटी करून पैसे मिळविणे– हा बाबूरावांचा नित्याचा उद्योग आहे, असे त्यांनी सभागृहापुढे निवेदन करताच विरोधकांनी गिल्ला केला. मग बाबूरावांनी ज्या प्रकरणाचा स्फोट करू अशा वल्गना केल्या होत्या, पण प्रत्यक्षात ती कोणतीही प्रकरणे उघडकीला आणली नाहीत; अशा सहा-सात प्रकरणांचा भगवंतरावांनी नावानिशीवार उल्लेख केला.

एखादे प्रकरण हाती आले की, बाबूराव आपण त्या भयानक प्रकरणावर उद्याच्या अंकात लिहिणार, असे जाहीर करतात. आपली बदनामी टाळावी म्हणून संबंधित माणसे बाबूरावांना पैसे देऊन त्यांचे तोंड बंद ठेवतात, या त्यांच्या आरोपाबद्दल सभागृहाच्या बाहेर हे आरोप करून पाहा, असा विरोधी आमदारांनी गिल्ला केला. त्याबरोबर तितक्याच तीव्रतेने उसळून भगवंतराव म्हणाले, "हे आरोप मी जाहीरपणे करणारच आहे, तोपर्यंत विरोधी पक्षीयांनी वाट पाहावी. पण ती प्रकरणे सरकारच्या कक्षेबाहेरची आहेत. निदान माझ्या

खात्याच्या कक्षेबाहेरची आहेत. ज्या सागाच्या संदर्भात 'चव्हाटा' या पिवळ्या पत्राने माझ्यावर आरोप केले आहेत, त्या प्रकरणात मी, माझे खाते आणि माझे सरकार संपूर्णतया निरपराधी आहोत. कदाचित संबंधित जंगल कंत्राटदारांकडून पैसे उकळता यावेत, म्हणून चव्हाटयाच्या संपादकांनी हा सापळा उभारला असेल. पण कोणाच्याही लक्षात येण्यापूर्वीच वन खात्यातील जबाबदार अधिकाऱ्यांनी उपाययोजना केली, याबद्दल त्यांचं अभिनंदन केलं पाहिजे.''

बाबूरावांनी दुसऱ्या दिवशी या प्रकरणावर अग्रलेख लिहिला. 'चोराच्या उलट्या बोंबा!' त्यात त्यांनी लिहिले,

'वास्तविक हे लाकूडतोडीचे प्रकरण आमच्याकडे आलेले वनमंत्र्यांना माहीत होते आणि आम्ही त्यावर लिहिणार, याचाही त्यांना सुगावा लागलेला होता. आपण चोर नसून साव आहोत, हे दाखविण्याचीही संधी वनमंत्र्यानी त्या मुलाखतीत घेतली. पण ते त्यांचे करणेही बेकायदा आहे. मंत्रिमंडळाची बैठक आदल्या दिवशीच झाली होती. त्या बैठकीत वनंमत्र्यांनी या प्रकरणाचा उल्लेख केलेला नाही, अशी आमची पक्की बातमी आहे. आपल्यावर होणारी संभाव्य टीका टळावी, म्हणून मंत्रिमहोदयांनी घाईगर्दीने आपण होऊन 'जनशक्ती'च्या संपादकांना बोलावून ही मुलाखत दिली. अशा मुलाखतीत सरकारी पातळीवरील धोरणांची चर्चा करणेही अनैतिक आहेच, पण शिष्टाचाराचा भंग करणारेही आहे. ज्या दोघा जंगल काँट्रॅक्टर्सची नावे वनमंत्र्यांनी सभागृहापुढे हजर केली, ते दोघेही वनमंत्र्यांचे हस्तक आहेत. पैकी एक तर भगवंतरावांच्या निवडणुकीच्या वेळेस त्यांचे प्रचारप्रमुख होते. अशा माणसांनी अनेक गैरव्यवहार केले, ते वनमंत्र्यांच्या संमतीवाचून केले, हे म्हणणे हास्यास्पद ठरेल. वनमंत्र्यांना एखाद्या वाळवंटाच्या विकासाचे खाते जरी दिले तरी 'प्रयत्न वाळूचे कण रगडिता तेलही गळे' या सुभाषिताचा खराखुरा फायदा घेऊन ते तेथेही गैरमार्गाने पैसा मिळविल्याशिवाय राहणार नाहीत. ते मंत्री झाल्यापासून त्यांच्या संपत्तीत किती वाढ झाली आहे याची चौकशी केली, तर भ्रष्टाचाराची गंगोत्री कुठे आहे, ते आपोआपच कळून येईल. वनमंत्र्यांवर काही टीका केली की, सवर्णांना मागासवर्गीयांचा भाग्योदय पाहावत नाही, अशी ते जातीयवादी भूमिका घेतात. पण भगवंतरावसारख्यांची जात एकच असते– ती म्हणजे भ्रष्टाचारी. आमचे शेकडो दलित मित्र स्वतःच्या कर्तृत्वाने मोठमोठ्या पदांवर चढले आहेत, त्यांच्याबद्दल आम्ही नेहमी गौरवानेच लिहितो. कारण जाती-पाती आम्ही मानीतच नाही. पण केवळ जातीमुळेच मोठे झालेले आणि समाजाची लूट करणारे जे समाजकंटक

असतात, त्यांना आमच्यासारख्या निर्भय पत्रकाराचे भय वाटावे, हे स्वाभाविकच आहे."

बाबूरावांचे प्रत्यही होणारे नवे आरोप आणि शिवराळ भाषा वाचून भगवंतरावांचे गरम डोके बिथरत असे. पण अक्षयकुमारांनी बजावून सांगितल्याप्रमाणे सभागृहाबाहेर ते एकही शब्द बोलत नसत किंवा त्यांच्या नावावर काही मजकूर प्रसिद्धही करीत नसत. सभागृहात बोलल्या गेलेल्या प्रत्येक शब्दाला संरक्षण असते. त्यावर कोणालाही खटला करता येत नाही किंवा कोणत्याही खटल्यात तो मजकूर वापरता येत नाही, याचे भान बाबूरावांना होते; पण सर्वसामान्य वाचकांना नव्हते. शिवाय कुलदीपची लेखणी आणि स्कूप्स तयार करण्याचे सामर्थ्य बिनतोड होते.

शांतिलालशेठनी कुलदीपला संपूर्ण स्वातंत्र्य दिले होते. मुख्यमंत्री आणि वनमंत्री यांच्या अंतर्गत लढाईत वनमंत्र्यांची बाजू घ्यायची, हे मनाशी ठरविल्यामुळे 'जनशक्ती' संपूर्णतया बाबूरावांच्या विरोधात उभी होती. अन्य वृत्तपत्रे कधी बाबूरावांची, तर कधी वनमंत्र्यांची बाजू घेत. अधून-मधून त्यात गुलाबचे बलात्कार प्रकरण चविष्टपणे घोळले जाई. त्यावरही विधानसभेत प्रश्नोत्तरे झालीच होती.

पोलिसांवर गंभीर स्वरूपाचे आरोप केले गेल्याने मुख्यमंत्र्यांना चर्चेत हस्तक्षेप करावा लागला आणि सांगावे लागले की, या प्रकरणाची सारी चौकशी हाती आली आहे. बलात्काराचे प्रकरण तर सर्वथा खोटे आहेच; पण पोलिसांच्या मारहाणीने बन्सी नावाच्या एका समाजकंटकाचा मृत्यू ओढवला, हीही एक कल्पित कहाणी आहे. संपादकांच्या कल्पनेतून असली प्रकरणे निघतात आणि सरकारला बदनाम करण्याचा प्रयत्न करतात. 'अशा तऱ्हेचे खोटे आरोप करणे, हा ज्यांचा स्वभावधर्म आहे, त्या पत्रकारांच्या विरुद्ध सरकार काही इलाज योजणार आहे काय?' असा प्रश्न विचारल्यावर मुख्यमंत्र्यांनी उत्तर दिले, "जनता शहाणी आहे. तिच्यावर आमचा पूर्ण भरवसा आहे. असल्या प्रकरणाची दखल सरकारने घ्यायची ठरविली तर सरकारचा वेळ आणि पैसा हकनाक फुकट जाईल आणि निष्पन्न तर काहीच होणार नाही. आमच्या कायद्यातल्या तरतुदी अशा आहेत की, संपादकाच्या लेखनामागचा हेतू आणि विधानातील सत्यतेबाबत घ्यावयाची प्राथमिक दक्षता जर न्यायालयाला समाधानकारक वाटली, तर न्यायालये या अतिरंजित बातमीबद्दल किंवा बदनामीबाबत संपादकांना संरक्षण देतात. राजकीय चारित्र्यहनन केल्यामुळे आम्हा कार्यकर्त्यांचे वजन घटत नाही, उलट अशा तऱ्हेच्या पत्रकारांविरुद्ध मात्र जनतेत चीड निर्माण होते. म्हणून सरकारने या प्रकरणात

काही करावयाचे नाही, असे ठरविले आहे. व्यक्तिगत पातळीवर हवे तर बदनामी विरुद्ध संबधित व्यक्तींनी खटले दाखल करावेत, असे सरकारच धोरण आहे.''

मुख्यमंत्र्यांच्या या भूमिकेवर सगळ्या वृत्तपत्रांनी कडाडून हल्ला केला. एका जबाबदार सहकारी मंत्र्याच्या चारित्र्यहननाच्या या मोहिमेविरुद्ध शासनाने काही इलाज न योजता अशी तटस्थपणाची भूमिका घ्यावी, हे सामुदायिक जबाबदारीच्या तत्त्वाविरुद्ध आहे. मुख्यमंत्र्यांची 'चव्हाटा'च्या संपादकांना आतून फूस आहे; एवढेच नव्हे, तर आतून साह्यही आहे, असा गदारोळ माजल्यामुळे मुख्यमंत्र्यांनी बाबूरावांशी असलेले आपले संबंध तूर्त स्थगित केले.

मध्यंतरीच्या काळात गुलाबची चौकशी अधून-मधून आबासाहेब करीत आणि तिची प्रगती योग्य मार्गाने होते आहे, हे ऐकून स्वस्थचित्त होत. अधिकृतपणे गुलाब आश्रमात दाखल केली गेली नव्हती. ती माताजींच्या वैयक्तिक देखरेखीखाली होती आणि माताजी तिच्या बदललेल्या वृत्तीबद्दल व सहकार्याबद्दल संतुष्ट होत्या. ती शिकण्याचा प्रयत्न नियमितपणे करीत होती आणि माताजींच्या शब्दाबाहेर चुकूनही जात नव्हती. माताजींची किती तरी कामे आपखुशीने स्वत: करी आणि हळूहळू आश्रमाच्या त्या एकसुरी जीवनातसुद्धा ती चांगली रमू लागली. प्रार्थना तिने तोंडपाठ केल्या. रसोईघरावर ती दक्षतेने लक्ष देऊ लागली. अक्षरओळख तर चांगली झालीच होती, पण कधी रात्रीच्या वेळेस माताजींचे पाय चेपता-चेपता ती त्यांना तिने ऐकलेली गाणी म्हणून दाखवी.

भडक कपड्यांची आणि अलंकारांची तिची आवड केव्हाच विरघळून गेली होती. ट्रस्टीजच्या झालेल्या मीटिंगनंतर तिला भेटण्यासाठी आबासाहेब मुद्दाम थांबले. तिचे बदललेले स्वरूप पाहून ते आश्चर्यचकित झाले. पूर्वीचा तो आक्रमक पवित्रा आता लुप्त झाला होता. पांढऱ्याशुभ्र कपड्यांत ती एखाद्या संन्यासिनीसारखी दिसत होती. फक्त तिचे डोळे मात्र त्या तिच्या वेशाला दगा देत होते. अजूनही तिने नजरेला नजर दिली की, अंतरंग भेदून ती आपल्या मनाच्या गाभाऱ्यात प्रवेश करते आहे, असे वाटायचे. तिच्या डोळ्यांचा तो आव्हान देणारा भाव सर्वार्थाने लुप्त झालेला नव्हता. पूर्वी सारे जग आपल्याविरुद्ध आहे आणि आपल्याला एकट्याने जगाविरुद्ध लढायचेय अशी जी एक विलक्षण बंडखोर वृत्ती तिच्या चेहऱ्यावर प्रकट होत असे, तिचा मात्र आता मागमूस नव्हता. उलट, आपण एका अत्यंत सुरक्षित जागी आहोत, याविषयी असणारी खात्री तिच्या चेहऱ्यावर प्रकटत असे. तिच्याकडे पाहून आबासाहेब संतुष्ट झाले. पण तिचा हा जीवनक्रम बदलून आपण तिचे करणार काय, हे मात्र त्यांना

उमगत नव्हते.

"आश्रम तुला आवडला का?"

"छानच आहे, आणि माताजी तर देवतेसारख्या आहेत."

"इथं राहायला आवडेल तुला?"

"म्हणजे काय, मी इथं राहातेच आहे! आणि तुम्ही सांगेपर्यंत इथंच राहणार आहे. पूर्वीच्या सगळ्या खाणाखुणा पुसून टाकल्या की, मग मी तुमच्या घरी येणार!"

"अरे बापरे! माझ्या घरी? कशासाठी?"

"हे काय विचारता तुम्ही? इथं कायमचं राहायला कोणी येत नाही. हे काही कुणाचं घर नाही."

"पण तुला दुसरं घर आहेच कुठं?"

"का बरं, असं का म्हणता? तुमच्या घरात मी आले, तर तुम्ही मला हाकलून देणार?"

"तुला हाकलून देण्याचा प्रश्नच नाही... पण लोक काय म्हणतील?"

"लोकांची तुम्हांला पर्वा असती तर आश्रमात का होईना, पण तुमच्या नावाने मला आश्रय दिला नसतात. आश्रमातल्या इतर बायकांप्रमाणे मी काही अनाथ नाही. माताजींनी मला मुलीसारखं वागवलंय. माझ्यासाठी छान-छान कपडे त्यांनी तयार केले. मला त्या स्वत: शिकवितात. एवढंच नव्हे, स्वत: जेवतात तेव्हा मला बरोबर घेऊन जेवतात. काल तर त्यांनी मला न्हायला घातलं."

"अरे वा, बराच वशिला लावलायस तू माताजींशी!"

"छे हो... तुमच्यामुळं मला ही अगदी खास वागणूक मिळते."

"छे, छे! माझा काही संबंध नाही त्यात. माताजींना तू आवडलीस. त्यांनीही बिचाऱ्यांनी सर्व सुखांचा त्याग करून ही संस्था वाढविली. लग्नच केलं नाही, तेव्हा मुलंबाळं होण्याचा प्रश्न नव्हता. तुलाच त्यांनी मुलगी मानलंय, असं दिसतंय."

"ते खरं असेल हो, मी नाही असं म्हणत नाही. माताजी खरंच मोठ्या मनाच्या देवता आहेत. पण तुम्ही स्वत: मला इथं आणून पोहोचवलंत, काळजी घ्यायला सांगितलंत; एवढंच नव्हे, तर आश्रमात येणाऱ्या इतर स्त्रियांप्रमाणे मला प्रवेश न देता त्यांच्याजवळ ठेवायला सांगितलंत, माझ्यासाठी लागणारे पैसे तुम्ही आश्रमाला देता. मग सांगा, आश्रमात मला जी वागणूक मिळते, ती कुणामुळे?"

आबासाहेब क्षणभर गप्प बसले. ही अंगडी-रांगडी तरुण स्त्री हजरजबाबी

तर आहेच, पण सरळ आणि स्वच्छ विचार करण्याएवढी समजदारही आहे, हे त्यांनी पहिल्या भेटीतच ओळखले होते. अनिर्बंध आयुष्य जगण्याची सवय असणारे हे रानपाखरू नियमबद्ध अशा या आश्रमात संतुष्ट मनाने राहू शकेल, असे मात्र त्यांना वाटले नव्हते. आपले पूर्वीचे सारे पाश तोडून टाकून तिने नवा जीवनधर्म स्वीकारण्याची खरोखरच गरज काय? बलदंड माणसांनासुद्धा फटकारणारी ही वाघीण, असे बंदिस्त आयुष्य कोणत्या प्रेरणेने जगत असेल?

मनात आलेले भलते-सलते विचार त्यांनी एकदम परतवून लावले. किंबहुना, त्यांचा तो प्रयत्न थोडा अनाठायीच होता, असे म्हटले पाहिजे. आपल्या डोळ्यांतला खट्याळ भाव जागा करीत गुलाब म्हणाली, ''साहेब, माझं तुम्ही काय करणार आहात? मला शिकविणार, तुमच्या समाजात राहायला लायक करणार आणि मग परत माझ्या समाजात मला फेकून देणार की काय?''

''छे, छे! असली चिंता तू करू नकोस. यापुढं तू निराधार राहणार नाहीस. तुला हवे ते निवडण्याचे आणि मिळविण्याचे सामर्थ्य मी तुला प्राप्त करून देईन.''

''साहेब, ते जाऊ दे. ह्या झाल्या दूरच्या गोष्टी. पण मला सुट्टीसाठीसुद्धा एखादा दिवस तुम्ही घरी नेणार नाही?'' एवढ्यात माताजी आल्या. त्या म्हणाल्या,

''खरंच आबासाहेब, तुम्ही एक-दोन दिवस हिला सुट्टीला घेऊन जा. हीसुद्धा कंटाळली असेल...''

''नाही, नाही. मी मुळीच कंटाळलेली नाही. साहेब म्हणतील तितके दिवस मी इथं राहीन. अजिबात अनमान करणार नाही. मी एवढंच म्हणाले की, साहेबसुद्धा अगदी एकटे असतात. एखादा दिवस मी घरी गेले, तर मी त्यांना चांगलं खाऊ-पिऊ घालीन. मला चांगलं रांधता येतं आणि मलासुद्धा जरा वेगळे वातावरण मिळेल, एवढंच.''

आबासाहेब उठता-उठता म्हणाले, ''ठीक आहे. या शनिवारी मी तुला घेऊन जाईन.''

शनिवारला अजून दोन-तीन दिवस अवकाश होता, पण आबासाहेबांचे शरीर एखाद्या पिसासारखे तरंगत होते. गुलाबसारख्या स्त्रीला आपण घरी नेणार आहोत! लोक काय म्हणतील हा प्रश्न नाही, पण आपल्यावरतीसुद्धा आपला ताबा राहील का? गुलाब अजून अल्लड आहे. तिच्यावर अजून नागरी संस्कार झालेले नाहीत. तिनं जर धसमुसळेपणानं आपल्या जीवनात प्रवेश केला, तर

आपण तिला थोपवू शकू काय? तिच्या डोळ्यांत नियत दिसते. पण डोळे फसवेही असू शकतात. गुलाबची केवळ आठवण झाली, तरीसुद्धा शरीरावर रोमांच का येतात? अजूनही गायत्रीची आठवण सर्वार्थाने व्यापून टाकत होती; मग हळूच चोरपावलांनी गुलाबची प्रतिमा तिथे का यावी? गुलाबला आपल्या आयुष्यात येऊ देणे आपल्याला झेपणार आहे काय? गुलाबचे केवळ अस्तित्व कस्तुरीच्या गंधाप्रमाणे झपाटणारे आहे. आपल्या हातून आपल्या प्रतिष्ठेला वा आपल्या वयाला न शोभणारे असे काही झाले, तर मग?

कठोर तर्कवादाला सापडणारी उत्तरे हळव्या मनाला नकोशी असतात. मन त्याविरुद्ध बंड करते. गुलाब आणि आपल्यात अनेक योजने अंतर आहे– जातीचे, संस्कारांचे, शिक्षणाचे, वयाचे. हे अंतर भेदून जाण्याची क्षमता आपल्याजवळ कशी येणार? दोन घटका करमणूक, अशीही वृत्ती आपल्याजवळ नाही. मन गुंतल्याशिवाय आपला देह कुणाच्याही अधीन होणार नाही. गुलाबसारखे सुंदर फूल आपल्या बागेत उगवलेच का? ते फूल तसेच टवटवीत आणि निरागस ठेवणे आपल्याला शक्य होईल का?

शनिवार येइपर्यंत नानाविध प्रश्नांनी आबासाहेबांना भंडावून सोडले. मद्याने आलेली अर्धग्लानी म्हणजे तर यक्षभूमीच. अगोदरच तिथे सुवर्णाला सुगंध येतो, गंधाला प्रकाश येतो आणि आता तर एका खूप सुंदर यक्षिणीचे तिथे आगमन झाले होते. पडल्या-पडल्या त्यांच्या डोळ्यांसमोर गायत्रीची अनेक रूपे साकार व्हायची आणि एकदम त्या गायत्रीची गुलाब व्हायची! आबासाहेब मुंबईहून भेटायला आले की, रुग्णावस्थेतसुद्धा गायत्री चैतन्याने मुसमुसून जायची.

खरं तर तिच्या त्या एकाकी रुग्ण अवस्थेत नवं काही घडत नसे. पण बागेत आलेली नवी फुले, नवा मोहोर, पानांचे बदललेले रंग... इतक्या लहान गोष्टी ती रंगवून सांगायची. तिच्या करमणुकीसाठी आबासाहेबानी किती तरी पक्षी आणले होते आणि ते पक्षी रोजच्या संपर्कामुळे गायत्रीचे मित्र झाले होते. त्यांतले काही तर इतके माणसाळलेले होते की, ते गायत्रीच्या अंगाखांद्यांवर येऊन बसत. घरात बाळगलेली दोन्ही कुत्री गायत्रीचाच सांभाळ करीत असे नव्हे, तर त्या पाखरांचासुद्धा सांभाळ करीत. घरात माळी होता. आचारी होता. घरातली पाखरं आणि बागेतली झाडे गायत्रीची खरी मित्र झाली होती.

गायत्री ह्या सगळ्या मित्रांच्या लहान लकबी-हकिगती आबासाहेबांना सांगे. आबासाहेब घोट-घोट व्हिस्की पीत, तरंगत-तरंगत गायत्रीची कूजने ऐकत बसत. गायत्रीचा शरीरभोग मिळाला नाही, म्हणून ते कधी अधीर झाले नाहीत.

पण गायत्रीच अधीर होई. तिला शरीरभोग सहन होत नसे, परंतु आपल्या नवऱ्याची लहानसहान सुखे आपल्या गात्रांना समजून देण्याची तिची क्षमता अफाट होती. गायत्रीबद्दल अपार प्रेम आणि इच्छा असूनसुद्धा आबासाहेबांनी कधी त्या बाबतीत पुढाकार घेतला नव्हता. गायत्री नुसती जगावी, एवढी परमेश्वराजवळ ते प्रार्थना करीत.

पण ते काही शक्य होऊ शकले नाही. गायत्री गेली आणि लोणावळ्याचा तो बंगला आबासाहेबांना एकदम खायला उठला. तिथे गेले की, आबासाहेब अस्वस्थ व्हायचे; पण तरीही अनावर ओढीने ते जात राहायचे. गायत्रीची लाडकी पाखरे, पायांत घोटाळणारे कुत्रे आणि ती मूक उभी राहणारी झाडे त्यांना गायत्रीची आठवण करून देत. गायत्री बाल्कनीत बसली आहे, असा त्यांना भास क्षणभर होत असे. पण ती नाही आहे, हे एकदा जाणवले की, मग त्या बंगल्यातला सारा आनंद नष्ट व्हायचा आणि ते मुंबईला निघून जायचे.

आज गुलाबला घेऊन ते लोणावळ्याला निघाले. जाताना फारसे ते बोलले नाहीत; बोलत होती ती गुलाबच. माताजींच्याबद्दल, आश्रमाबद्दल ती भरभरून काही तरी सांगत होती; पण तिकडे आबासाहेबांचे लक्ष नव्हते. ते मनाने केव्हाच लोणावळ्याच्या बंगल्यात पोहोचले होते. त्या बंगल्यात नसलेल्या गायत्रीशी गुलाबची गाठ घालून देत होते. पण त्यांना गाठ घालून द्यावीच लागली नाही. कारण ते बंगल्यात शिरले आणि त्यांच्या गाडीचा आवाज ऐकू आल्याबरोबर हिरा आणि मोती हे त्यांचे कुत्रे त्यांना सामोरे आले. आबासाहेबांच्या अंगावर त्यांनी झेप घेतली आणि आबासाहेबांनी त्यांना कुरवाळण्याच्या आधीच त्यांचे लक्ष गुलाबकडे गेले. आबासाहेबांच्या अंगावरून ते उतरले आणि त्यांनी रोखून गुलाबकडे पाहिले. एक क्षणभर त्यांची नजरानजर झाली. गुलाब गुडघ्यावर बसून हात पसरून त्यांना बोलावत होती. ते हळूहळू तिच्याजवळ गेले. त्यांनी तिचा वास घेतला आणि एकदम जन्मोजन्मींची ओळख असल्याप्रमाणे ते तिच्या मिठीत सामावून गेले. त्यांनी तिचे हात चाटले. एवढेच नव्हे, तर तिच्या गालावरून त्यांनी जीभ फिरविली, तेव्हा मात्र ती लाजली. ती आपुलकी, तो जिव्हाळा, ती लगट, सारेच तिला नवे होते. तिच्या डोळ्यांत एकदम पाणीच तरळले. हे असले स्वागत होईल– अशी तिची अपेक्षाच नव्हती. कुत्री तिला नवी नव्हती. कदाचित त्यामुळेही असेल, पण आपल्यातला माणूस त्यांनी ओळखला! पुढे गेलेल्या आबासाहेबांनी मागे वळून पाहिले आणि ते म्हणाले,

"काय बेइमान आहेत ही कुत्री! मालकाला सोडून चक्क पाहुणीला

बिलगली!''

गुलाब नुसती खळाळून हसली. ते तिचे हसणे ऐकताच आबासाहेब चकित झाले. गायत्रीसुद्धा अशीच हसायची. त्या हसण्याचा प्रतिध्वनी साऱ्या बागेत पसरला. झाडांनाही त्याची ओळख पटली असावी. झाडांचीही एक सळसळ ऐकू आली. ती सळसळ वाऱ्याची होती, का ओळख दाखविणाऱ्या झाडांची होती; कुणास ठाऊक! या हसण्यामागोमाग घरातल्या पक्ष्यांचा कलकलाट ऐकू आला. गुलाबने घरात पाऊल टाकायच्या आत साऱ्या पाखरांनी घर डोक्यावर घेतले होते. आबासाहेब तृप्त मनाने हे सारे न्याहाळत होते. ते चट्कन पुढे झाले आणि त्यांनी पोपटांचे पिंजरे उघडले. पिंजरे उघडल्याबरोबर आवेगाने ते पोपट गुलाबच्या खांद्यावर येऊन बसले. गालाला अंग घासू लागले. तिने तोंड पुढे करताच त्यांनी चोचही पुढे केली. गुलाब गोंधळली, पण लगेच सावरली. एका ओळखीच्या जगात आपण आलो आहोत, हे तिच्या ध्यानात आले. तिच्या आयुष्याचा सांधा बदलण्याची वेळ आली होती.

आबासाहेब चकित होऊन तिच्याकडे पाहत होते. या घरात ती मुकी जनावरे आणि पाखरे गुलाबचा स्वीकार करताना अजिबात थबकली नाहीत; पण इतर नोकर-चाकर सांशक मुद्रेने तिच्याकडे आणि आपल्याकडे पाहत आहेत, याबद्दल मात्र त्यांना अचंबा वाटला. माणूस माणसाला स्वीकारताना हिशेब करत असतो, परंतु प्राणी मात्र अंत:प्रेरणेने दुसऱ्या व्यक्तीचा स्वीकार करतात. आपल्यालासुद्धा गुलाबला स्वीकारताना किंवा तिच्याशी नाते जोडताना अवघडल्यासारखं होतेय. कोण ही गुलाब? माझ्या आयुष्यात ही अचानक आलीच का? आणि माझ्या पूर्वायुष्यातील सुंदर स्मृतींना चिकटलीच का? गुलाब आणि गायत्रीत असले विलक्षण साम्य कोठून निर्माण झाले? खरोखरीच गुलाब आणि गायत्री यांचे काही रक्ताचे नाते असेल? सिनेमात किंवा नाटकात लहानपणी पळून गेलेली किंवा हरवलेली बहीण किंवा मुलगी वीस-पंचवीस वर्षांनी सापडते; तसे प्रत्यक्षात थोडेच घडते? पण ते जाऊ दे. या असल्या शंकाकुशंका काढण्यात काही अर्थ नाही.

आबासाहेब आपल्या स्टडीत जाऊन बसले. त्यांच्या मागोमाग गुलाब, गुलाबच्या पायांभोवतीची कुत्री सहजगत्या आली. खांद्यावरचे पोपट अजून खांद्यावरच होते. कौतुकभरल्या नजरेने ती घर न्याहाळत होती. तिला आबासाहेबांनी घर पाहून यायला सांगितले आणि तीही कुत्र्यांना बरोबर घेऊन खोल्या-खोल्यांतून हिंडू लागली. या घराच्या मालकिणीचे– म्हणजेच गायत्रीचे फोटो खूप ठिकाणी

लावले होते. फोटोपाशी ती थांबायची, निरखून पाहायची. शेजारी आरसा असला, तर आपली छबी पुन: पुन्हा वळून पाहायची. ती रसोईघरात गेली. नोकर आदबीने उठून उभे राहिले. वास्तविक, त्यांना माहीत होते की, गुलाब कोणी घरंदाज बाई नाही; ती आपल्याइतकीच किंवा आपल्यापेक्षा संस्कृतीने कनिष्ठ आहे. पण तिच्या दर्शनाने व वागण्यातील रुबाबाने सारा दुरावा नष्ट केला. नंतर तशीच ती बागेत फिरू लागली. झाडाझुडुपांशी थांबून विचारमग्न झाल्यासारखी खोळंबू लागली. सगळी बाग तिने पालथी घातली आणि ती परतली, तेव्हा तिच्या हातांत वेगवेगळी खूप फुले होती. त्या अशा फुलांनी लडबडलेल्या, घामेजलेल्या, तृप्तावलेल्या अवस्थेत तिला आपल्यापाशी येताना पाहून आबासाहेब मात्र मनातून खूश झाले. फुलांचे वेड गायत्रीलासुद्धा होते. आबासाहेबांच्या मनात काय आले, कोणास ठाऊक! ते चट्‌कन गायत्रीच्या खोलीत गेले आणि त्यांनी एक अलमारी उघडली. गायत्रीला खूप आवडायची अशी निळी साडी आणि आकाशी पोलके बाहेर काढले, आणि गुलाबच्या हातात ते देत म्हणाले, "हे घे बदलायला कपडे."

तिने ते कपडे घेतले, पोपटांना परत पिंजऱ्यात अडकविले आणि ती कपडे बदलायला आडोशाला गेली. कपडे बदलून आल्यावर आबासाहेबांनी तिला पाहिले आणि चट्‌कन ते तिच्या जवळ आले आणि तिला मिठीत घेत म्हणाले, "तुला घरी राहायचं होतं ना? हे घर चालेल तुला राहायला?"

"न चालायला काय झालं? पण या घरात राहणाऱ्या त्या भाग्यवंत स्त्रीला माझं इथलं राहणं आवडेल? आणि तुमच्या प्रतिष्ठेला तरी शोभेल?"

आबासाहेब काही बोललेच नाहीत. त्यांनी तिला उलट घट्ट आवळून धरले आणि तिच्या कपाळावर ओठ टेकवीत ते म्हणाले, "तिला आवडलंच. जणू तुझ्या रूपानं तीच राहणार आहे या घरात!"

"छे, छे! असलं काही तरी भलतंच बोलू नका. त्यांची आणि माझी तुलना कसली करता? मी त्यांच्या पायाचे पायतण म्हणूनसुद्धा शोभणार नाही. माणसाचा चेहरामोहरा सारखा असला म्हणजे माणसं काही सारखी नसतात."

"हे बघ, सारखं तू स्वत:कडे कमीपणा घेऊन बोलू नकोस. तू कोण आहेस, कशी आहेस, तुझं पूर्वीचं आयुष्य कसं आहे, याच्याशी मला कर्तव्य नाही. किंबहुना, माझ्या लेखी गायत्रीच पुन्हा घरात आलेली आहे. त्यामुळं तिच्यासारख्या उत्साहानं तुला इथं वावरलं पाहिजे. ती बिचारी नाजूक होती, आजारी होती. तिला आयुष्य नीटसं भोगताही आलेलं नाही. जणू काही तिच्या

अपुऱ्या इच्छा भागवून घेण्यासाठीच तू इथं आली आहेस!''

गुलाबच्या डोळ्यांत पाणी आले. ती म्हणाली, ''मी कोण, आजपर्यंत कशी जगले याची आठवणसुद्धा करू नको म्हणता? पण हे इतकं सोपं आहे काय? जे भोग मी भोगले, त्यानं माझं रक्त नासून गेलंय. मी उष्टावलेली आहे, विटाळलेली आहे. आता या क्षणाला मी तुमच्या मिठीत आहे. पण भीतीनं अगदी गुदमरून गेलेय. या वास्तूनं आणि तुमच्यासारख्या साध्याभोळ्या माणसानं स्वीकार करायचं ठरविलं, तरी मी इथं परकीच राहणार. कदाचित तुम्ही मला लिहायला शिकवाल, बोलायला शिकवाल, गायत्रीबाईंचे कपडे अंगावर घालू द्याल... पण खरं सांगू, सगळं काही मी तुमच्यासाठी करून माझं शरीर मी कधीच तुम्हाला देऊ शकणार नाही. या घटकेला माझ्या शरीराची मला विलक्षण किळस वाटतेय. वाटतं की, हा देह कापरासारखा जळून जावा!''

तिच्या तोंडावर, ओठांवर हात ठेवीत आबासाहेब म्हणाले, ''असलं काही अशुभ बोलू नकोस. आणि खरं सांगू? स्त्रीच्या देहाचं अप्रूप वाटण्याचं माझं वयही नाही. तुझ्या अंत:करणात जो एक भाबडेपणा आहे, तो मला हवा आहे. तू या घरात वावरायला हवी आहेस. तुझ्या रूपानं प्रत्यक्ष गायत्री माझ्या घरात आलीय, असं वाटायला हवंय.''

चहा झाला, जेवण झाले आणि ती दोघे रात्री शय्यागृहात आली. एकमेकांच्या जवळ बसून बोलत राहिली. आज आबासाहेबांना दारूचीही आठवण झाली नाही, कारण गायत्रीच्या अस्तित्वाने ते हळवे झाले होते. त्यांची ती फुलासारखी नाजूक बायकोही त्यांच्या मिठीत शांतपणे झोपली होती. तिला केव्हा झोप लागली, हेही त्यांना कळले नाही. त्या येणाऱ्या दमट-ओलसर वाऱ्याने ते शहारत होते. चांदण्यांची एक झिरझिरती शाल पांघरून गायत्रीसारखीच पाय मुडपत गुलाब शांत झोपलेली होती आणि तेच नित्य परिचित असलेले हास्य आताही तिच्या चेहऱ्यावर पसरलेले होते.

बाबूरावांनी लावलेला खटला आता बराच आकाराला आला होता. प्राथमिक सुनावणीसाठी तो तांबे मॅजिस्ट्रेटसमोर दाखल झाला होता. संबंधितांना समन्स जाऊन त्यांच्या वतीने वकीलपत्रही दाखल झाले. 'जनशक्ती' आणि 'चव्हाटा' यांच्यातील वाग्युद्ध जरा मंदावले होते. इलेक्शन तीन-चार महिन्यांनी होण्याची शक्यता होती. त्याच्या आत निकाल लागावा, अशी विरोधी पक्षीयांची इच्छा होती, तशीच भगवंतराव गटाचीही होती. त्यामुळं कालहरण करण्याचा

दोन्ही पक्षांचा प्रयत्न नव्हता. मातब्बर वकील या खटल्यात दाखल झाले. सारी वृत्तपत्रे या खटल्यास प्रसिद्धी देण्यासाठी आसुसलेली होती. कोण कोण साक्षीदार कोर्टात येतील, त्याचे अंदाज केले जात होते. खटल्याची कक्षा वाढवू देणार नाही, ही भूमिका तांब्यांनी पहिल्याच दिवशी जाहीर केली. त्यामुळे भगवंतराव, यशवंतराव, 'जनशक्ती' या सर्वांच्या वकिलांना हायसे वाटले. खरे तर बाबूरावांनाही ही गोष्ट फायद्याची होती. कारण त्यांनाही बदनामीबाहेरचे मुद्दे कोर्टात येणे सोईचे नव्हते. अखेरीस हा सारा शब्दांचा खेळ होता. कोण कोणाला पकडते, यावरच खटल्याचे यशापयश अवलंबून होते. तशी बाबूरावांना चिंता नव्हती, असे नाही. कोणत्या वेळेला खटल्याचे स्वरूप पालटेल आणि कोणत्या वेळी नाही त्या गोष्टी खटल्यात प्रवेश करतील, याचा नेम नव्हता.

गुलाब, बलात्कार, मृत्यू पावलेला तिचा नवरा बन्सी ह्या गोष्टी आता दुय्यम झाल्या होत्या. कदाचित बाबूरावांनी गुलाबचे नाव या खटल्यात जाणीवपूर्वक दूर ठेवायचे ठरविलेले असावे. आपल्या बाजूला या वेळेस आबासाहेब असते तर बरे झाले असते, असे बाबूरावांना वाटले; तरी ते दुसऱ्या बाजूला नाहीत, याचाही त्यांना आनंद झाला. अक्षयकुमार संचेती, जेठमलानी, प्रवीण देसाई हे सारे वकील कोणकोणते पवित्रे घ्यायचे याचा खल करीत होते. बाबूरावांची एक्झॅमिनेशन-इन-चीफ पटेल वकिलांनी घेतली. पटेल हेसुद्धा मुंबई कोर्टातील एक बडे प्रस्थ होते. परंतु त्यांनीही खटल्याचा आवाका वाढू नये, म्हणून सार्वजनिक पैशाचा अपहार-भ्रूणहत्येचा आरोप एवढ्यापुरतीच ही तपासणी घेतली. या तपासणीनंतर त्या दिवसाचे कामकाज संपले होते.

रात्री साडेआठ-नऊ वाजता आबासाहेब मद्याचा घोट घेत बसलेले असतानाच ठरल्याप्रमाणेच अक्षयकुमार संचेती त्यांना भेटायला तिथे आला.

"साहेब, तुमचं काय मत झालं?"

"पटेल शहाणा आहे. त्यानं चीफमध्ये कडेकोट मर्यादा घालून दिली. क्रॉस तुम्हांला सावधगिरीने करावी लागेल. विषयाबाहेर तुम्ही जाताय, असं तांब्यांना वाटलं, तर ते तुम्हाला थांबवतील. एकदा तुम्ही विषयाला सोडून बाबूरावांच्या आयुष्याची तपासणी करू लागलात आणि तांब्यांनी तुम्हाला हटकलं, तर तुम्ही केस हरण्याची शक्यता आहे. बाबूरावांनी तुमच्यावर जे अन्य आरोप केलेले आहेत, त्या आरोपांची शहानिशा करण्याचं हे स्थळ नाही. त्यासाठी तुम्हाला काउंटरकंप्लेंट नोंदवायला हवी होती. तांबे याबाबत तुम्हाला प्रश्न विचारू देणार नाहीत. फार तर आर्ग्युमेंटच्या वेळेस तुम्हाला त्यांवर बोलता

येईल. तुमची सगळी डिफेन्स लाईन अगदी सौम्य पाहिजे. अगदी हळूहळू तुम्हाला बाबूरावांनी लिहिलेल्या पहिल्या लेखाचा उल्लेख वदवून घ्यायला पाहिजे. पटेलांनी क्रॉसबद्दल आक्षेप घेता कामा नये, अशी डिफेन्सची रचना करा; म्हणजेच बाबूरावला तुम्हाला घोळात घ्यावं लागेल. त्याचा निष्पक्षपातीपणा, त्याची लोकप्रियता, त्याची पत्रकारिता याचा गौरव करायला पाहिजे. आतापर्यंत जे-जे शे-दोनशे खटले त्याच्याविरुद्ध झाले असतील, त्यांत त्याला कधीही शिक्षा झाली नाही, त्याचं कारण त्यानं केलेले आरोप खरे होते, असेच तुम्ही कौतुकानं आणि त्याला बरे वाटेल अशा तऱ्हेनं त्याच्याकडून वदवून घ्या. त्याच्या सात-आठ खटल्यांची ब्रीफ्स मी तुमच्यासाठी काढून ठेवलीयत, ती घेऊन जा. वाचून ठेवा. तडजोडीच्या ज्या पुरशीसी (संमतीपत्र) दिल्या आहेत, त्यांच्याही नकला त्याला जोडलेल्या आहेत. आवश्यक असल्यास आणि तक्रार न झाल्यास त्याही दाखल करून घ्या-''

''या जुन्या खटल्यांचा काय उपयोग होणार?''

''ते तुला आत्ता सांगत नाही. कारण तुझी लाईन ऑफ डिफेन्स तुला कळली, तर पहिल्यापासूनच तुझ्या बोलण्यात छद्मीपणा येईल. मी तुला रोजच्या रोज सूचना सांगेन. त्याने केलेले समाजकंटकांच्या विरुद्धचे हल्ले, हा एक समाजसेवेचाच भाग आहे, असं त्याच्या तोंडून फुशारकीनं आलं पाहिजे. कोणत्याही राजकीय पुढाऱ्याबद्दल पत्रकाराच्या मनात व्यक्तिगत आकस नसतो, हेही त्याच्याकडून वदवून घ्यायचं. ही इतकी पूर्वतयारी करून बाबूराव आणि भगवंतराव यांच्यात वाद कशामुळे सुरू झाला, असं तुला विचारता येईल. लक्षात ठेव, अशा वेळी आवाज सौम्य ठेवायचा. प्रश्न कॅज्युअल विचारायचा. भगवंतराव हा करप्ट मंत्री आहे, असं तुमच्या प्रथम कधी लक्षात आलं, असाही प्रश्न मध्येच त्यांना विचारायचा. भगवंतराव करप्ट आहे, त्याच्या अनेक भानगडी आहेत आणि केवळ या देशातले सत्ताधीश या देशाला नागवतात या भावनेतून त्याच्यावर हल्ला केला, हे त्यानं डौलानं सांगितलं पाहिजे.

''शिवाय हे पटेलला खटकता कामा नये, असं धोरण ठेवलं पाहिजे. जनहितासाठी आपण तो लेख लिहिलाय; त्यातील माहिती शंभर टक्के खरी आहे, असं त्याच्याकडून वदवून घेतलं, म्हणजे त्या अग्रलेखाची प्रत कोर्टात हजर करायची. 'जनशक्ती'चा अंक त्यानं हजर केलेलाच आहे. तोही लेख त्यांना पुन्हा दाखवायचा. जणू काही त्याचाच वकील त्याची क्रॉस घेतोय, असे हे सारे प्रश्न आहेत. वकिलाचा-न्यायालयाचा; एवढंच नव्हे, तर लोकांचाही

असा ग्रह झाला पाहिजे की, तुमच्याजवळ स्ट्रॉंग केस नाही.

"एवढ्या क्रॉससाठी दोन-अडीच तास लागले पाहिजेत. कदाचित तांबे या लांबट क्रॉसला हरकत घेण्याची शक्यता आहे. पण खुशीत आलेल्या बाबूरावला पाहिल्यानंतर तांबे बहुतेक आक्षेप घेणार नाहीत. इथं तू अ‍ॅड्जर्नमेंट घे. दुसऱ्या दिवशी खटला चालू होईल त्यापूर्वी वर्तमानपत्रांत सगळं रिपोर्टिंग आलं की, बाबूराव बेसावध बनेल. तू काय काय क्रॉस घेतो ते पाहू आणि मग पुढं कशी क्रॉस घ्यायची, ते तुला सांगेन."

अक्षयकुमार घोटाळ्यात पडला होता. ही अशी मिळमिळीत क्रॉस येऊन वृत्तपत्रांत आपली बाजू कमजोर दिसणार, हे त्याच्या लक्षात आले होते. त्याला ही लाईन तितकीशी पसंत नव्हती, हे स्पष्ट दिसत होते. त्याचा शंकातुर चेहरा पाहून आबासाहेब म्हणाले,

"बिलीव्ह मी. धिस इज द अ‍ॅप्रोच वी शुड टेक. भ्रूणहत्येचे, अफरातफरीचे जे आरोप तुम्ही केले आहेत, ते सिद्ध करण्यासाठी तुमच्याजवळ पुरावे नाहीत; हे मला माहीत आहे, हे तुमच्या लक्षात आलेलं नाही. तुम्ही नेमका आणखी काय पुरावा गोळा केलाय, याची मी आज तपासणी केली. 'जनशक्ती'च्या वतीनं प्रवीण देसाईचं वकीलपत्र दाखल झालेले आहे. कुलदीपशी माझी गाठभेट झाली. लोकांनी मशिनरी घेण्यासाठी बाबूरावाला पैसे दिलेत, त्याबद्दल त्यानं पावती दिलीय. ही काही अफरातफर नाही. भ्रूणहत्येचा आरोप तर असाच बिनबुडाचा आहे. कोणताही डॉक्टर, नर्स कोर्टात येऊन आपण त्या गुन्ह्यात सामील होतो, असं सांगणार नाही. शिवाय त्या गोष्टीला आता वीस वर्षं होऊन गेलीत. गोष्ट खरी आहे, हे मला माहीत आहे. पण एखादी गोष्ट खरी असणं वेगळं– आणि ती कायदेशीर खरी असणं वेगळं. म्हणून त्या दिशेनं तुम्ही हा खटला लढवू नका. माझी दिशा बरोबर आहे. उद्या काय होतं ते पाहू आणि संध्याकाळी पुन्हा बसू."

तरीसुद्धा अक्षयचे मात्र समाधान झालेले नव्हते. त्याला डिफेन्स लाईन माहीत असणे महत्त्वाचे वाटत होते. त्याचे समाधान करण्यासाठी आबासाहेब म्हणाले, "मी प्रत्यक्षात त्याच्याविरुद्ध वकीलपत्र घेणार नाही, असं म्हणतोय. त्यामुळे मी कोर्टात उभा राहू शकत नाही. पण मी जी लाईन घेतली असती तीच मी तुला देतो आहे आणि तुला भीती वाटली, तर मी वकीलपत्र सादर करीन; मग झालं? प्रश्न असा आहे की, बाबूराव चतुर आणि बदमाष तर आहेच, पण पटेलची बुद्धीसुद्धा तीक्ष्ण आहे. कुठल्या तरी आडरस्त्यानं फसवून त्यांना

नेल्याशिवाय ते तुमच्या कब्जात येणार नाहीत. मी सगळा डिफेन्स तुला आज सांगत नाही. कारण मला तू कॉन्शस व्हायला नको आहेस. तुझ्या डिफेन्सची दिशा जर पटेलला समजली, तर आपण केस हरलोच असं समज-''

ठरल्याप्रमाणे अक्षयकुमारने क्रॉस घेतली. दोन-अडीच तासांत बाबूरावांच्या विरुद्ध एक शब्दही उच्चारला गेला नाही. त्यामुळे बचाव पक्षाचे सारेच लोक आश्चर्यचकित झाले. जसजशी साक्ष पुढे जात चालली तसतसे बाबूराव मोकळे आणि बेफिकीर होत गेले. दुपारच्या सुट्टीच्या आधी अक्षयकुमारने बाबूरावांनी त्यापूर्वी उकरून काढलेल्या ज्या प्रकरणांचा उल्लेख केला, ती सगळी बाबूरावांनी विस्ताराने सांगितली. ह्या प्रकरणांची अखेर काय झाली, या प्रश्नाला उत्तर देताना बाबूराव जरा सावध झाले. पण त्यांनी सांगितले की, या सर्व प्रकरणांतील बदनामीचे खटले मागे घेण्यात आले आहेत.

खटले मागे घेताना उभयपक्षांनी जी पुरशीस दाखल केली, त्याचे तपशील विचारताच पटेलांनी हरकत घेतली. त्याबरोबर आक्षेप घेतलेला प्रश्नही अक्षयकुमारने मागे घेतला. त्या पाच-सहा प्रकरणांत दाखल झालेल्या पुरशीसच्या नकला या खटल्यात दाखल करण्याची परवानगी अक्षयकुमारने मागितली आणि कोर्टाला ती नाकारण्याचे काही कारण नव्हते, कारण ते कोर्टातीलच दस्तऐवज होते. मग अक्षयकुमारने प्रश्न केला, ''या सहाही प्रकरणांत आपण जे-जे लिहिलं, ते सत्यावर आधारलेलं होतं, ही गोष्ट खरी होती की नाही?''

बाबूरावांनी उत्तर दिले, ''अर्थातच! ही सारी प्रकरणं खरी होती, याबद्दल मी खात्री करून घेतली. आपला बदनामीचा खटला टिकणार नाही, म्हणून ती फिर्यादी पक्षाला मागे घ्यावी लागली होती.''

''फिर्यादी पक्षाने हे खटले मागे घेतलेले नाहीत. आरोपी आणि फिर्यादी यांची संगनमताने समजूत झाली, असे अर्ज दिले आहेत.''

''खटले लांबविण्यात आम्हाला रस नव्हता. आमचं काम झालं होतं. जनतेच्या न्यायालयात आम्ही ही प्रकरणं आणली होती, म्हणून आम्ही आमचं कर्तव्य संपताच फिर्याद मागे घेण्याच्या अर्जाला संमती दिली.''

''पण अशा उभयतांच्या संमतीनं जेव्हा अर्ज दाखल होतो; तेव्हा त्या प्रकरणावर पुन्हा टीका करण्याचा तुमचा अधिकार नष्ट होतो, हे तुम्हाला माहीत आहे काय?''

''असेलही! पण मला त्या विषयावर पुन्हा लिहायचंच नव्हतं; मग हे

प्रकरण संपवून टाकायला काय हरकत होती?''

''याचा अर्थ असा करायचा काय की, तुम्ही यापुढे लिहू नये म्हणून तुमचं तोंड बंद करण्यासाठी फिर्यादी पक्षाकडून योग्य ती किंमत तुम्हाला मिळाली होती?''

बाबूराव रागाने ओरडून म्हणाले, ''तुम्ही मला भडवा समजता?'' कोर्टाने हातोडी वाजविली आणि पटेलनीही उभे राहून या प्रश्नाला हरकत घेतली. कोर्टाने हरकत फेटाळून लावली, पण प्रश्न मात्र वेगळ्या प्रकाराने विचारावा, असे सुचविले.

अक्षयकुमारने अत्यंत सौम्य आवाजात प्रश्न केला, ''चित्रेसाहेब, आपण रागावू नका. तुमचा अपमान करण्याची मला इच्छा नाही. मला एवढंच विचारायचं की, समाजातील पाजी आणि गुन्हेगार लोक पुराव्यासहित तुमच्या तावडीत सापडलेले असताना तुम्ही त्यांना अशी तडजोड करून एक प्रकारे संरक्षण दिलंत, हे खरं आहे काय?'

''नाही. ही प्रकरणं खासदार-आमदार यांनी तडीला लावावी, म्हणून मी ती त्यांच्यापुढे सादर केली होती.''

''अशा प्रकरणांत एखादं प्रकरण तरी उजेडात आलं आणि त्यातील गुन्हेगाराला शिक्षा झाली, असं एकदा तरी घडलंय का?''

''नाही– नसावं. मला तसं नक्की सांगता येणार नाही.''

''समजा, तुम्ही ह्या बदनामीच्या खटल्यात आग्रही राहिला असतात, तर तुम्हाला ही प्रकरणं शेवटला नेऊन गुन्हेगारांना शिक्षा करता आली असती का?''

''नसती. कारण माझ्याजवळचे सर्व पुरावे मी वापरून टाकले होते.''

''मला वाटतं, या प्रकरणांतला तुमचा रस संपला होता– होय की नाही?''

''होय.''

''खासदार, आमदार किंवा अन्य वृत्तपत्रे यांनी ह्या प्रकरणांत काही करावं, असंही तुमच्या मनात नव्हतं.''

''असं मुळीच नाही. ते या सामाजिक गुन्हेगारांना भितात, त्याला मी काय करणार?''

''पण ह्या बदनामीच्या खटल्यातून तुम्ही निर्दोष सुटला असतात, तर अन्य वृत्तपत्रांना किंवा व्यक्तींना न्याय मिळविण्यास अधिक मदत झाली असती, असं तुम्हाला वाटतं की नाही?''

''कदाचित झाली असती.''

"आजपर्यंत तुमच्यावर झालेल्या बदनामीच्या शेकडो खटल्यांत तुम्ही एकदाही निर्दोषी म्हणून सुटलेला नाहीत, ही गोष्ट खरी आहे काय?"

"मला आठवत नाही."

"दोषी ठरलात?"

"नाही-"

"चित्रेसाहेब, तुम्ही मोठमोठी प्रकरणं निर्माण करता. अब्रू साफ करून घेण्यासाठी तुमच्यावर अब्रुनुकसानीचे खटले भरले जातात आणि हे खटले आपसात तडजोड करून मिटवले जातात, याचा अन्वयार्थ तुम्ही काय लावाल?"

"मी काहीच अन्वयार्थ लावू इच्छित नाही."

"तडजोडी होतात, हे तर खरं?"

"होय."

"तडजोडीत देवाण-घेवाण अपरिहार्य?..."

"होय-"

"बदनामीबाबत केलेले आरोप फिर्यादी पक्ष पचवतो. हे झाले फिर्यादी पक्षाच्या बाबत. तुम्ही कोणती माघार घेता?"

"मला कुठलीच माघार घ्यायचं कारण नव्हतं."

"माघार नसेल, पण यापुढं या प्रकरणात आपण लिहिणार नाही, असं तोंडी कबूल तरी करत असाल?"

"असं काही कबूल केलेलं मला आठवत नाही."

"पण प्रत्यक्षात तुम्ही नंतर कधी लिहिलेलं नाही, ही गोष्ट तर खरी?"

"होय-"

"मग न लिहिण्याची किंमत तुम्ही कोणत्या रूपात वसूल करता?"

पटेल एकदम उठून उभे राहिले आणि त्यांनी एकदम या प्रश्नाला हरकत घेतली. तांबे दोन क्षण विचार करून अक्षयकुमारला म्हणाले, "हा प्रश्न तुम्ही कशासाठी विचारताहात?"

"युवर ऑनर, ह्या प्रश्नाचं उत्तर काहीही दिलं तरी ते मला हवंय, कारण फिर्यादीचा प्रामाणिकपणा मला तपासून घ्यायचाय." मग तांब्यांनी बाबूरावांकडे पाहिलं आणि त्यांना उत्तर द्यायला सुचविलं.

बाबूराव तितक्याच ऐटीने म्हणाले, "मी अशी कोणतीच किंमत वसूल करीत नाही."

"हे पाहा बाबूराव, मी तुम्हाला किंमत घेता, असं म्हणालो नाही. पण

तुमच्यासारखा मातब्बर आणि झुंजार पत्रकार काही कारण नसताना आपलं तोंड बंद करण्यासाठी कोणतीच किंमत मागणार नाही, हे पटत नाही. म्हणून पुन्हा प्रश्न विचारतो. अशा तडजोडी जेव्हा होतात, तेव्हा तुम्ही पैसे घेत नसाल; पण फिर्यादी पक्ष तुम्हाला काही पैसे देऊ करत असेल की नाही?''

''मला आठवत नाही.''

''पुन्हा सांगतो. तुम्ही पैसे घेतल्याचा आरोप मी करत नाही. पण अशा गुन्हेगारी लोकांची प्रवृत्ती तुमच्यासारख्या झुंजार पत्रकाराला विकत घ्यावं, अशी असते की नाही?''

''मला काही सांगता येणार नाही.''

''स्मरणशक्तीबद्दल तुम्ही प्रसिद्ध आहात. तेव्हा अशा महत्त्वाच्या गोष्टी तुम्हाला आठवत नाहीत, हे म्हणणं बरोबर वाटणार नाही. तुमच्या आठवणीसाठी मी तीन-चार प्रकरणं सांगतो. लॅक्मे इंडस्ट्रीजनं कमी प्रतीचा माल पुरविला, असं तुम्ही लिहिलंत... सरकारनं आयात केलेल्या खाद्यतेलात भेसळ करून ते विकलं म्हणून काटावाला नावाच्या व्यापाऱ्याबद्दलही तुम्ही लिहिलं होतंत. कामगारांच्या एका संपात एका पोलीस अधिकाऱ्याचा खून जरीवाला नावाच्या युनियन लीडरनं केला, असंही तुम्ही लिहिलं होतंत. ही तिन्ही प्रकरणं त्या-त्या वेळेला खूप गाजली. या तिन्ही प्रकरणांत तुम्हाला पैसे देऊ केले गेले होते, अशी मला नक्की माहिती आहे. तुम्ही त्यांच्याकडून पैसे स्वीकारले नसतील किंवा नसणारच. पण ह्या प्रकरणांत तुम्हाला खूप मोठी रक्कम ऑफर करण्यात आली होती, म्हणून आठवण करून उत्तर द्या. उत्तर उद्या दिलंत तरी चालेल; कारण मी आता उद्यापर्यंत हा खटला तहकूब करावा, अशी विनंती कोर्टाला करणार आहे.''

अर्थात शेवटचे वाक्य अक्षयकुमार तांब्यांकडे पाहून म्हणाले. आजच्या दिवसाचे कामकाज या खटल्यापुरतं तरी थांबले आहे, असे तांब्यांनी जाहीर केले.

आबासाहेब सारी कोर्टप्रोसिडिंग सावधानतेने ऐकत होते आणि त्यांच्या चेहऱ्यावरची प्रसन्नता पाहून बाबूराव जरा स्तंभित झाले.

कोर्टातून बाहेर पडताच बाबूरावांनी आबासाहेबांना हाक मारली आणि ते म्हणाले, ''आपण थोडं बसू या. मला तुमच्याशी बोलायचं आहे.'' आबासाहेबांनी मान हलविली. ते आणि पटेल मग पटेलांच्या चेंबरमध्ये येऊन थडकले.

खोलीत फक्त तिघेच जण होते. तेव्हा पटेल म्हणाले, ''खरे, संचेती फिशिंग एक्स्पीडीशन का करतो आहे, ते समजत नाही. ह्या लोकांच्या साक्षी

कोर्टात काढून जर बाबूरावांनी पैसे घेतले हे सिद्ध करायला लागला, तर ते तिघे जण अडचणीत येतील, ही एक गोष्ट. शिवाय, या बदनामीच्या खटल्यात त्या खटल्यांचा काहीही उपयोग नाही. या प्रकरणात मी तुझ्या चेल्याला आणखी प्रश्न विचारू देणार नाही.''

''पटेल, तुला माहीत असेल की, या प्रकरणात मी बाबूरावांचा वकील नाही. एवढेच नव्हे, तर पुढच्या कोणत्याही खटल्यात मी त्यांचा वकील नसणार. तेव्हा या प्रकरणात मी सल्ला देणं बरोबर नाही. मला आता ही गोष्ट माहीत आहे की, प्रत्येक खटल्याच्या वेळेस तडजोडीच्या वेळी बाबूरावांनी पैसे वसूल केले आहेत. अर्थात, ह्या गोष्टी माझ्या डोळ्यांसमोर घडल्या नाहीत, पण बाबूरावांनीच मला तसं सांगितलंय. बाबूरावांची ही आदत काही नवी नाही. बाबूरावांनी हा बदनामीचा खटला लावायलाच नको होता. तुला माहीत आहे, बाबूराव इज ए बॅड विटनेस इन विटनेस बॉक्स. आजपर्यंत असं होई की, तो आरोपी असे; तेव्हा त्याला विटनेस बॉक्समध्ये उभे राहण्याचे कारण नव्हतं. माझा सल्ला मी त्याला पूर्वीच दिलेला आहे. त्यानं हा खटला लावला नसता तरी चाललं असतं, कारण आपली अब्रू धुऊन घेण्यासाठी त्याला अब्रू आहेच कुठं?''

बाबूराव संतापले आणि म्हणाले, ''आबासाहेब, यू ब्रूटस– तूसुद्धा?''

पटेलांनी हस्तक्षेप केला आणि ते म्हणाले, ''तुम्ही भांडू नका. खरे म्हणतो ते थोडंसं खरं आहे. तू काही तरी बकत जाशील. पेपरात लिहिणं सोपं आहे रे, पण उद्या साक्ष देताना कोर्टात असलं काही बोललात तर अडचणीत येऊ.''

''ते काही नाही, मला माझी जबाबदारी कळते. उद्या पाहालाच तुम्ही.''

''बाबूराव, भलत्या भ्रमात राहू नकोस. ही केस तू हरणार! उद्या संध्याकाळच्या आत तुला तडजोड करावी लागेल.''

''म्हणजे, डिफेन्सला तू सामील आहेस?''

''तुझ्याशी एकनिष्ठ राहायला तुझा-माझा काय संबंध रे? मी तुझ्याविरुद्ध कोर्टात उभा राहणार नाही, असं ठरवलंय; पण बोलून-चालून फी घेऊन सल्ला द्यायला मी एक धंदेवाईक वकील आहे आणि माझ्या धंद्याची नीती मी पळतो.''

''आणि मी पाळत नाही?''

''नाय रे बाबा, ते मला माहीत नाही. ते तुझं तू ठरव.''

''हे बघ, तू त्या गोऱ्यागोमट्या रांडेवर भुलून माझ्याविरुद्ध उभा राहणार?''

''बाबूराव, तोंड सांभाळून बोल. ही 'चव्हाटा'ची कचेरी नाही. तू अशा तऱ्हेनं बोलायला लागलास, तर कोर्टात मी तुझ्याविरुद्ध उभा राहणार नाही, हा

शब्द पाळायचीसुद्धा मला गरज नाही.''

"तू माझ्याविरुद्ध उभाच राहू शकणार नाहीस. कारण तुझ्याविरुद्ध मी कोर्टाकडे अर्ज करीन. तुझे आणि माझे अनेक वर्षांपूर्वीपासून संबंध होते. अनेक गुप्त गोष्टी मी तुला सांगितल्या. त्याचा गैरफायदा घेऊन तुला प्रतिपक्षाचं वकीलपत्र घेता येणार नाही, असं तूच म्हणाला होतास ना?''

"मूर्ख माणसा, तुला कायदा कळत नाही. या प्रकरणात तू मला कॉन्फिडेन्शियल असं वकील आणि अशील या नात्यानं काही सांगितलेलं नाहीस. तेव्हा असला मूर्खपणा केलास, तर कोर्ट तो मान्य करणार नाही. तुला हवं ते तू कर. गुड बाय.''

पटेलांनी समजावण्याचा प्रयत्न केला, पण तो लाथाडून आबासाहेब खरे चेंबरमधून बाहेर आले.

कोर्टातल्या कोणत्याही कामानं अस्वस्थ होण्याचा आबासाहेब खऱ्यांचा रिवाज नव्हता. आज मनात जी अस्वस्थता होती, ती अगदी वेगळी होती. बाबूराव कसाही असो; गेली अनेक वर्षे त्याचे आपले संबंध आहेत. आज त्याच्यात आणि आपल्यात दुष्मनी निर्माण झाली आहे, ती कशामुळे? गुलाबमुळेच ना? आपल्या लेखी गुलाब अगदी देवता असेल, पण जगाच्या दृष्टीने ती कोण आहे? बाबूरावाच्या दृष्टीने ती कोण आहे? गुलाबसाठी बाबूरावाशी दुष्मनी करण्याचे समर्थन आपण कसे करू शकतो? बाबूराव कसा आहे, हे काय पूर्वीपासून आपल्याला माहीत नाही? तरीही आपण त्याच्याशी साथ केली. डावपेचाने त्याचा बचाव केला. त्याची भाषा बाष्कळ असेल, पण आज तो एक झुंजार पत्रकार म्हणून ओळखला जातो. त्याला ज्याप्रमाणे सनसनाटी गोष्टीचा वास ताबडतोब लागतो, तसा आपल्यालाही कोणत्याही कोर्ट-केसमधला कच्चा दुवा ताबडतोब सापडतो. दोघेही सावजाचा माग घेणारे दोघेही शिकारी कुत्रे आहोत.

तरीसुद्धा आपण या घटकेला बाबूरावाला धडा शिकवायला निघालो आहोत. आणि मग आबासाहेबांच्या मनात एकदम या विरोधाभासाचे कारण येऊन गेले. त्याला भलतीच घमेंड निर्माण झाली आहे. त्याच्याच भल्यासाठी त्याला एकदा धडा शिकविला पाहिजे. अखेरीस माणूस स्वार्थी असू दे– हवी तर त्याला महत्त्वाकांक्षा असू दे– पण दुसऱ्याच्या दुःखावर त्याने आपल्या सुखाचे इमले बांधता कामा नयेत. आपणसुद्धा कोर्टात नानाविध खटले रंगवितो. आपला पक्षकार अनीतिमान किंवा बदमाष आहे, हे आपल्याला काय माहीत नसते? त्याच्यापेक्षा अधिक भल्या असणाऱ्या माणसाला आपण पराभूत करतो. न्याय

देण्याच्या नीतिमत्तेच्या बुरख्याखाली आपली सुटका होते. पण आपल्यासारख्या बुद्धिमान वकिलांमुळे पापी माणसांना संरक्षण लाभतेच. ही गोष्ट खरी आहे की, आपणहून असत्याचा पाठपुरावा करण्याचे आपल्याला कारण पडत नाही. बाबूरावात आणि आपल्यात जर काही फरक असलाच, तर तो गुणात्मक नव्हे याचीही जाणीव त्यांना चाटून गेली.

कोर्टाच्या बाररूममध्ये सुट्टीपूर्वी झालेल्या खटल्याची चर्चा चालू होती. अनेक नवे-जुने वकील आपापले मुद्दे तावातावाने मांडत होते. आबासाहेबांना बाररूममध्ये शिरताना पहिल्यावर अक्षयकुमार चट्कन पुढे होऊन म्हणाला, ''साहेब, आजची क्रॉस कशी झाली?''

''एक्सलंट!''

''मग संध्याकाळी बसायला हवं आपल्याला.''

''सात-साडेसातनंतर केव्हाही ये.''

''एक विचारू? भगवंतरावांना तुमच्याकडे यायची एकदा इच्छा आहे. त्यांना घेऊन आलो, तर चालेल?''

''एरवी चालेल. पण आपल्या कामकाजाची चर्चा चालू असताना कोणीही चालणार नाही.''

''नाही– नाही, ते निघून जातील. आणखी एक गोष्ट कानावर घालायची आहे. चंद्रकांत गोगटेला भगवंतराव साहेबांनी बोलावून घेतलं होतं.''

''तो बरा आला?''

''न यायला काय झालं? बोलून-चालून तो रिपोर्टर आहे. सहजगत्या बोलता-बोलता माहिती काढून घेणं, हा त्याचा धंदाच आहे.''

''पण तो म्हणतोय काय?''

''तसं काही विशेष नाही. पण भगवंतराव हरतील, असं त्यानं भाकीत केलंय. उलट, भगवंतराव मात्र शेफारल्यासारखे उद्या संध्याकाळच्या आत तुझ्या साहेबांचा खिमा करून टाकतो, असं काही तरी आव्हानात्मक बोलले.''

''म्हणून तर तुला मी तुझी लाईन-ऑफ-डिफेन्स सांगितली नाही. कारण तुम्ही अशिलाला बरं वाटावं म्हणून नको ते बोलून जाता आणि राजकारणातल्या लोकांचा तोंडावर अजिबात ताबा नसतो. काही घडवायचं असलं, तर कोर्टात साक्षीदाराला अनपेक्षितपणे कात्रीत पकडावा लागतो, म्हणून गुप्तता आवश्यक असते. किंबहुना, साक्षीदाराचा फाजील आत्मविश्वास हेच आपलं भांडवल असतं. आजचंच पाहा ना, बाबूराव किती आढ्यतेनं वागत होता! माणसाच्या

डोक्यात अहंकार शिरला की, तो आपोआपच बेसावध बनतो आणि मग हवं ते त्याच्याकडून वदविता येतं.''

"माझ्या ते लक्षात आलंय साहेब. तुमच्याच हाताखाली मी धडे घेतलेत त्याचे. पण अजूनही मी कुठं चाललोय, याचा उलगडा होत नाहीये.''

"होईल, आज रात्री होईल. मी निघतो आता. कारण आपटेसाहेबांच्या पुढे आर्ग्युमेंट चालायचंय. संध्याकाळी ये, वाट पाहतो.''

चंद्रकांत गोगटेची एकदा गाठ पडायला हवी, असे आबासाहेबांना वाटत होते आणि शिकाऱ्याला अचानक सावज सापडावं तसा कोर्टातून आबासाहेब बाहेर पडता-पडता तो सापडला. आबासाहेबांची व त्याची चांगली ओळख होतीच. कारण बाबूरावांच्या विश्वासातला म्हणून तो नेहमीच त्यांच्याकडे येत असे. चंद्रकांतला घेऊन आबासाहेब तडक आपल्या घरी आले. चंद्रकांतलाही आबासाहेबांना भेटायचे असावे, कारण त्यानेही आढेवेढे घेतले नाहीत. घरी येताच वाफाळलेला चहा, बिस्किटं, केक्स यांचा समाचार घेत असलेल्या चंद्रकांतला आबासाहेब म्हणाले,

"बाबूराव काय म्हणतात?''

"खूश आहेत की! कोर्टात तुम्ही होताच. अक्षयकुमार संचेतीचं काही खरं नाही. उगाच त्यांनी प्रश्नांची लांबण लावली. पण त्यात बाबूरावांची इमेज ठसठशीतपणे कोर्टाच्या पुढं आली.''

"ते बरोबर आहे म्हणा. बाबूराव म्हणजे तयार माणूस. तो काय अक्षयकुमारपुढं लटपटतोय थोडाच?''

"बाबूराव तर आज खूश होते. ते म्हणाले, त्या भगवंतरावाला पार नागडा करून टाकतो.''

"पण काय रे चंद्रकात, गुलाबबाईनी आणि सूरजनं जेव्हा या प्रकरणाची सारी हकिगत बाबूरावांना सांगितली, तेव्हा तू हजर असशीलच की नाही?''

"वा– वा! असं कसं होईल? मी होतोच तर! माझ्याशिवाय असल्या महत्त्वाच्या प्रकरणात साहेबांचं भागत नाही. मीच लिहून घेतली ना त्यांची जबानी.''

"पण बाई तर या प्रकरणात बलात्कार वगैरे झालाच नाही, असं म्हणतात.''

"तसं स्वच्छ शब्दांत त्यांनी सांगितलं नाही हो. पण बाबूरावांच्या प्रश्नाला त्या हो-नाही करत होत्या. त्यात नकळत थोड्याशा त्या अडकल्या.''

"त्यांची जबानी पूर्ण झाली, त्यावर बाबूरावांनी त्यांची सही वगैरे तरी

घेतली आहे की नाही?''

"छे हो, सहीची काय गरज आहे? शिवाय बाबूरावांजवळ तिच्या आवाजाची टेप आहे ना!''

"अरे, पण ती टेप काय किंवा लिहून घेतलेली जबानी काय, त्याच्याशी लिहिलेल्या मजकुराचा काही संबंध नाही.''

चंद्रकांत मोठ्याने हसला आणि म्हणाला, "बाबूरावांचं तंत्र तुम्हाला माहीत आहे साहेब!''

"हां, तेही खरंच.''

जरा वेळानं चंद्रकांत निघून गेला आणि आबासाहेबांनी एक चुटकी वाजविली. त्यांच्या लाईन ऑफ डिफेन्समध्ये एक कच्चा दुवा होता, तो आता चट्कन सुटला, हे त्यांच्या ध्यानात आले आणि ते एकदम खुशीत आले. आबासाहेब खुशीत आले की, त्यांना एका खुर्चीवर स्वस्थ बसता येत नसे. मग ते येरझारा घालीत. जणू काही कोर्टात प्रत्यक्ष काम चालू आहे, अशा तऱ्हेने मनातल्या मनात प्रश्नोत्तरे चालू करीत. आपले आपल्यालाच जबाब देत, आपल्या प्रश्नातल्या खुब्या कधी तरी ते मोठ्याने पुटपुटत. अशा वेळेला एखाद्या कसलेल्या नटासारखे त्यांच्या आवाजातले आघात आणि प्रत्याघात पाहण्यासारखे असत. जणू काही ती एक रंगीत तालमीच असे. उद्या घडणाऱ्या नाटकाची शब्दश: तालीम त्यांच्या डोळ्यांसमोर उभी राही. कोर्टातल्या त्यांच्या यशाचे रहस्य या त्यांच्या तालमीत दडलेले होते. बाहेर अंधारू लागलेय, हेही त्यांच्या लक्षात आले नाही. तेवढ्यात दीपक आला. त्याने दिवा लावला आणि बाहेर मंडळी आली आहेत, असे त्याने सांगितले.

भगवंतराव, यशवंतराव, त्यांचा पी. ए. आणि संचेती असे चौघे जण आत आले. औपचारिक ओळखी झाल्यानंतर भगवंतराव म्हणाले,

"तुमचा लौकिक आम्ही ओळखून आहोत आबासाहेब. तुम्ही आमच्या बाजूनं कोर्टात उभे राहिला असतात, तर आम्हाला दिलासा मिळाला असता. नाही, म्हणजे संचेतीसाहेबांबद्दल आमची तक्रार नाही.''

"तक्रार करण्याचं काहीच कारण नाही. तो माझ्या तालमीत तयार झालाय. हुशार तर आहेच. पण मी असलो काय किंवा तो असला काय, काहीच फरक पडणार नाही. तो उत्तम काम करतो आणि एक-दोन दिवसांत त्याची किंमत तुम्हाला कळेल.''

"ते खरं आहे. पण आज तर नुसतं पाण्यात काठी फिरविण्यासारखं

चाललं होतं. बाबूरावाला आज कुठंच पकडता आलं नाही.''

''ज्या विषयात तुम्हाला कळत नाही, त्यात तुम्ही सल्ला न दिलेला बरा. तुमच्या क्षेत्रात आम्ही लुडबूड करीत नाही; तुम्हीही आमच्या क्षेत्रात लुडबूड करता कामा नये. माझ्या सांगण्यावरून तुम्ही संचेतीला वकीलपत्र दिलं आहे. होय की नाही?''

''होय वकीलसाहेब.''

''माझा त्याच्यावर विश्वास आहे. तुम्ही निश्‍चिंत राहा. पण काय हो नाईकसाहेब, तुम्ही संचेतींना फी किती दिलीत?''

नाईक संचेतीकडे पाहत राहिले. खरे सांगावे की नाही, यासाठी ते घोटाळत होते. मग संचेतीच म्हणाला, ''वकीलपत्रावर सही केली, त्या वेळी त्यांनी एक हजार रुपये दिले आणि उरलेले दोन हजार खटल्याचा निकाल लागल्यावर देतो म्हणाले.''

''एवढेच? भगवंतराव नाईक यांची अब्रू फक्त तीन हजार रुपये किमतीचीच आहे?''

''तसं नाही साहेब!''

''तसं काय नाही? तुम्ही लक्षावधी रुपये मिळविता आणि तुमची अब्रू धोक्यात आली म्हणजे हजार-दोन हजारांवर वकिलांना राबविता? ते काही नाही; आजच्या आज त्यांना दहा हजार रुपये द्या आणि केस जिंकलात म्हणजे आणखी काही इनाम द्या. बाबूरावांशी तडजोड करावी लागली असती, म्हणजे लाख-दोन लाख रुपयांचा भुर्दंड बसला असताच की नाही? तुम्हाला बाबूरावांसारखीच माणसं पाहिजेत.''

''साहेब, तुम्ही सांगाल ते आम्ही मान्य करतो. पण आमची एक विनंती तुम्ही मान्य केली पाहिजे. तुम्ही या खटल्यात स्वत: उभं राहावं, अशी विनंती आहे. तुम्ही मागाल तितकी फी मी देतो. प्रश्न पैशांचा नाही साहेब. पैसे आम्ही मिळवितो, ही गोष्ट खरी आहे. आम्ही काय साधू-संत नाही. पण सी. एम. च्या चिथावणीनं हा सारा बनाव रचलाय, म्हणून आपल्याला हा खटला जिंकायचाय. या प्रकरणात तथ्य असतं ना साहेब, तर गोष्ट वेगळी होती. बाबूरावाने सी. एम. कडून नक्कीच पैसा उकळलाय, यात शंकाच नाही. राजकारणातलं आपल्याला काही सांगावं, अशी माझी इच्छा नाही; पण या प्रकरणात महाराष्ट्राचं राजकारण गुंतलंय, एवढंच आपल्याला सांगायचंय. तुम्ही नुसते खटल्यात उभे राहिलात की, खटल्याला निराळंच वजन प्राप्त होईल.''

"ते सगळं खरं आहे. पण माझ्या काही अडचणी आहेत. माझ्या वकीलपत्राला पटेल हरकत घेतील. अर्थात, ती हरकत कोर्ट फेटाळेल म्हणा."

"साहेब, पण शक्य असेल तर तुम्ही आमच्यासाठी कोर्टात उभं राहिलं पाहिजे. आपण म्हणाल, त्या अटी आम्हाला मान्य आहेत."

"विचार करून पाहतो. पण तरीही मला वाटतं, आय कॅन मॅनेज विथ संचेती. शिवाय, माझ्या अटी तुम्हाला परवडण्यासारख्या नाहीत."

"नाही साहेब, मी तुम्हाला कोऱ्या कागदावर सही करून देतो."

"पाहा बरं? पहिली अट– बन्सीच्या खुनाची चौकशी करण्याचा आग्रह तुम्ही धरला पाहिजे. दुसरी गोष्ट, तुमचं ते सागाचं काय जे प्रकरण असेल ते तुम्ही ताबडतोब मिटविलं पाहिजे. त्यात राजकीय डावपेच बिलकुल उपयोगाचे नाहीत. तिसरी आणि महत्त्वाची गोष्ट– चऱ्होलीच्या वंजारी समाजाचं तुम्ही सर्व बाबतींत समाधान केलं पाहिजे. प्रसंगी लाख-दोन लाख खर्च करून त्यांच्या काही अडचणी असतील, त्या दूर केल्या पाहिजेत."

"साहेब, हे सारं मला मान्य आहे. यात काही अडचण येणार नाही."

"आणखी एक महत्त्वाची अट– बाबूराव काय किंवा या प्रकरणात गुंतलेले अन्य लोक काय, यांच्यावर सूडाचं राजकारण तुम्ही खेळता कामा नये."

"कबूल आहे साहेब!"

"शिवाय संचेतींना द्यावयाचे सर्व पैसे मी कोर्टात उभे राहाण्यापूर्वी चुकते झाले पाहिजेत."

भगवंतराव काही बोललेच नाहीत. त्यांनी यशवंतरावाला खूण केली. यशवंतरावाने ब्रीफकेस उघडली आणि हजारा-हजारांची काही बंडले टेबलावर ठेवली. समाधानाने त्याकडे पाहत भगवंतराव म्हणाले, "साहेब, आपली फी किती, तेही सांगा."

"भगवंतराव, पैशाशिवाय तुम्हाला काही दिसतच नाही का? पण या खटल्यात मला काहीही नको. खटला जिंकल्यानंतर कोणत्या संस्थेला पैसे द्यायचे, हे मी तुम्हाला सांगतो. वाटलं तर तुम्ही ते द्या, नाही तर देऊ नका. तो तुमचा प्रश्न."

"मग साहेब–"

"मी बहुतेक उभा राहीन. नाममात्र एक रुपया वकील फी द्या. पावती घ्या आणि संचेतीजवळ वकीलपत्रावर सही करून द्या."

दुसऱ्या दिवशी कोर्ट सुरू होण्यापूर्वी नाईकांच्या वतीने आबासाहेब खरे वकील कोर्टात हजर होत आहेत, ही बातमी बाररूममध्ये पसरली. कोर्टात आबासाहेब आले, तेव्हा येताक्षणीच ते पटेलला म्हणाले,

"माझ्या वकीलपत्राला कदाचित तू आक्षेप घेशील."

"नाही– नाही. मी आक्षेप घेत नाही. कारण मला माहीत आहे की, कोर्ट ते ओव्हररूल करेल."

मात्र, या बाबतीत बाबूरावांचा राग त्यांच्या डोळ्यांत मावत नव्हता आणि तो राग पाहून आबासाहेब मनातून खूश झाले. संचेतीच्या मागे आबासाहेब आहेत, हे बाबूरावांना ठाऊक होते. पण संचेती तो संचेती आणि आबासाहेब खरे ते आबासाहेब खरे. कोर्टात बुद्धीला महत्त्व असते. शब्द कोणाच्या तोंडून येतो, यावर न्याय तोलला जात नाही. पण त्या व्यक्तीमुळे न्यायाला अधिष्ठान लाभते. लहान-सहान अडचणींचे निवारण होते. न्यायदेवता डोळ्यांत तेल घालून न्यायाचा तोल सांभाळण्याचा प्रयत्न करते. कोर्टरूममधल्या वातावरणाचा साक्षीदारावर परिणाम होतोच, आणि एरवी जी न्यायालयात शिथिलता असते, त्याऐवजी एक सावध पण निर्णायक संग्रामाचे न्यायालयात रूपांतर होते.

कोर्टाच्या कामकाजाला सुरुवात झाली, आणि आबासाहेबांनी शांत पण गंभीर स्वरात प्रश्नांची फैर सुरू केली.

"आज जो बदनामीचा खटला कोर्टापुढे सुरू आहे, त्याची सुरुवात सतरा एप्रिल रोजी 'चव्हाटा'त तुम्ही लिहिलेल्या अग्रलेखामुळे झाली, असं तुम्हाला वाटतं काय?"

"होय."

"भगवंतराव नाईक आणि तुमचं वैयक्तिक वितुष्ट नाही?"

"मुळीच नाही. तसं माझं कोणाशीही वैयक्तिक वितुष्ट नाही."

"भगवंतराव नाईक हे अनेक वर्षं सत्तेच्या जागेवर आहेत?"

"होय."

"त्यामुळे त्यांना भ्रष्टाचाराची अधिक संधी मिळली असण्याची शक्यता आहे?"

"होय, ते भ्रष्टाचारी आहेतच."

"तुम्ही त्यांच्यावर जो पहिला अग्रलेख लिहिला, त्यापूर्वीच भगवंतरावांची भ्रष्टाचाराची काही प्रकरणं तुम्हाला माहीत होती?"

"होय."

"मग त्यापूर्वी त्या प्रकरणांवर लिहावं, असं का वाटलं नाही?"

"आम्ही योग्य त्या वेळेची संधी पाहत असतो आणि ती संधी मिळाल्यावर आम्ही प्रयत्नपूर्वक मिळविलेली माहिती वापरून सत्ताधाऱ्यांवर ॲटमबॉंब टाकीत असतो."

"तुम्हाला मिळालेली माहिती तुम्ही कोणत्या मार्गानं मिळविली?"

"ते मी सांगू शकणार नाही."

"ते बरोबर आहे. सोर्स ऑफ इन्फर्मेशन सांगण्याची तुमच्यावर जबाबदारी नाही. पण जी माहिती मिळते, त्या माहितीची सत्यता पडताळून पाहण्यासाठी तुम्ही काय करता?"

"योग्य त्या माणसाकडे माणूस पाठवून सत्यता पडताळून पाहतो. मूळ कागदपत्रांच्या फोटोस्टॅट कॉपीज मिळवितो."

"या कामी तुम्हाला सरकारी अधिकाऱ्यांचा उपयोग होतो?"

"हो, कधी कधी होतो."

"सरकारी फायलीतील कागदपत्रांच्या सर्टिफाईड नकला मिळविण्यासाठी तुम्हाला खर्च खूप करावा लागत असेल?"

"असंच काही नाही. पुष्कळ वेळा आमच्याकडे पुराव्यासहित प्रकरणं आणून दिली जातात."

"पण पुष्कळ वेळेला..."

"पण काही वेळेला आम्हाला माणसे पाठवून, कधी दाबादाबी करून-कधी धाक दाखवून कागदपत्रं मिळवावी लागतात!"

"मग त्या प्रकरणाची तुम्ही शहानिशा करता आणि खात्री पटली की, मग त्यावर लिहिता; खरं की नाही?"

"होय."

"कधी कधी अडचणीची प्रकरणं असली, तर तुम्ही कायद्याचा सल्ला निष्णात वकिलांकडून घेत असाल?"

"घेतो."

"त्यांचा सल्ला समजा, हे प्रकरण कायद्याच्या कक्षेत बसणार नाही, असा असला, तरी तुम्ही या प्रकरणावर लिहिण्याचं काही थांबवत नाही."

"असंच काही नाही... मग आम्ही आणखी काही वकिलांचा सल्ला घेतो."

"या प्रकरणाची संगतवार माहिती मिळाल्यानंतर एखाद्या महत्त्वाच्या कागदपत्राची गरज लागली, तर तुमचं वजन वापरून एखाद्या मंत्र्याकडून तुम्हाला

ते कागद मिळवता येतात काय?''

''या प्रश्नाचं उत्तर मी देऊ शकणार नाही. पण मी एवढंच सांगेन की, सामाजिक दृष्ट्या गुन्हेगार असणाऱ्याला समाजापुढं आणण्यासाठी कोणतेही भलेबुरे मार्ग वापरायला मी कमी करीत नाही.''

''नाही, तसा तुमचा लौकिक आहेच. पण मिळालेल्या माहितीत तुम्ही पदरची काही भर घालता की नाही?''

''मुळीच नाही. तशी गरजच पडत नाही.''

''एखादं प्रकरण आकर्षक करण्यासाठी थोडी अतिशयोक्तीची भाषा, भडक वाक्प्रचार, थोडी अतिरेकी विधानं करावी लागतात की नाही?''

''सत्याला धक्का न लावता मजकूर रंजक करणं, हे आमचं कर्तव्यच आहे; ते मी जरूर करतो.''

''एका मंत्र्याविरुद्ध एखादं प्रकरण उपस्थित करण्यासाठी दुसरा मंत्री तुम्हांला काही माहिती किंवा कागदपत्रं पुरवितो काय?''

''याही प्रश्नाचं उत्तर मी तुम्हाला देऊ शकणार नाही. माहिती कोण पुरवितो यापेक्षा छापलेली बातमी बरोबर आहे का नाही, याला मी महत्त्व देतो.''

''वर्तमानपत्रवाल्यांचं ते कर्तव्य आहे आणि ते तुम्ही पार पाडता यात शंकाच नाही. आपण आता परत मूळ मुद्द्यावर येऊ. तुमच्याकडे जे हे चऱ्होली गावचं बलात्काराचं प्रकरण आलं, ते आजचे भगवंतराव नाईक ह्यांच्या मतदारसंघातलं गाव आहे!''

''होय.''

''हे बलात्काराचं प्रकरण तुमच्या वार्ताहरानं पाठविलं, का अन्य काही मार्गानं तुमच्याकडं आलं?''

''आमचे एक प्रमुख वार्ताहर चंद्रकांत गोगटे यांना गुलाब राठोड या बाई व त्यांचा दीर सूरज राठोड हे भगवंतराव नाईक ह्यांच्या बंगल्यात असल्याचा सुगावा लागला आणि त्या दोघांना घेऊन ते माझ्याकडे आले.''

''मग तुम्ही त्यांची सर्व कहाणी ऐकून घेतलीत?''

''होय.''

''ती ऐकल्यावर तुम्हाला असं वाटलं की, पोलीस खात्याचा आणि भगवंतरावांचा बंधू यशवंतराव यांचा या प्रकरणाशी संबंध आहे?''

''होय, माझी खात्रीच झाली.''

''हे प्रकरण गंभीर आहे, याची दखल घेतली पाहिजे, असं तुम्हाला

पत्रकार म्हणून वाटलं?''

"होय.''

"भगवंतरावांचा बंधू यशवंतराव या प्रकरणात आहे. त्यामुळे ह्यात भगवंतरावांनाही ओढावं, असं तुम्हाला का वाटलं?''

"भगवंतराव हे मंत्री आहेत. त्यांच्या अधिकारांचा आधार असल्याशिवाय यशवंतरावाची असं करण्याची हिंमत नव्हती, हे उघडच होतं.''

"-पण, भगवंतराव या प्रकरणात आहे याचा प्रत्यक्ष पुरावा तुमच्याकडे काय आहे?''

"माझ्याजवळ प्रत्यक्ष असा पुरावा पुष्कळ आहे! भगवंतराव या प्रकरणात आकंठ बुडालेले आहेत, याविषयी माझी पूर्ण खात्री झाली.''

"कोर्टानं हुकूम दिला, तर तुम्ही तो पुरावा हजर करू शकाल?''

"मी त्याचा विचार करीन. पण त्या बाबतीत मी हा खटला दाखलच केलेला नाही. हा खटला त्यांनी माझ्यासंबधी खोटी विधानं केली आहेत आणि म्हणून माझी बदनामी झालेली आहे, अशा स्वरूपाचा आहे. ते कसे बदमाष आहेत, हे सिद्ध करण्याची आज मला आवश्यकता वाटत नाही.''

"ते बरोबर आहे. हा खटला मर्यादित स्वरूपाचा आहे आणि त्या मर्यादेच्या बाहेर जाण्याचं कारण नाही. पण आता असं पाहा की, भगवंतराव हा एक वाईट गृहस्थ आहे, समाजाचा शत्रू आहे- अशी तुमची खात्री पटलेली आहे.''

"होय.''

"-आणि अशी खात्री पटलेली असतानाच त्याच्याविरुद्ध एक प्रकरण घेऊन एक अश्राप बाई तुमच्याकडे येते; तेव्हा तुम्हाला आनंद झाला असेल, होय की नाही?''

"आनंद होणं स्वाभाविकच आहे.''

"या बाईंनी आपली हकिगत सांगितली, तिचं काही टाचण आपण केलं असेल?''

"होय, केलंय की! ती आमची प्रथाच आहे.''

"हे टाचण कोण, तुम्ही स्वत: करता?''

"नाही. त्या वेळेला जो कामावर असेल तो वार्ताहर किंवा कारकून ते टाचण काढतो.''

"ते टाचण तुम्ही हजर करू शकाल?''

"हो. त्यात काय अवघड आहे?''

"पण हे जे टाचण तुमच्याजवळ असेल, त्याच्यावर गुलाबबाईची किंवा तिच्या दिराची किंवा अन्य कोणाचीही खरेपणाबद्दलची ग्वाही असावी, म्हणून सही किंवा अंगठा घेतला आहात काय?"

"त्याची काही गरज नाही, कारण आपण होऊन माझ्याकडे माहिती देण्यासाठी आलेली माणसं मला खोटं कशाला सांगतील?"

"ते बरोबर आहे. पण असं पाहा की, उद्या त्यांची इथं कोर्टात साक्ष झाली आणि त्यांनी सांगितलं की, आम्ही काही बोललोच नाही आणि संपादकांनी कल्पित गोष्ट रचून लिहिली आहे; मग तुम्ही काय करणार?"

"त्याची मला भीती नाही. कारण मी तेव्हाच सगळं संभाषण टेप करून ठेवलंय."

"मग ती टेपही कोर्टात हजर करू शकाल?"

"सहज."

"किती वेळात तो पुरावा तुम्ही हजर करू शकाल?"

"मला कल्पना होती, म्हणून मी त्या गोष्टी बरोबरच आणलेल्या आहेत."

पटेल उठले. त्यांनी कागदांचे टाचण आणि एक कॅसेट प्रथम बाबूरावांच्या हातात दिली. बाबूरावांनी ती हातात घेतली, पाहिली. संमतिदर्शक मान हलविली आणि परत पटेलांच्या हाती दिली. पटेलांनी ती खऱ्यांच्या हातात दिली. खऱ्यांनी ती काळजीपूर्वक न्याहाळून पाहिली आणि त्यांच्या चेहऱ्यावर स्मित उमटले. त्यांनी ती कॅसेट परत पटेलांच्या हातात दिली आणि पटेलांनी ती कोर्टाला दाखविण्यासाठी व हजर करण्यासाठी शिरस्तेदाराच्या हातात दिली. कोर्टाने ती न्याहाळून पाहिली आणि खऱ्यांकडं पाहत विचारलं,

"मिस्टर खरे, ही दाखल करून घ्यायला माझी हरकत नाही, कारण फिर्यादी पक्षानं ती देताना कसलीही कटकट केलेली नाही. पण मला अजून हे समजत नाही की, या खटल्याच्या मूळ मुद्द्याकडं तुम्ही अजून वळत कसे नाही?"

मोठ्या अदबीनं मान पुढे झुकवीत आबासाहेब खरे म्हणाले, "कोर्टाचा, महाराष्ट्रातल्या ज्येष्ठ संपादकाचा किंवा कुणाचाही वेळ अकारण फुकट जावा, असं मला वाटत नाही. युवर ऑनर, आपल्याला माहीत आहे की, मी कधीही लांबण लावत नाही. आणखी एक अर्ध्या तासात मी उलटतपासणी संपविणार आहे."

"प्रोसीड."

"हे पाहा चित्रेसाहेब, ज्या दिवशी गुलाबबाई तुमच्याकडे आल्या आणि त्यांनी जी गोष्ट सांगितली, तिचा वृत्तान्त तुमच्या समक्ष चंद्रकांत गोगटे यांनी

लिहून घेतला, तेच टाचण तुम्ही आता कोर्टापुढं हजर केलंत ना?''

''होय–''

''त्याच वेळची टेपही तुम्ही सादर केलीत?''

''होय.''

''पुन्हा एकदा चित्रेसाहेब, तुम्ही नीट विचार करून सांगा. कारण तुम्ही ईश्वरसाक्ष खरं सांगण्याची प्रतिज्ञा केली आहेत. गोगटे यांनी लिहून घेतलेला हा एकमेव खरा वृत्तान्त आहे?''

''अर्थातच.''

''हा नीट वाचून पाहा, संभाषण आठवा आणि मग उत्तर द्या की, हा तोच वृत्तान्त आहे म्हणून.''

''मी खात्रीपूर्वक सांगतो की, हा तोच वृत्तान्त आहे.''

''एखादी व्यक्ती बोलत असताना आपण जेव्हा लिहून घेतो, तेव्हा कितीही जलद लिहिणारा असला तरी त्याची घाईगर्दी उडतेच.''

''असंच काही म्हणता येणार नाही. माझे सगळेच वार्ताहर जलद लिहिण्यासाठी प्रसिद्ध आहेत.''

''कितीही जलद लिहिणारा असला तरी स्टेनोग्राफीचा आधार घेतल्याशिवाय माणसाच्या बोलण्याच्या वेगानं त्याला लिहिता येत नाही, हे तरी तुम्हाला मान्य आहे काय?''

पटेल ताड्कन उठून उभे राहिले आणि म्हणाले, ''ज्या विषयात चित्रे तज्ज्ञ नाहीत, त्या विषयात त्यांचे मत मागणे बरोबर नाही.''

''युवर ऑनर, मला माझे पूर्ण प्रश्न विचारू द्या. जर त्यात आक्षेपार्ह काही आढळले, तर तो सारा भाग कोर्टाच्या कामकाजातून काढून टाकण्याची माझ्या वकीलमित्रांनी सूचना करावी; पण सत्य शोधण्याच्या माझ्या प्रयत्नात व्यत्यय आणू नये.''

''ऑब्जेक्शन ओव्हररूल. प्रोसीड.''

''असं पाहा चित्रेसाहेब, तुम्ही सर्व मजकूर डिक्टेट करता, तेव्हा लिहिणारा सावकाश घेऊ शकतो; कारण तुम्ही सावकाश सांगता.''

''होय, बरोबर.''

''ज्या वेळेला तुम्ही गुलाबबाईशी प्रश्नोत्तरे करत होतात, त्या वेळेला तुमचं नैसर्गिक संभाषण चालू होतं. ते संभाषण इतक्या स्वच्छ व स्पष्ट शब्दांत लिहून घेणं शक्य आहे काय?''

"शक्य आहे.''

"त्याचं प्रात्यक्षिक केलं, तर तुमची हरकत आहे?''

"माझी मुळीच हरकत नाही.'' हे उत्तर देताना बाबूरावांचा चेहरा उतरला.

"ह्या सगळ्या ऊहापोहानंतर मी तुम्हाला पुन्हा प्रश्न विचारतो की, तुमचं आणि गुलाबबाईचं संभाषण चालू असताना केलेलं टाचण ते हेच आहे ना? का ते टाचण वेगळं होतं आणि हे टाचण वेगळं आहे?''

"हे तेच टाचण आहे!''

"तुम्हाला कायद्याची पूर्णपणे कल्पना दिली पाहिजे. तुम्ही प्रतिज्ञेवर सांगताय– कागदपत्र पाहून सांगताय की, मूळचं टाचण ते हेच. पण जर तुमचं हे विधान खोटं ठरलं, तर कोर्टापुढं तुम्ही खोटी साक्ष दिली असं होईल, याची तुम्हाला कल्पना आहे?''

"होय.''

"तरीही तुम्ही तेच विधान पुन्हा करता आहात?''

"होय. कारण मला त्याबद्दल खात्री आहे.''

आबासाहेबांनी मुद्दाम दिरंगाई करत आपली ब्रीफकेस उघडली. त्यातून एक टेप काढली. ती आपल्यासमोर ठेवली आणि सात-आठ कागदांचा एक जुडगा काढला. बाबूरावांना तो दिसेल इतक्या जवळ नेला आणि त्यांनी त्यांना कठोर आवाजात प्रश्न केला, "मूळ टाचण आणि टेप मी काही काळानंतर कोर्टापुढे हजर करीन. पण तुम्हाला एक संधी द्यावी म्हणून विचारतो, तुम्ही गोगटेंकडून तुम्हाला हवा तसा वृत्तान्त नंतर लिहून घेतलात आणि टेपही एडिट करून घेतलीत, ही गोष्ट खरी आहे का? नीट विचार करून उत्तर द्या.''

बाबूरावांनी पटेलांना आपल्याजवळ येण्याची खूण केली आणि त्यांच्या कानाशी ते काही तरी पुटपुटले, त्याबरोबर पटेल कोर्टाला उद्देशून म्हणाले, "मिलॉर्ड, फिर्यादीच्या ताब्यातील टेप आणि कागद आरोपीने पळवून पैदा केलेले दिसतात. त्यांना कायदेशीर मालकी दाखविल्याशिवाय ते कोर्टात हजर करता येणार नाहीत.''

शांतपणाने आबासाहेब खरे म्हणाले, "मिलॉर्ड, मी अजूनही कोर्टात काहीही हजर केलेलं नाही. मी कोर्टात ह्या गोष्टी जेव्हा हजर करेन, तेव्हा माझे वकीलमित्र आक्षेप घेऊ शकतील. ज्याच्याकडून मला हे कागद आणि टेप मिळाली, त्या व्यक्तीला मी कोर्टात साक्षीदार म्हणून हजर करेन आणि तिच्यामार्फत योग्य त्या वेळेला हा पुरावा हजर होईल. फिर्यादीची साक्ष पुन्हा होणार नाही,

म्हणून फिर्यादीकडून कायद्याच्या कक्षेत जेवढी माहिती आहे तेवढी मिळवीत आहे.'

''ऑब्जेक्शन ओव्हरूल, प्रोसीड.''

''मिलॉर्ड, शिवाय फिर्यादीनं प्रतिज्ञेवर सांगितलेलं आहे की, मूळ कागद आणि टेप केलेली कॅसेट त्याच्याजवळच आहे. मग मी दाखल करीत असलेलं टाचण आणि टेप या गोष्टीवर त्याची मालकी असूच शकत नाही. एक तर तो खोटं बोलतो किंवा या गोष्टी त्याच्या मालकीच्या तरी नाहीत.''

बाबूराव चांगलेच हादरले. त्यांचे सारे शहाणपण संपुष्टात आले. आपल्या बंदिस्त तिजोरीतून मूळ कागदपत्रं आणि टेप आबासाहेबांनी मिळविली होती, यात शंकाच नाही, अशी त्यांची खात्री पटली. 'चव्हाटा'च्या कचेरीतील किती तरी लोक आबासाहेबांच्या ओळखीचे होते. त्यांच्यापैकी कोणाचे तरी हे कृत्य असावे. गोऱ्यामोऱ्या झालेल्या पटेलांना पुन्हा बोलावून त्यांच्या कानात बाबूराव बराच वेळ बोलत होते.

पटेल उभे राहिले आणि– ''मिलॉर्ड, आपण परवानगी दिलीत, तर हा खटला काढून घ्यायची आमची इच्छा आहे.''

''मी खटला पुढे चालू ठेवण्याचा आग्रह धरणार नाही; पण कोर्टापुढे प्रतिज्ञेवर खोटी साक्ष दिली गेल्याचा ऊहापोह झाला, त्याचा मला विचार करावा लागेल. तुमचं काय म्हणणं आहे मिस्टर खरे?''

''विनाअट फिर्याद काढून घेणार असतील, भगवंतराव नाईक, यशवंतराव नाईक, गुलाब, सूरज राठोड आणि 'जनशक्ती' दैनिकाचे संपादक यांच्यावर पुन्हा काहीही न लिहिण्याचं फिर्यादी आश्वासन देत असेल, तर फिर्याद काढून घ्यायला आमची मुळीच हरकत नाही. आरोपी मात्र कोणतीही हमी द्यायला तयार नाहीत, हे लक्षात ठेवावे.''

मॅजिस्ट्रेट तांबे हसले. खटला संपलेला आहे, हे त्यांच्या लक्षात आले. पटेल आणि बाबूराव यांनी आपापसात काही बातचित केली आणि पटेल अर्जसुद्धा लिहू लागले. कोर्टाने अर्जाला मंजुरी दिली. कोर्टातल्या ह्या अनपेक्षित चित्तथरारक नाट्यामुळे सारा वकीलवर्ग, प्रेक्षक आणि सूचना दिल्यामुळे आलेले भगवंतराव, यशवंतराव सारेच हर्षभरित झाले. खालच्या मानेने बाबूराव निघूनही गेले. वकिलांच्या गर्दीसह आबासाहेब कोर्टरूमच्या बाहेर पडले.

माणसांना चुकवीत आबासाहेब घरी आले. झाल्या गोष्टीचा त्यांना काही आनंद झाला नव्हता. अनेक वर्षांच्या बाबूरावाच्या आणि आपल्या संबंधाची

अखेर अशी होईल, असे त्यांना वाटले नव्हते. बाबूराव कसेही असोत; किंबहुना, ते कसे आहेत, हे आबासाहबांना सर्वांत जास्त माहीत होते आणि बाबूरावांची सामाजिक उपयुक्तता त्यांना अजिबात समजत नव्हती, असेही नाही. स्वत:ची एक अद्‌भुत पत्रकारिता निर्माण केलेला माणूस भडक माथ्याचा, अविवेकी, असुर वृत्तीचा असावा, याची त्यांना खंत होती. आपले भांडण बाबूरावांशी नाही, तर त्यांच्या असुर वृत्तीशी आहे अशी जरी समजूत करून घेतली असली; तरी कित्येक विजय असे असतात की, त्यांना पराभवाची कळा येते हे त्यांना माहीत होते. भगवंतराव तरी काय थोर पुरुष लागून गेला होता की, ज्याला या संकटातून वाचविण्याची नैतिक जबाबदारी आपली होती? काहीही झाले असले– अगदी आपण हा खटला नाट्यपूर्ण रीतीने जिंकला, तरी वकिली नीतिमूल्यांत तसूभर का होईना, आपल्या हातून गैरकृत्य झाले याची त्यांना खंत होतीच होती. डॉक्टर, वकील या व्यवसायांत विश्वासभंग करणे, हे अनैतिकच आहे. प्रत्यक्ष या खटल्यात आपण बाबूरावाचा खऱ्या अर्थाने विश्वासभंग केलेला नाही. पण तरीही विश्वासभंग झालेला आहे, असे त्यांना सारखे वाटत होते.

आणि हे सारे करण्याची प्रेरणा कशामुळे झाली? खटला जिंकण्याचा कैफ आजपर्यंत भोगला, त्याचीच ही परिणती काय? ही तर गोष्ट खरीच आहे की– एखादा डावपेच सुचणे, तो प्रत्यक्षात आणणे आणि तो यशस्वी करून दाखविणे, ह्या साऱ्या गोष्टींत एक लोकविलक्षण आनंद आहे. पण हे जरी खरे असले, तरी आपण काही त्या आनंदासाठी ह्या खटल्यात उतरलो नव्हतो. खरे कारण होते गुलाबच्या रूपाने आपल्या आयुष्यात आलेली स्त्री. ह्या गुलाबच्या नाजूक धाग्याने गेले काही दिवस आपण अस्वस्थ होतो आणि त्या अस्वस्थपणाचा परिपाक म्हणजे अखेरीस मनाच्या धारणेविरुद्ध आपण ह्या खटल्यात प्रत्यक्ष घेतलेला सहभाग होय.

वकिलीत माणसे काही इतक्या लवकर निवृत्त होत नाहीत; किंबहुना, हेच असे वय असते की, या वयात एक प्रौढ शहाणपण आलेले असते. सत्य ह्या एका महान बिकट मूल्याचा काही वेगळाच संदर्भ या वयातच सुचू लागतो. सत्य हे दवासारखे असते. हातात पकडलेय असे वाटते, पण ते प्रत्यक्ष पकडता मात्र येत नाही. कोर्टात आपण खरोखरीच सत्य शोधतो, का सत्याभासावर आपण संतुष्ट होतो? आता वकिली केलीच पाहिजे, सत्य-असत्य याचा अन्वयार्थ लावलाच पाहिजे... पैसा, कीर्ती, गर्दी यांचा मोह ठेवलाच पाहिजे– असे खरोखरीच आयुष्यात काय आहे? मोकळ्या हवेत, खुल्या आकाशाखाली,

झाडा-झुडपांच्या संगतीत नदी, नाले, ओढे यांच्या काठाकाठाने शांतपणे हिंडावे... ह्या चराचरावर स्वामित्व सांगणाऱ्या अज्ञात शक्तीचा खेळ पाहावा... फक्त हे करत असताना गुलाब जवळपास कुठे तरी असावी. बस्स, पुरे झाले!

गुलाबची आठवण झाली आणि ज्या रात्री गुलाबला कुशीत घेऊन झोपलो होतो, तो प्रसंग आठवला. वेगळ्याच जगातली ही गुलाब एका यक्षपरीसारखी आपल्या आयुष्यात आली आणि आपले शांत आयुष्य तिने ढवळून टाकले. या गोष्टीचा त्यांना विस्मय वाटला.

जन्माला आलेले मूल जसे असते, तशीच ती निरागस होती. गुलाबाचे काटे गळून पडले; सूक्ष्म गंध आणि भडक रंग तेवढे शिल्लक होते. तिला आपण हळूहळू रसिकता देऊ, शालीनता शिकवू आणि शक्य झाले तर शृंगारसुद्धा शिकवू. गुलाबच्या संगतीत आपले आयुष्य नव्यानं सुरू होईल.

आश्रमात फोन करून गुलाबची चौकशी करावी, यासाठी ते उठले. एवढ्यात दीपक आला अन् त्याने सांगितले, "बाहेर लोक आलेत!"

नाखुशीने आबासाहेब दिवाणखान्यात आले. भगवंतराव, यशवंतराव, अक्षयकुमार, जनशक्तीचे संपादक आणि त्यांचे वकील अशी बरीच मंडळी आलेली होती. अभिनंदन, कौतुक, पुष्पगुच्छ वगैरे सारे सोपस्कार चालू होते. दीपकने आणलेली कॉफी सर्व जण घेत होते.

अक्षयकुमार म्हणाला, "साहेब, भगवंतराव काय म्हणताहेत पाहा–"

"बोला."

"वकीलसाहेब, खटला अशा प्रकाराने आणि इतक्या लवकर जिंकाल, असं वाटलं नव्हतं. तुमच्यावर माझा विश्वास होता, पण कालच्या क्रॉसपर्यंत तुमचे डावपेच माझ्या लक्षातही आले नाहीत. तुम्हाला कबूल केलेल्या सर्व गोष्टी आम्ही करणारच आहोत. आपण फी घेणार नाही म्हणालात, पण ती घ्यायला हवी, अशी आपल्याला विनंती आहे."

"फीसाठी मी हे काम स्वीकारलं नव्हतं, तेव्हा फी घेण्याचा प्रश्नच येत नाही. तुम्हाला खरोखरच जर काही करायचं असेल, तर तुम्ही कस्तुरबा महिला आश्रमाला घसघशीत देणगी द्या. बाकी काय करायचं, ते मी तुम्हाला नंतर सांगेनच."

"पण साहेब, तुमच्यासाठी काही तरी करावंसं वाटतं... तुमच्यासाठी नाही, आमच्या समाधानासाठी."

"तुमची सदिच्छा मी समजू शकतो. पण तुम्ही जे पैसे देणार, ते काही

तुमच्या कष्टाचे पैसे नाहीत. कुठल्या तरी गैरव्यवहारातून ते मिळवता, हे तुम्हाला मी सांगायला नको. मी काही साधू संत नाही, तेव्हा मी तुम्हाला नीती-अनीती शिकवू इच्छित नाही. आजपर्यंत मी वकिली केली. यश मिळवलं. त्यांतले अनेक खटले गुन्हेगारांचेच होते. तेव्हा मी वाईट मार्गानं मिळवलेला पैसा घेतलेलाच नाही, असं म्हणू शकत नाही. पण मी आता वकिली व्यवसायातून निवृत्त व्हायचं ठरवलंय.''

सर्वांनीच एकदम 'कायऽऽ!' असा उद्‌गार काढला. त्यावर आबासाहेब हसून म्हणाले, ''तुमचे आश्चर्य बरोबर आहे. पण माणसानं कुठं तरी कधी तरी थांबायला नको का? त्याच त्या गोष्टी आयुष्यात किती वेळा करत राहायच्या?''

आबासाहेबांचे बोलणे पुरे होण्यापूर्वीच टेलिफोनची घंटा वाजली. आबासाहेबांनी फोन घेतला आणि तो फोन माताजींचा आहे, हेही चट्‌कन त्यांच्या लक्षात आले. माताजींच्या आवाजावरून काही तरी विपरीत बातमी आहे, हे लक्षात आल्यामुळे त्यांचे हात कापू लागले. ते फोनवर म्हणाले, ''मी तिकडेच येतो. पण कुणालाही यातलं सांगू नका.''

काही तरी विपरीत घडलेय, हे सर्वांच्या लक्षात आले. त्यांनी काय झाले विचारण्याचा प्रयत्न केला, पण आबासाहेबांनी तिकडे लक्षच दिले नाही. ते म्हणाले,

''माफ करा– मला बाहेर जायला हवं. आपण पुन्हा सवडीनं भेटू.''

सगळे अर्धवट उभे राहिले. पण 'जनशक्ती'चे संपादक म्हणाले, ''आबासाहेब, तुम्ही घाईत आहात, तुम्हाला वेळ नाही. पण आज तुम्ही कोर्टात दाखल केलेली ओरिजनल टेप व कागद आम्हाला देऊ शकाल काय?''

''माझ्याकडं नाहीत त्या गोष्टी.''

''मग कुणाकडे मिळतील?''

''कुठंच मिळणार नाहीत, कारण त्या बाबूरावांच्या तिजोरीत सुरक्षित आहेत.''

''म्हणजे! काय सांगता काय तुम्ही?''

''खरंच सांगतो. मी जबानीच्या वेळेस अस्सल म्हणून जे कागद हातात धरले, ते केवळ चंद्रकांत गोगटेच्या हस्ताक्षरातले होते आणि टेप तर ब्लँक होती. गोगटेच्या हस्ताक्षरातले कागद मिळविणं सोपं होतं, कारण रोजच त्याची कॉपी 'चव्हाटा'च्या कार्यालयात येत असते. बाबूरावांच्या नित्याच्या स्वभावाप्रमाणे त्यांनी सोईस्कर असं नवं टाचण केलं असलं पाहिजे, यावर माझं सारं नाटक

अवलंबून होतं; ते नाटक जमलं, इतकंच. हा केवळ दैवयोग. खरोखरीच हे सर्व दाखल करण्याचा प्रसंग आला असता, तर आपली फजिती झाली असती. एनी वे, आय मस्ट गो!''

बाबूरावाला कोर्टात आपण जो धक्का दिला, त्यापेक्षा इथल्या मंडळींना बसलेला धक्का अधिक आहे, हे आबासाहेबांच्या लक्षात आले. क्षणमात्र त्यांनाही हसू आले. संभाषण रेंगाळत ठेवण्यात किंवा खुलासे-प्रतिखुलासे करण्यात त्यांना काही रस नव्हता आणि वेळही नव्हता.

आबासाहेब आश्रमात पोहोचले ते थोड्या अधिऱ्या अवस्थेत. माताजींच्या ऑफिसमध्ये गेले, तेव्हा माताजी म्हणाल्या, ''मी तुम्हाला फोनवर मुद्दामच सगळं सांगितलं नाही. संध्याकाळच्या वृत्तपत्रात तुमच्या विजयाची बातमी आली. गुलाबला आता वाचता येतं. तिनं ती बातमी वाचली. मोडक्या-तोडक्या भाषेत एक पत्र लिहून ठेवलंय आणि ती चक्क आश्रम सोडून निघून गेली!''

''गुलाब निघून गेली? काय सांगता माताजी!''

''होय, हे पाहा तिचं पत्र–''

मोडक्या-तोडक्या आणि मोठ्या अक्षरात त्या चार ओळी लिहिलेल्या पाहून आबासाहेब अगदी कळवळून गेले. ही मुलगी एकटी कुठे जाईल, हा विचार प्रथम त्यांच्या मनात आला. त्यांची सारी स्वप्नं आता उद्ध्वस्त झाली. अश्रु भरल्या डोळ्यांनी त्यांनी ती चिठ्ठी वाचली.

'साहेब, खटल्याचा निकाल मी वाचलाय आणि तुमचा अभिमान वाटला. तुमच्या आयुष्यात जशी मी आले, तशी आज निघून जाते आहे. तुमच्या आयुष्यात येण्याची माझी लायकी नाही. मला मोह पडला. मी तुमच्या आयुष्यात ओझं होईन. माझ्या या किळसवाण्या देहाशिवाय माझ्याजवळ काही नाही. ह्या देहाची तुम्ही अपेक्षा केली, तर मी काय करणार? माझा शोध करू नका, एवढेच सांगते. मी कुठंही असले, तरी तुम्ही सांगितलेल्या रस्त्यानं चालण्याचाच प्रयत्न करीन. यापुढचं माझं आयुष्य

शुद्ध ठेवीन. तसं करता आलंच नाही, तर
तुमचं स्मरण करीन अन् आयुष्य संपवून टाकीन.

तुमची दासी,

–गुलाब''

हे पत्र आबासाहेबांनी मोठ्या कष्टाने वाचले. त्यातले कित्येक शब्द समजून घ्यावयास त्यांना त्रास झाला. एक सत्य त्यांच्या लक्षात आले की, गुलाब आपल्या आयुष्यातून कायमची निघून गेली आहे.

आबासाहेबांचे ते उदासीन रूप पाहणे माताजींना अशक्य होते. आबासाहेबांनाही अश्रूंच्या पडद्यामुळे काही दिसेनासे झाले. फक्त माताजींचे शब्द ऐकू येत होते–

''आबासाहेब, तुम्ही कसली चिंता करताय? तुमचं त्या मुलीत मन गुंतलंय, हे काय मला माहीत नाही? तुम्हाला ती शोभेशी व्हावी, ह्यासाठी मी खटपटीत होते. पण तुम्ही हताश होऊ नका.

''पोलीस कमिशनर तुमचे मित्र आहेत. पोलिसांची सारी यंत्रणा कामाला लागली, तर चोवीस तासांत गुलाबचा शोध लागेल. लपून-लपून ती लपणार कोठे? मी कमिशनरसाहेबांचा फोन जोडून देते.''

''नको– नको, असलं काही करू नका. तिचं आयुष्य कसं जगायचं, हे तिनं ठरवायचंय.''

आबासाहेब खाली मान घालून उठले आणि परत गाडीत बसले. ड्रायव्हरला त्यांनी गाडी लोणावळ्याला न्यायला सांगितली. लोणावळ्याला जेव्हा गुलाब त्यांच्याबरोबर जात असे, तेव्हा तिचा येणारा उग्र सुगंध आबासाहेबांना आता कसा घेता येणार!

लोणावळ्याच्या बंगल्यात गाडी पोहोचली. आबासाहेबांना एकटे आलेले पाहून कुत्रेसुद्धा क्षणभर कावरे-बावरे झाले. पिंजऱ्यातील पाखरे कलाकलाट करू लागली. झाडं खुळ्यासारखी गप्प उभी होती.

आबासाहेबांच्या लक्षात आले की, या घराच्या भिंती ढासळलेल्या आहेत. ते हळूहळू चालत गायत्रीच्या खोलीत आले. गायत्रीचा एक फुलसाईज फोटोग्राफ तिथे होता. ती तिच्या बोलक्या डोळ्यांतून म्हणत होती,

'अरे, स्वप्नं फक्त पहाटेचीच पडतात; ही काही कायमची बरोबर येणार नसतात. गुलाब आली आणि गेली... पण मी ह्या वास्तूत तुझ्यासाठी ताटकळत

राहीन.'

आबासाहेबांना अश्रू आवरेनात आणि त्यांच्या लक्षात आले– गायत्री हेच सत्य आणि तिचीच साथ आपल्याला उरलेल्या आयुष्यात लाभणार आहे.

-०-०-०-

विळखा

'एकेकाच्या नशिबाचा योग असतो.'

वास्तविक, माझी आणि मोहनाबाईंची गाठ पडण्याची कधी तरी शक्यता होती का? मोहनाबाई या खानदानी कुटुंबातील, सुविद्य अशा एक आमदार यशवंतराव थोरात यांच्या पत्नी! परंतु, नियती काही विचित्र खेळ खेळली. त्या खेळाची चाल कुणाच्या लक्षात येत नाही.

मी एक फाटका पत्रकार. आमचे मालक देवकिसन बजाज नावाचे संपादक. खरं म्हणजे हे बनिया. त्यांच्या लेखी वृत्तपत्र हादेखील व्यापार! जिथून चार पैसे मिळतील, ती बाजू सत्य आणि तिची भलावण करायची– हा त्यांचा खाक्या होता. अशा पत्रकारांना समाजात किंवा सरकारदरबारी फारशी मान्यता नसते. नाही म्हटलं तरी, आमच्या शेठजींनी सर्वांशी भले राखून आपलं 'भुईनळा' चालवलं होतं. तसे ते उदार होते. पाच-दहा हजार रुपये मिळाले तर ते कोणत्याही अपराधाला क्षमा करत! एवढेच नव्हे, तर आपला 'भुईनळा' त्या माणसासाठी वापरीत. अशा मिळालेल्या पैशातून शे-दोनशे रुपये माझ्यासारख्या पत्रकाराच्या अंगावर खुशाल फेकत असत. 'भुईनळा'ला प्रतिष्ठा नसली तरी समृद्धी होती. उत्तम यंत्रसामाग्री होती, गाड्या होत्या. त्यामुळे इथे नोकरी करणं एरवी दुःखाचं नव्हतं! कुठे जायचं म्हटलं, तर म्हणू तितके पैसे हातात पडत. अर्थात शेठजींसाठी आम्ही सावजं शोधून आणीत असू, हा भाग निराळा.

तसं चांगलं चाललं होतं. मंत्रिमंडळाचे शेठजींचे संबंध उत्तम! माझी नेमणूक त्यांनी केवळ सचिवालयासाठीच केली होती. म्हणजे

वार्ताहर परिषदांसाठी नव्हे, तर मंत्र्यांच्या आपापसांतील संबंधांबाबत– भानगडींबाबत मी माहिती मिळवायची. शेठजींची उपद्रव शक्ती माहीत असल्यामुळे मंत्रीदेखील माझ्याशी सलगीने वागत असत. अर्थात, त्या सलगीचे कारण मला माहीत असल्यामुळे मीही त्याचा दुरुपयोग करत नसे. मुख्यमंत्री किंवा गृहमंत्री यांच्याबरोबर पुष्कळदा दौऱ्यावरदेखील जात असे. दौऱ्यावरती मंत्र्यांचं खास अंतरंग कळतं!त्यांचे डावपेच त्यांच्या खास मतदारसंघात चालू असतात. विशेष मर्जीतला पत्रकार म्हणून आपल्याला कुठेही प्रवेश मिळतो, तेव्हा डोळ्यांनी सारं अचूक पाहायचं! मत व्यक्त करायचं नाही. एवढंच नव्हे, तर योग्य संधी आल्याशिवाय तिथे मिळेलल्या माहीतीचा दुरुपयोग करायचा नाही, हेही परिस्थितीने मला शिकवलं होतं. महत्त्वाच्या मंत्र्यांची गावोगावी जी भाषणे होत, त्यांचे वृत्तांत मीच पाठवत असे. स्थानिक वार्ताहराला तो अधिकार नसे; कारण मंत्री जे बोललेलेच नाहीत; ते त्यांच्या तोंडी घालण्याचे कसब आणि अधिकार मी मिळवला होता. एरवी मंत्री तरी रोज नवनवीन काय बोलणार! पण मी मात्र जणू काही प्रत्येक दिवशी ते नवेच बोलत आहेत, अशा थाटात त्यांची वृत्ते पाठवीत असे. त्यामुळे मंत्री विशेषत:– मुख्यमंत्री साहेबराव– या माझ्या कामगिरीवर खूश होते. कधी कधी मला चेंबरमध्ये खास बोलवून ते त्यांच्या भाषणाची चर्चासुद्धा करीत. काही नवे मुद्दे सुचवायला सांगत. मलाही फुशारल्यासारखे वाटे. माझं इंग्रजी वाचन या वेळेस माझ्या उपयोगाला येई. मुख्यमंत्र्यांच्या बुद्धिमत्तेचे जे नवे दर्शन जगाला झाले, त्यात माझाही थोडासा हिस्सा होता म्हणून तर मराठवाड्याच्या या दौऱ्यावर मुख्यमंत्र्यांसमवेत मी गेलो होतो.

नव्या साकोरी सहकारी साखर कारखान्याचं भूमिपूजन होतं. कार्यक्रम वगैरे चांगला पार पडला. आमदार उत्तमराव मोरे यांनी मोठ्या निष्ठेने कारख्यान्याची उभारणी केली. रात्री रेस्ट हाऊसवरच मुक्काम होता. दहा-साडेदहा वाजेपर्यंत मंडळींचा गराडा होता. एकेक मंडळी हलू लागली; फक्त उरले सिक्युरिटीचे लोक आणि आमच्याबरोबरच्या पार्टीतली माणसं. तीही मंडळी पांगू लागली. मग मी साहेबांना विचारलं, ''जावं का आता साहेब मी झोपायला?''

साहेबराव हसले आणि म्हणाले, ''तुमची वेळ झाली असेल आता– रोजच्या आन्हिकाची!''

''नाही बुवा! साहेब, दौऱ्यावर असताना मी दारू पीत नाही!''

''थापा मारतोस काय लेका! गेल्या खेपेला आपण नागपूरला गेलो– ''

''नागपूरची गोष्ट निराळी आहे साहेब! नागपूरला मी तुमच्याबरोबर सर्किट

हाऊसवर थांबलो नव्हतो; माझ्या मित्राकडे मुक्काम होता माझा! त्यामुळे तसा माझा मी स्वतंत्र होतो. या लहानशा गावात उगाचच वाच्यता होते. पुन्हा सोडा मिळत नाही, बर्फ मिळत नाही, चांगली कंपनी मिळत नाही!''

"तुला लहर आलीय का? चल, तुला घेऊन जातो एके ठिकाणी''

–मी खुशच झालो.

मग सिक्युरिटीच्या एका साध्या गाडीतून आम्ही निघालो. अंधार होता. नेमके कुठे जात आहोत, हेही मला कळत नव्हतं. बऱ्याच वेळानंतर एका छोट्या बंगलीपाशी आमची गाडी थांबली. मग माझ्या लक्षात आलं की, या बंगलीमध्ये मी केव्हा तरी पूर्वी आलो होतो. बरोबर! ही तर राण्यांचीच बंगली. बाबासाहेब राण्यांच्या बरोबर आमदार निवासात एक-दोनदा मी मद्यपान केलं होतं. मोठा दिलदार माणूस होता. पण राणे एका शिकारीला गेले असताना अपघात होऊन वारले.

विचारचक्र अर्धवट तुटले, कारण गाडी थांबली होती. बंगलीत दिवे सुरु होते. गाडी थांबताच दरवाजा उघडला आणि पंधरा-सोळा वर्षांचा तरुण मुलगा बाहेर आला. हुबेहूब राणेसाहेबच. हाच त्यांचा एकुलता एक मुलगा जयेंद्र. तो आणि मी. दोघे उतरून त्याच्याबरोबर त्या घरांत गेलो. आम्ही येणार, अशी घरात वर्दी असावी. आज साहेब मगाशी रेस्ट हाऊसमध्ये जेवले नव्हते, हे माझ्या लक्षात आलं. तसं या सफरीत मी जायचं कारण नव्हतं. रेस्ट हाऊसवर खाल्लेल्या कोंबडीची चव अजून जिभेवर रेंगाळात होती. असल्या जेवणानंतर काही खाणं तर सोडाच, पण काही पिण्यालासुद्धा अर्थ नव्हता. रात्रीच्या वेळी या अशा खास जागेमुळे काही नवं पाहायला मिळतं आणि आपल्या अनुभवात नवीन भर पडते, म्हणून खरं तर मी आलो होतो.

बाहेरून बंगली अद्ययावत वाटत असली तरी आतली सजावट आणि रचना जुन्या वळणाची होती. किंवा एखादा जुना वाडा पाडून त्यातल्या साहित्याने ही बंगली सजवली असली पाहिजे. आम्ही आत जाऊन एका छोट्याशा दिवाणखान्यात स्थानापन्न झालो. मद्यपानाचा सरंजामा मांडून ठेवला होता. इतके दिवस मुख्यमंत्र्यांच्या बरोबर राहून, त्यांना दारू पिताना मी पाहिलं नव्हतं. आज सराईतपणे त्यांनी बाटली उघडली. दोन ग्लास भरले. एक माझ्या पुढे त्यांनी सरकवला. आणि एक औपचारिकपणे 'विश' सुद्धा न करता तो सरळ तोंडाला लावला.

बंगलीत फारशी माणसे नसावीत. मघाशी पाहिलेला तरुण– राण्यांचा

मुलगा जयेंद्र आणि एक ओझरता दिसणारा नोकर. साहेब रंगात येऊन असंच काही किरकोळ बोलत होते. आज साहेबांची काही खास लहर होती, हे माझ्या लक्षात आलं. एरवी एवढी सलगी त्यांनी कधी करू दिली नाही. पाच-दहा मिनिटांनंतर माझ्या ध्यानात आलं की, साहेब आपल्या कौटुंबिक स्वास्थ्याबद्दल बोलत आहेत.

"सार्वजनिक आयुष्य म्हणजे सुळावरची पोळी आहे. खासगी आयुष्याच मुळी उरत नाही. लहानसहान इच्छा सुद्धा माराव्या लागतात!" असं काही तरी ते बोलत होते. पण असं असून ते एका वेगळ्या मूडमध्ये होते, यात शंकाच नाही! होता-होता मद्य घेण्याचे त्यांनी थांबवले आणि हातांनी टाळी वाजवून कुणाला तरी बोलावले. मग जयेंद्र बाहेर आला. माझी त्यांनी त्याच्याशी ओळख करून दिली. ते काहीसं एकमेकांशी हलक्या आवाजात बोलत होते. मग नोकर आला. त्याने दारूचे ग्लास, बाटल्या वगैरे सगळं आवरलं आणि तिथेच जरा बाजूला ताटं लावायला आरंभ केला. आम्ही जागचे उठलो आणि पाटावर जाऊन बसलो. तेवढ्यात दरवाज्याचा पडदा हलला आणि अनपेक्षितपणे ढगांच्या पायऱ्यांवरून एखादी अप्सरा यावी तशी एक स्त्री येऊन समोर उभी राहिली. ती नुसती हसली आणि तिने नमस्कारासाठी हात जोडले. तिचं हसणं गूढ होतं, पण होतं आर्जवी! त्यातही विलक्षण ऐट होती. साहेबांकडे मी पाहिलं. त्यांनीही हसून जबाब दिला, पण प्रतिनमस्कार मात्र केला नाही. माझी ओळख करून देण्यापूर्वीच माझ्याकडे पाहून तिने हात जोडले. प्रतिनमस्कारासाठी मी जबाब दिला. मग ती हलकेच एका पानावर येऊन बसली. साहेब हसले आणि मला म्हणाले, "बरं का जोशी! या कोण, हे तुम्ही ओळखलं नसेल!"

"नाही साहेब!" मी म्हणालो. असे म्हणताना मला उगीचच लाजल्यासारखं झालं. वास्तविक, त्यात लाजण्यासारखं काय होतं? तिची-माझी ओळख होण्याची शक्यता नव्हती; पण यात दोष कुणाचाच नसणार!

"या मिसेस थोरात. कॉन्व्हेंटमध्ये शिकलेल्या आहेत– बी. ए. आहेत!"

तरी मला ओळख पटण्यासारखी नव्हती. साहेब पुढे म्हणाले, 'या आमदार यशवंतराव थोरातांच्या पत्नी!"

आमदार थोरातांची पत्नी या शब्दप्रयोगाने मी चमकलो. आमदार थोरातांना तसा मी ओळखत होतो. राकट, कडवा असा भव्य व्यक्मित्त्वाचा तो आमदार... आमदार निवासात सर्वांचं लक्ष वेधून घेत असे. त्यांची ही पत्नी– ही कल्पना सहन करण्यासारखी नव्हती. माझ्या डोळ्यातलं आश्चर्य पाहून साहेब आणखीनच

हसले; परंतु समोर बसलेल्या स्त्रीच्या चेहऱ्यावर मात्र कसलाही भाव जाणवला नाही. साहेबांनी जेवायला सुरुवातदेखील केली होती, पण तिने अजून अन्नाला स्पर्शही केला नव्हता. अधोमुखी अशा त्या स्त्रीकडे पाहून मला अद्‌भुत कथांतील शापित यक्षिणीची आठवण झाली. आमदार थोरातांचे चित्र मी डोळ्यांसमोर आणलं आणि त्यांना सर्वस्वी विशोभित असणारी तिची मूर्ती डोळ्यांत ठसताच कुठे तरी अंतरात मनाला जखम झाली.

जेवताना साहेब असंच उगीच लांबण लावणारं काही तरी बोलत होते. त्यात एवढंच लक्षात आलं की, राणे कुटुंबातील ही मुलगी थोरातांकडे दिली गेली ती या साहेबांमुळे! थोरातांना आमदारपद मिळालं, तेही राणे आणि साहेब यांच्या संबंधांमुळे! परंतु राणे वारले आणि मग जबरदस्तीनं लादलेला हा संबंध आपल्या बेताल वागण्यानं थोरातांनी मोडीत काढला. अंगात असलेली रग, मस्ती आणि खानदान यांमुळे थोरातांनी सर्व तऱ्हेच्या व्यसनांत बरीच जायदाद वाया घालवली. लग्नापासूनच नवरा-बायकोचे संबंध चांगले नव्हते आणि नुकताच त्यांना हार्टचा ॲटॅक आल्यापासून तर ते सगळा सूड आपल्या बायकोवर काढत होते.

अर्थात, हे सारं सलगपणे त्यांनी मला सांगितलं नाही; पण अदमासाने असंच काही तरी घडलेलं असावं, हे मी समजू शकलो. खानदानी कुटुंबात सहसा नवरा-बायकोंची फारकत घेतली जात नाही, कारण घराण्याच्या अब्रूचा तो प्रश्न असतो. शिवाय, अशा घटस्फोटित स्त्रीला फारसं भवितव्यही नसतं!

साहेबांना समोरच्या स्त्रीसाठी काही तरी करायचं होतं. उघडपणे काही करता येण्यासारखं नव्हतं, कारण समोरची स्त्री सामान्य नव्हती. माहेरून आणि सासरहून– दोन्हींकडून घरंदाज कुटुंब! त्यात पुन्हा साहेबांबद्दलही अनेक प्रवाद; ज्या प्रवादांपायी मुख्यमंत्रिपद गमवायची वेळ त्यांच्यावर एकदा आली होती! म्हणून साहेबांना हे सारं व्हायला हवं होतं, पण अन्य कुणाकडून तरी! त्यांच्या जातीचा, गोतावळ्यातला मनुष्य त्यांना या कामी उपयोगी पडणार नव्हता. साहेबांच्या लेखी माझी किंमत काय होती, कुणास ठाऊक! परंतु बहुतांशी माझा 'स्टूज'सारखा उपयोग करून घेण्याची कल्पना त्यांच्या डोक्यात आली असावी, म्हणून आकस्मिकपणे मला ही सलगी बहाल करण्यात आली. साहेब आज माझ्याबरोबर कधी नव्हे ते मद्य प्यायले. गेले काही दिवस साहेबांनी माझ्यासाठी ज्या चार दोन गोष्टी केल्या होत्या, त्याचाही अर्थ आता मला लागू लागला. ही असली बिलामत गळ्यात घेण्याची माझी योग्यता आहे किंवा काय, याचासुद्धा

मी विचार केला नाही. एकच गोष्ट नक्की– समोरचं अद्‌भुत लावण्य निमंत्रण करणारं होतं... वश करून टाकणारं होतं... भारून टाकणारं होतं! कोणत्याही उपायानं का होईना, पण याची संगत लाभावी, असलं घातकी वेड मनात जागं झालं होतं!

तसा मी सरळ रस्त्यानं चालणारा माणूस. आयुष्यात काही फारसं वेडवाकडं घडून आलं नाही... म्हणजे तशी संधीही मिळाली नाही! आणि आता गुंतत होतो त्या प्रकरणात मुख्यमंत्री, आमदार, समोरची ती अद्‌भुत स्त्री– अशी भलतीच गुंतागुंत होती. या सर्वांचा खेळ होईल आणि या खेळात माझा निरर्थकपणे बळी जाईल, असं सुद्धा मला वाटलं नाही.

साहेबांनी माझी मग रीतसर ओळख करून दिली. मी तिला उद्या सकाळी साध्या गाडीतून घेऊन मुंबईला जायचं, तिची हॉटेलात राहाण्याची सोय करायची, असं त्यांनी सुचवलं. एवढंच काम असेल, तर मला आक्षेप घेण्याचं कारण नव्हतं. साहेबांचे हात लांबवर पोहोचलेले होते. ते मिठाईचे पार्सल मुंबईच्या हॉटेलमध्ये नेऊन सोडणं, यापेक्षा माझ्यावर काय जबबादारी होती? पण एवढंच जर काम असतं, तर माझी तरी काय आवश्यकता होती, हे काही माझ्या लक्षात आलं नाही. खरं म्हणजे, गेली सात-आठ वर्षं तरी इतक्या वरिष्ठ वर्तुळात वावरून मला समजायला हवं होतं की, थोरामोठ्या लोकांना पिंजऱ्याची दारं उघडणारे, लावणारे आणि पिंजरे साफ करणारे नोकर लागतात. ते सोईसाठी नोकरांना बरोबरीचा दर्जा देतात. गळाला चांगलं आमिष असलं, तर असे भोळसट नोकर आपणहून त्यांची सेवा करतात. मीही माझी नेहमीची विवेचक बुद्धी गहाण टाकून या खेळात सहभागी व्हायला तयार झालो होतो.

राण्यांच्या बंगलीतून परतताना साहेब एकदम अबोल झाले. गाडीत बसण्यापूर्वी ते आत जाऊन मोहनाबाईंशी काही तरी बोलून आले, एवढेच! पण मग गाडीत ते एक शब्दही बोलले नाहीत. रेस्ट हाऊसमध्ये गेल्यानंतर त्यांनी मला खोलीत बोलावलं. माझ्या हातात पाकीट दिलं आणि ते म्हणाले, ‘‘यात वीस हजार रुपये आहेत; लागतील तेवढे खर्च कर, उरले तर मोहनाबाईंजवळ दे. वरळीच्या एक्सेलसिअर हॉटेलमध्ये दोन खोल्या राखून ठेवलेल्या आहेत. मी सूचना देईपर्यंत तूही तिथेच राहा. बाईंना लागेल ती मदत कर. मला फोन करू नकोस. सचिवालयात मात्र रोज एकदा भेटल्याशिवाय राहू नकोस. ‘राम खिंवसरांची’ निळी ॲम्बॅसडर आहे, ड्रायव्हर ही आहेच! आम्ही गेल्यानंतर तास-दोन तासांनी तुम्ही निघा मुंबईला. पोहोचलात आणि हॉटेलमध्ये उतरलात, म्हणजे घरी फक्त

डिसपॅच पाठवला, असा निरोप दे!''

मघाशी हलकं-फुलकं बोलणारे साहेब आता त्यांच्या नेहमीच्या नेटक्या आज्ञायुक्त आवाजात बोलत होते. खरं तर या घटकेपासून त्यांचं आणि माझं नातं आता बदललं होतं. ज्यांची मला काहीच जाणीव नाही, अशा एका कटात मी सामील झालो होतो. माझं व त्यांचं नातं काय, हे ठरवण्याचं माझ्या हातांत नव्हतं. यज्ञात बळी देणाऱ्या पशूप्रमाणे सजवून-गोंजारून, माझी वाटचाल तर होत नव्हती ना?

***

दुसऱ्या दिवशी ठरल्याप्रमाणे साहेबांची पार्टी मुंबईला परतली. मी मोहनाबाईंच्या बंगल्यावर गेलो, त्या वेळी त्या निघण्याच्या तयारीत होत्या. अत्यंत अद्ययावत अशा दोन बॅग्ज, एक छोटी वेताची टोपली, त्यांच्या गर्द निळ्या साडीला शोभणारी पर्स– असं त्यांचं दर्शन होतं. गाडीचा निळा रंग पाहून तर त्यांनी आपलं मॅचिंग केलं नव्हतं ना! काही असो– या स्त्रीचा जन्म खेडेगावात गेला आहे, हे मनाला काही केल्या पटत नव्हते. तिच्या चेहऱ्यावर शहरी उच्छृंखलपणा नव्हता; पण अभिजात रसिकता, सुसंस्कृत हालचाल आणि बोलण्यातील अदब यांमुळे एखाद्या जुन्या पौराणिक चित्रात असावी तशी अद्‌भुत, धुसर अस्पर्श अशी ती लावण्यवती वाटत होती. मी पुढच्या सीटवर बसण्यासाठी दार उघडायला लागलो, तेव्हा तिने हसून मागेच बसण्याविषयी सुचवले. मला क्षणमात्र थोडं अवघड वाटलं. पण तिची विनंती सुखदायक होती, यात शंकाच नाही! तिचा निकट सहवास, अगदी मोजकं परंतु लोभस बोलणं मला चक्रावून टाकत होतं. उत्तान सुगंधाचा घमघमाट नव्हता. परंतु एक गूढता निर्माण करणारा हलकासा गंध दोघांच्यातील अंतर कमी करत होता. भुरभुरणारे केस अधून-मधून ती सावरे, तेव्हा डोईवर असणारा पदर आपोआप घरंगळे. सारंच काही अवगुंठित ठेवायचा तिचा यत्न तोकडा पडे. मग कधी नजरानजर झालीच, तर ती सलज्ज हास्य करीत असे; ज्यायोगे मी मात्र शरमून जायचो. लगट न करता, जवळ न येता, उत्तानपणे न वागता, तिने काही जवळिकीचं नातं मात्र निर्माण केलं होतं.

तिच्या अंगावर अलंकार नव्हते, तिची वस्त्रप्रावरणेदेखील फारशी श्रीमंती नव्हती; परंतु तिचं सारं अस्तित्व अगदी नीटनेटकं, चापून-चापून गेलेलं होतं. जसं असायला हवं, तसंच वाटत होतं. ती बोलतच नव्हती, असं नाही. एखाद-दुसरा शब्द बोलायची, पण खूप बोलल्यासारखं वाटत असे. मधेच तिने पर्समधून सुपारीची डबी काढली. मला हवी का, हे खुणेनेच विचारलं. मी हात

पुढे करताच डबी द्यायच्या ऐवजी तिनं आपल्या हातावर काढलेली सुपारी माझ्या तळहातावर ठेवली. स्पर्श अपरिहार्य होता. तो तिने टाळलाही नाही किंवा ती अवघडलीही नाही.

त्या मानाने मी खूपच बोलत होतो. आधीच आम्ही पत्रकार बडबडे असतो. त्यातच मी एका अद्‌भुत झऱ्याच्या काठावरून चाललो होतो. अनोखा श्रोता लाभला होता. माझ्याजवळ खूप किस्से होते, परंतु त्यांतले थिल्लर किस्से सांगण्याचं धारिष्ट्य माझ्यात नव्हतं. मधेच काही तरी निमित्तानं मी तिला हसायला भाग पाडलं. मग ती मान खाली करून अशी हसली की, जणू काही आपलं हास्य कुणी पाहता कामा नये! जेव्हा ती असे हसू दडवण्याचा प्रयत्न करी, तेव्हा ते हसू उलट सर्वांगाने बाहेर पडे. तिला आणखीन-आणखीन हसवण्याचा मला मोह व्हायला लागला. माझ्या लक्षात आलं की, हळूहळू तीही मोकळेपणाने हसायला लागली होती. कळीचं फूल होत होतं. क्वचित ती जबाबही देऊ लागली, लज्जासूचक चीत्कारही काढू लागली; पण तिची मर्यादा मात्र तिने कधी सोडली नाही. सारा प्रवास एखाद्या वाहत्या पाण्याचा प्रवाह असावा तसा खळखळत पुढे चालला होता. तो संपूच नये, असं मला वाटत होतं. तिला काय वाटतंय, हे विचारावंसं मला वाटलं, पण तेवढं धारिष्ट्य नव्हतं.

तिने गाडी थांबवायला सांगितली. वेताच्या बास्केटमधून तिने एक थर्मास काढला. मग्ज काढले. तीन पेल्यांत त्यातली कॉफी भरली. ड्रायव्हर आपला पेला घेऊन दूरवर गेला. मग आम्ही दोघं कॉफी पिऊ लागलो. थर्मासमधील काही म्हणजे काहीही मला आवडत नाही; पण का कुणास ठाऊक, ती कॉफी मी आवडीने प्यायलो. पदार्थाची चव कित्येकदा देणाऱ्याच्या हाताने किंवा लाभलेल्या संगतीने बदलत असली पाहिजे. तिने ते मग्ज तसेच पिशवीत टाकले नाहीत, ड्रायव्हरकडून ते धुऊन घेतले. पुन्हा एकदा तिने सुपारी देण्यासाठी हात पुढे केला. मी सुपारी घेण्याऐवजी तिच्या हाताकडेच बघत बसलो.

ती म्हणाली, "तुम्हांला ज्योतिष कळतं?"

क्षणभर मी भांबावलो. लगेच म्हणालो, "थोडंबहुत कळतं!"

"सांगा पाहू माझं भविष्य–" असं म्हणत तिने आपला हात माझ्यापुढे केला. मी तिचा हात हातात घेतला. सुपारीचे कण तिच्या तळव्यावरती होते, ते काढून टाकण्याच्या निमित्ताने मी तो हात थोडासा चुरगळला-झटकला. नाजूक, गौरवर्णीय तळहातावरील रेषा स्वच्छ दिसत होत्या. खरं भविष्य सांगायचं असतं,

तर त्या रेषा मी नीट पाहिल्याही असत्या. भविष्यावर माझा विश्वास नसला, तरी मला ज्योतिषाचं थोडंसं ज्ञान होतं. एक तर अज्ञात भविष्यात डोकविण्याची माझी इच्छा नव्हती आणि वर्तमान इतका सुखद असताना अज्ञात भविष्यकाळाची चिकित्सा मी करावीच कशाला! पण या भविष्यकथनाच्या निमित्ताने तिच्या शरीराचा स्पर्श मला घडत होता. निसर्गाने दिलेले लावण्य पुष्कळांच्या जवळ असते; पण माणूससुद्धा त्या सौंदर्यात भर घालू शकतो. असे निरोगी नेटके हात, योग्य कापलेली नखं, जपलेली त्वचा... हे सारं पाहताना तारुण्यातील आसक्ती जन्म पावण्याऐवजी सौंदर्याबद्दल आदर निर्माण झाला. मोहनानं हात पुढे करावा, त्या हातानं मोहाचं निमंत्रण करावं आणि मी मात्र विवेकानं थंड राहावं– याला खरोखरच काही अर्थ नव्हता. त्या मानिनीच्या मनात काय असेल हे मी कसं ओळखणार?

प्रवास संपला. आम्ही हॉटेलात आलो. हॉटेलात आमच्या खोल्या राखून ठेवलेल्या होत्या. खोल्या मिस्टर आणि मिसेस जोशी अशा नावाचेच राखलेल्या होत्या. दोन खोल्यांत एकमेकांशी संबंध ठेवणारं दार होतं. मोहनाच्या खोलीत तिचं सामान आणि तिला सोडून देऊन मी माझ्या खोलीतील आरामखुर्चीत सिगारेट ओढत बसलो.

आता काय बरं घडणार होतं– अनपेक्षित, अभूतपूर्व! माझ्या रुक्ष आणि कंटाळवाण्या आयुष्याला अचानक जरतारी कड लाभली होती. मी इतरांना स्त्रीच्या मोहात वाहवलेले पाहिले होते. किंबहुना, त्यांच्या हकिगती चविष्टपणाने लिहिलेल्याही होत्या. पण स्वत:हून अशा एखाद्या त्रांगड्यात मी कधी काळी सापडला जाईन, असं मला चुकूनही वाटलं नव्हतं! खरं तर माझ्यासारख्याच्या आयुष्यात गूढ आणि गुप्त या शब्दांना काही अर्थ नाही. मला काही असामान्य रूप आणि किंवा अद्‌भुत व्यक्तिमत्त्व नव्हतं. काही कर्तृत्वाचा वारसा किंवा समृद्धीचा झराही माझ्या बापजाद्यांनी दिला नव्हता. कसा तरी रखडत मी पदवी परीक्षा पास झालो आणि आज या श्रेणीचा पत्रकार कसा झालो, याचं माझं मलासुद्धा समर्थन करता येणार नाही. लोक म्हणतात, माझी भाषाशैली चांगली आहे. काही धाडसी लेखनपद्धती आहे. मला फोटोग्राफी बरी येते. ठीक आहे. माझ्या भोवतालच्या खुज्या पत्रकारांत कदाचित असेनही मी बरा! पण तरीही मला कुणी संपादक करणार नाही. आमच्या मुंबईतले सारे संपादक कुणी तरी शिफारस केले, कुणी तरी वरून दडपण आणलेले. मुंबईत संपादक व्हायचं, म्हणजे सोपी गोष्ट नाही. साहेबांची अशीच काही सेवा केल्यास वशिला लागला

असता अन् ही वार्ताहरगिरी बंद झाली असती. पण तरीसुद्धा संपादक होण्याची इच्छा नव्हती. आपल्याला झेपलंही नसतं ते काम.

तशी मंत्र्यांची– मुख्यमंत्र्यांची अनेक लहानसहान, हलकी-मोठी कामं मी केलेली आहेत– गुप्त निरोप पोचवणे, जामीन राहणे, कागद पळवून आणणे, मारामाऱ्यांच्या सुपाऱ्या देणे वगैरे. सचिवालयात आमच्यासारखी भाडोत्री आणि इमानी माणसं तर खूप असतात.

मंत्रिमंडळातील अनेक मंत्र्यांशी माझे घरगुती संबंध होते. त्यांना माहीत होतं की, मी महत्त्वाकांक्षी नाही. पोट भरण्यासाठी मी देवकिसन शेठजींची नोकरी करतो आणि माझं पोट तसं लहानच होतं. एखादी बातमी छापायची नसली, तर ती 'किल' करण्याचं एक शास्त्र आहे. आणीबाणी, सेन्सॉरशिप हे शब्द नंतर पुढे आले. कोणत्याही कालखंडात, कोणत्याही राजसत्तेची सेन्सॉरशिप असतेच. काही बातम्या या माराव्या लागतात किंवा काही खोट्या निर्माण कराव्या लागतात. हे करणारी चतुर मंडळी राज्यकर्ते नेहमीच जवळ बाळगतात. कधी आर्जवाने, कधी पैशाने, कधी काही देवाण-घेवाण करून, तर कधी धाकदपटशाने हे कार्य करायचे असते. त्याचे सगळे आडाखे आता मला माहीत झाले आहेत. माझ्या हातात या कारणासाठी पुष्कळसा खेळता पैसा असे. या पैशाचा हिशेबही अगदी ब्राह्मणी काटेकोरपणाने मी देऊ लागे, तेव्हा मंत्रीमहोदय मिश्किलपणे हसत. साहेबांचा माणूस म्हणूनच माझी वरिष्ठ जगात ओळख होती. फुकट खाण्यासाठी आणि पिण्यासाठी आसुसलेल्या माझ्या पत्रकारमित्रांच्या लेखी मी एक बकरा होतो. त्यांनी केव्हाही मद्याची मागणी करावी आणि मी ती पुरवावी! त्यांतले बहुतेक जण मला भोट समजत असत! पण मनातल्या मनात मीच त्यांना मूर्ख मानत होतो. शे-दोनशे रुपयांच्या दारूसाठी त्यांनी स्वत:ला माझ्याकडे नकळत विकलेले असे! मग आपोआपच मला हव्या त्या स्वरूपात बातम्या छापल्या जात आणि मग साहेबराव खुश होत.

मागे ते जे एका अँग्लो-इंडियन स्त्रीचे लफडे साहेबांच्या अंगावर शेकले होते. त्यात साहेबराव जवळपास होरपळलेच होते. खरे तर त्यांचे मंत्रिपद तेव्हाच जायचे! पण मुंबईतील पत्रकारांनी त्यांची अब्रू पुष्कळच वाचवली. या साऱ्या प्रकरणात त्या बाईचीच विलक्षण बदनामी झाली आणि विदर्भातले एक नवशिके उत्साही मंत्री फुकट गारद झाले. त्यांना राजकारण सोडावे लागले आणि नुसते ओरखडे निघून का होईना, साहेब मात्र विनाबिलामत सुटले.

मी पूर्वी कल्याणला राहत असे. तिथून असले उपद्व्याप करणे कठीण!

साहेबांच्या कृपेमुळे मला वरळीला एक चांगलासा ब्लॉक मिळाला. एरवी मला झेपणारे त्याचे भाडे नव्हते. पण साहेबांची कृपा असल्यानंतर तसं फारसं काही कठीण नव्हतं. हा ब्लॉक मिळाल्यापासून आईनं लग्नाची भुणभुण लावली. तसं नात्यातलं जवळचं असं कुणी नाही. ना भाऊ, ना बहीण! घरात आम्ही दोघंच होतो. घर नुसतं खायला उठायचं. या शोभिवंत घराला चांगली मालकीणही हवी. पण चांगली मालकीण काही बाजारात जाऊन खरेदी करण्याची वस्तू नव्हे. लग्न करायला पाहिजे, असे गेले कित्येक दिवस मलासुद्धा वाटे. लग्नाशिवाय प्रतिष्ठा नाही. तसे काय, आमच्यासारख्या फटिंग पत्रकाराला पुष्कळ रस्ते अनुकूल होते. पण भलतं-सलतं काही करायचं धारिष्ट्य नव्हतं. बाजारू वस्तूंबाबत मनात एक घृणा होती. काही स्वच्छतेच्या कल्पनेमुळे, काही घरच्या संस्कारांमुळे– आपल्यावर मन:पूर्वक प्रेम करणारी स्त्री– एवढंच माझं लग्नासंबंधीचं मागणं होतं. हे मागणं सुंदर असलं तर हवंच होत; परंतु परमेश्वरच्या हिशेबात माझी बाजू लंगडी होती. सचिवालयातच पब्लिसिटीत काम करणारी गौरी कधी तरी मला होय म्हणेल अशी आशा वाटे. तशी ती माझ्यावर खुश होती. माझ्याबरोबर ती नाटक-सिनेमालासुद्धा येत असे. साहेबांना सांगून प्रमोशन देऊन तिची मी पब्लिसिटीत बदली करून घेतली होती.

हे सारं याच वेळी आठवण्याचं कारण आताच्या साहसात मी गुंतत होतो, ते साहस मला परवडण्यासारखं नव्हतं, हे माझ्या विवेकी मनाला कळत होतं.

चार हातांच्या अंतरावर घरगुती कपड्यांत बिछान्यावर मोहना पसरलेली असेल... डोळा लागल्यानंतर तिचे कपडेसुद्धा अस्ताव्यस्त झाले असतील... सारं काही झाकून ठेवण्याची तिची अदब झोपेच्या अधीन झाल्यामुळे ती विसरली असेल... ती काय करता असेल? जागी असेल का झोपलेली असेल? जागी असेल, तर ती कसला विचार करीत असेल? साहेबांचे आणि तिचे संबंध कसे असतील? स्त्रियांसंबंधीचे साहेबांचे प्रवाद जगजाहीर असताना ती त्यांच्या सांगण्यावरून आपणहून कशासाठी मुंबईला आली? तिला काही पैशाची टंचाई नव्हती. खानदान तिचं रक्षण करायला समर्थ होतं. मग तिला विशोभित असणारी ही वाकडी वाट ती कशासाठी चालते आहे? माझ्यासारख्या परपुरुषाबरोबर एका आलिशान हॉटेलमध्ये ती माझी पत्नी म्हणून राहायला कबूल कशी झाली? पुष्कळ स्त्रियांचा संसारात नवऱ्याकडून छळ होतो; म्हणून काही त्या आपल्या अब्रूचा असा जाहीर लिलाव करीत नाहीत. हे सारं रहस्य आहे तरी काय? माझं मलाच काही कळेना.

खरं तर मी आल्याबरोबर साहेबांच्या घरी फोन करायला हवा होता. माझ्या आईला भेटून यायला हवं होतं. निदान सोपवलेल्या कामाचा एक भाग म्हणून, मोहनाबाईंना चहापानाचं विचारायला हवं होतं. पण मी असा मूढ अवस्थेत बसून काय राहिलो होतो. माझ्या हाता-पायांतील चेतना कशी हरवली?

या सर्वांचा अर्थ माझ्या ध्यानात येऊ लागला. माझ्या अंत:करणात, मला नकळत, कुठेतरी एक विलक्षण लालसा निर्माण झाली. कदाचित माझी सारी विवेकशक्तीच तिने नष्ट करून टाकलेली असावी. आता ती लालसा अक्राळविक्राळ ज्वालेसारखी माझ्या मनात खदखदू लागली. वासनेचे एक अनपेक्षित विलक्षण हव्यासी रूप माझ्या मनात जागं झालं!

मग मी एकदम उठलो आणि दोन खोल्यांच्या मधला दरवाजा ठोठविण्याच्या इराद्याने दरवाज्यापाशी पोचलो. दरवाजा आतून लावलेला नव्हता. मी आत गेलो, तेव्हा मोहनाबाई अपुऱ्या वस्त्रांत अंथरुणावर आडव्या झालेल्या दिसत होत्या. त्या जाग्या असत्या तर बरं झालं असतं. कारण त्यांच्या डोळ्यांत शिरून मला नीट पाहता आलं असतं. आता या झोपलेल्या सौंदर्याचा, अचेतन देहाचा, मुग्ध लाघवाचा अंदाज मी घेणार तरी कसा? पण वासना माणसाला निर्लज्ज बनवते; नको ते सामर्थ्य देते. मी तिच्याजवळ जाऊन पोचलो. बिछान्यावर तिच्या शेजारी हलकेच बसलो. तिचा हातही हातात घेतला. काही तरी एकदम स्फोटक घडेल, असं खरं तर मला वाटलं होतं. पण तिच्या चेहऱ्याकडे लक्षं गेलं. ती नुसती हसत होती– मिश्किलपणे! जणू काही ती या क्षणाची वाटच पाहत होती.

यापुढचं काही सांगण्यात अर्थ नाही, कारण मग उरले होते ते फक्त नर आणि मादी! उरली होती ती फक्त शरीर-चेष्टिते! जगात स्त्री-पुरुष एकत्र येतात, एका आवेगात वाहवत जातात; त्याला काही नियम असतात काय! बोलून-चालून अनावर झालेला तो एक लोट असतो. धावायचं त्याचं काम– बेफाट, बेबंद! नाती-गोती, अनुरूपता, काळ-वेळ या साऱ्यांचे हिशेब त्या एका क्षणाबरोबर संपून जातात. वासनेचा तो गदारोळ एक विलक्षण किमया करतो. समोरची स्त्री आता खानदानी उरली नव्हती आणि अप्राप्य तर नव्हतीच नव्हती. ती आता केवळ एक खेळणं झाली होती. लहान मुलांला एखादं नवं खेळणं सापडावं आणि त्या खेळण्यात तो सारे काही विसरून बसावा, असेच झाले असेल– नक्कीच.

खरं तर किती वाजले याचंसुद्धा आम्हाला भान राहिलं नाही. पण

त्यातसुद्धा तीच सावध निघाली. उशीवरून मागे हात टाकून तिने दिव्याचे बटण दाबले आणि मग खोली प्रकाशानं उजळून निघाली. वस्त्रहीनता किती तरी कृत्रिम बंधनं आणि अंतर नष्ट करून टाकते. वेशपद्धतीमुळे माणसाच्या जाती-पोटजाती कळतात, गरिबी-श्रीमंती समजते. पण आता हे सारे भेद निमाले होते. समोर फक्त एक स्त्री होती. ती माझ्यासारख्या– तशा अर्थाने सामान्य– माणसावर लुब्ध झाली, एवढंच काय ते फक्त मागं उरलं होतं.

खरं तर नग्न स्त्री मी प्रथमच पाहिली होती. काही मंत्र्यांच्या आवडीमुळे उघड्या-नागड्या बायकांची चित्र असणारी मासिकं मला पाहायला मिळाली होती. एक दोन ब्ल्यू फिल्मही मी पाहिल्या होत्या. पण अशी खरीखुरी सोज्वळ, तरीही कामुक स्त्री मी कधी पाहिलीच नव्हती. का कुणास ठाऊक, परमेश्वराच्या या अपूर्व निर्मितीवर मी नितांत खुश झालो. त्याचबरोबर अनेक दिवस भूक न भागलेल्या स्त्रीचा तामसी आविष्कार मला पहायला मिळाला. संस्कार-बंधने-कायदे या वलयांखाली एक टिपण साधणारा हिंस्त्र पशू वावरत असतो आणि पहिल्याच सावध संधीला तो भक्ष्यावर झेप टाकतो.

होय, अशा शिकारीत भक्ष्य कोण– आणि शिकारी कोण! मला वाटलं की, मला थोड्याशा ओळखीवर एका सुंदर स्त्रीचा उपभोग कोणतीही किंमत न देता मिळाला! आणि... तिला काय वाटलं? ऐन वेळची लहर भागवण्यासाठी सहजगत्यासेवा करणारा एक सहजलभ्य दास... असेल असेल– काहीही असेल.

वाङ्मयातून स्त्री-पुरुषांची उत्तान वर्णने हवी तेवढी आहेत आणि ती आवडीने वाचली जातात. एका विशिष्ट वयात त्या कामुक चाळ्यांचे आकर्षण असते. स्त्री-पुरुषांच्या आकर्षणाची अखेर त्यांनी एकत्र येण्यातच असते. मात्र, त्या एकत्र येण्यात काही नैसर्गिक सहजता असावी लागते– मग ती प्रेमातून उत्पन्न झालेली असो, धर्मबंधनातून उत्पन्न झालेली असो किंवा गरजेपोटीच असो. वासनातृप्ती हा जर खेळ असेल, तर खेळातले किमान नियम त्याला लागू असले पाहिजेत. स्त्री-पुरुष संबंध या सुंदर गोष्टीचादेखील अखेर श्रीमंतांनी आणि बलवंतांनी बाजार मांडला आहे. स्त्रीच्या दुबळेपणाचा व दारिद्र्याचा फायदा काही लोक सहज घेऊ शकतात. मुक्त वातावरणात एकमेकांची निवड करण्याचे सामर्थ्य स्त्री-पुरुषांना असतेच कुठे! म्हणून कोणाचीही जास्तीतजास्त बदनामी करायची असेल, तर त्याच्या चारित्र्यावर घाला घालायला लागतो आणि या देशातील सारे चारित्र्य जणू काही स्त्रीच्या अंगुष्ठमात्र भागात दडले आहे.

आता अंधाऱ्या खोलीत शांतपणे त्या रात्रीचा एकांत मी आठवतो आहे.

मी वाचलेलं सूरतसुखांचं वर्णन आणि घडलेला संयोग यांचा परस्परांशी काही संबंधच नव्हता. सूरतसुखाच्या शाब्दिक वर्णनातून माणसं नुसती चाळवली जातात. उंच कड्यावरून एखाद्याला एकदम खाली ढकलून द्यावे, असा अनुभव येतो आणि साऱ्या सुखाची तृप्ती शरीराच्या एकाच आवर्तनात गोठवली जाते. पण प्रत्यक्ष तो अनुभव मात्र काही वेगळाच होता. कारण आपण जसं काही देतो, तसंच काही घेतो– ही जाणीव जागी असते. दोघांच्याही कृतज्ञतेचा आणि कृतार्थतेचा संगम असतो. कितीही उंच गेलं तरी अवचित पडण्याची भीती नसते. झोपाळा जसा लयकारीने माणसाला उंच नेतो आणि जाणवूसुद्धा न देता पुन्हा सपाटीवर आणतो; तसंच काहीसं त्या अद्‌भुत प्रवासाचं झालं! एरवी मानवी देह रक्त-मांस-कातडी यांनी बनलेला आहे; पण या कातडी देहाला कुठेही फुले फुलू शकतात, कुठलाही भाग तेवढ्यापुरता मुलायम होऊ शकतो. सारंच कसं एखाद्या बांधीव ठुमरीप्रमाणे! वेलांट्यांनी भरलेलं!

खरं तर हे सारं मीच समजून सांगायला नकोय. स्त्रीच्या बाबतीत तसा मला काही पूर्वानुभव नाही; आणि शिवाय, घडलं ते इतकं अकस्मात घडलं की, त्यात वाहवून जाण्याशिवाय मला पर्याय नव्हता. मोहनानं दिवा लावला, तेव्हा मी खऱ्या अर्थाने आणि अलिप्तपणाने तिचा देह न्याहाळू शकलो. लज्जा सोडून, खानदानी अदब सोडून तिने केलेल्या सूचक आणि आक्रमक हालचाली मला आठवल्या तिच्या डोळ्यांतल्या निमंत्रणाने पुन्हा एकदा वासनेचे चक्र सुरू झाले. मी तिच्या बाहुट्यावर हात रोवले आणि खाली वाकू लागलो.

एवढ्यात टेलिफोनची बेल वाजू लागली आणि मी एकदम भानावर आलो. उघडच होतं– हा फोन साहेबांचा होता. कारण त्यांच्याशिवाय आम्ही इथे आहोत, हे कोणालाच माहीत नव्हतं. मी मनातून घाबरलो. सारंच काही चुकलं होतं. आल्या-आल्या साहेबांना मी फोन करायचं कबूल केलं होतं. पण कसा काय मी त्या आवर्तात सापडलो अन् माझे सगळे हिशेब विसरले गेले! मी खरं तर त्या फोनमुळे एकदम भांबावलो. मी तशाच अस्वस्थेत फोन उचलला. फोनवर काय उत्तर द्यायचे याची जमवाजमव करत असताना माझं लक्ष स्वत:चं मुटकुळं करून माझ्याकडे मिश्किलपणे पाहणाऱ्या मोहनाकडे गेले. अजून ती हसत होती. नेमकं संकट कोणतं आहे, याची तिला कल्पना नसावी. पण नाही म्हटलं, तरी तिच्या हसण्यामुळे थोडा धीर आला. मी फोन उचलला आणि साहेबांचा आवाज मी ओळखला. मी म्हणालो, “मी जोशी बोलतोय!”

“केव्हा पोचलात तुम्ही?”

"आत्ताच! तुम्हाला फोन करायला निघालो होतो..."

"इतका वेळ का लागला प्रवासाला?"

"मधे खोपोलीला थांबलो होतो थोडा वेळ!"

"तरीपण फारच उशीर झाला जोशी!"

"हो, बाई सांगतील त्याप्रमाणे थांबत आलो! आता घरी जायला हरकत नाही ना साहेब, बाईंच्या जेवण्याची वगैरे व्यवस्था करून मी घरी जातो."

"नाही– नाही, तुम्ही तिथेच थांबा! बाकी बाईंची प्रकृती वगैरे ठीक आहे नं?"

"ठीक आहे, छानच आहे! समोरच बसल्यात– देऊ का त्यांना फोन?"

"द्या– द्या!"

बाईंचं आणि साहेबांचं फोनवर काय संभाषण झालं, हे मी अदमासानं ओळखलं; परंतु बाईंचा चेहरा उतरला. मघाची कामातुरता, बेबंदपणा, मिश्किलपणा– हे सारं एकदम विरून गेलं. एखाद्या शरणागत प्राण्याप्रमाणे त्या एकदम नम्र झाल्या. नकळत तिथे पडलेली साडी उचलून त्यांनी आपलं अंग झाकून घेतलं. अनेक शब्दांनी जे सांगून झालं नसतं, ते एवढ्याशा कृतीनं मला समजलं. फोनवरून ऐकू येणाऱ्या शब्दांमधून केवढा धाक होता, हे लक्षात आलं. बाईंचं हे स्वरूप अगदीच निराळं होतं. मघाशी उन्मत्त असणारा व साद-प्रतिसादाची अपेक्षा करणारा समुद्र आता एकदम चिडिचिप झाला होता.

त्यांचं फोनवरचं बोलणं आटोपलं. हलक्या हातांनी त्यांनी फोन खाली ठेवला आणि काही न बोलता त्या कपडे करायला लागल्या. एकदम तिच्या आणि माझ्यात थोडी दरी निर्माण झाली. मघाशी आम्ही मनानं, देहानं किती जवळ आलो होता! वाटलं होतं की, ही देवाची देणगी माझ्यासारख्याच्या हाती लागली. तेव्हाही शंकेची पाल चुकचुकत होती आणि आता ती खरी ठरू पाहत होती. माझा सगळा हुरूप मी एकदम घालवून बसलो. मी माझे कपडे घेऊन माझ्या खोलीत गेलो. ठाकठीक कपडे घालून केस विंचरले आणि इंटरकॉम फोनवरून कॉफी आणण्यास सांगितले. खरं तर मला मिळालं असतं, तर मद्य हवं होतं. विचारांचा गोंधळ सोडवायला मद्यानं मदत केली असती. पण यापुढे कोणते प्रसंग पुढे उभे राहणार, हेही अज्ञात होतं. इंद्रियांचे चोचले पुरवण्यापेक्षा इंद्रियांचं आणि मनाचं सामर्थ्य शाबूत ठेवणं भाग होतं. मोहनासुद्धा मध्यंतरी झालेला खळबळाट निपटून टाकून पूर्वीसारखी डोक्यावरून पदर घेऊन हळुवार पावलांनी चालत येऊन माझ्या समोर बसली? आणि केविलवाणं हसली.

मी म्हणालो, "साहेब काय म्हणाले?"

"तसं काही विशेष नाही!"

"नाही कसं? त्याशिवाय तू एकदम अशी बदलली नसतीस!"

"तुम्हाला माझी काही माहिती नाही, म्हणून तुम्हाला तसं वाटतं. खरं सांगायचं तर, मी वाहवले मघाशी. माझ्या आयुष्यात कधी नव्हतं ते स्वातंत्र्य मला मिळालं. तुम्ही मला आवडलात. मी सारी बंधने विसरले आणि या स्वातंत्र्याच्या क्षणिक आनंदात मन:पूत वागले. मला खरंच आवडलात. इतका साधा, भोळा, अतृप्त आणि ताजा पुरुष माझ्या आयुष्यात कधी आलाच नाही. मला वाटलं, साऱ्या आयुष्याची नव्यानं सुरवात करायची– त्या वेळी तुझ्यासारखा माणूस सोबतीला असला, तर बरं होईल. पण मी मूर्ख आहे. असली नाती क्षणात-दोन क्षणांत जुळत नाहीत– अगदी स्त्रीनं आपलं सर्वस्व दिलं, तरीसुद्धा! मला वाटलं होतं, जवळच्या रस्त्यानं गेलं की चट्‌कन मुक्कामाचं ठिकाणी, येतं! पण रस्ता निवडायचं स्वातंत्र्य मला नाही. मला वाटलं जो काही थोडा वेळ मिळाला आहे, त्यातच संधी मिळवली पाहिजे, आणि खरं सांगू अतृप्त इच्छा अनावर झाल्या, हेच खरे. तुला मी कधी विसरणार नाही. मी कुठेही असो, कुणाबरोबरही असो; तरी तुझी आठवण येत राहील. आजपर्यंत मला लोकांनी खेळण्यासारखं खेळवलं. क्षणभर मी तुला खेळण्यासारखं खेळवलं... राग करू नकोस!"

"तू काय बोलतेस, याचा मला बोधच होत नाही!"

"तो न झालेलाच बरा! माझ्याबद्दल जर कदाचित एखादी चांगली आठवण तुझ्याजवळ राहाणार असली, तर ती नासवण्यात अर्थ नाही. मला वाटतं तू, जास्त खोलात जाऊ नयेस!"

एवढ्यात दरवाजावर थाप पडली आणि हॉटेलचा बॉय कॉफी घेऊन आला. त्याने टी-पॉयवर ट्रे ठेवला आणि तो पाठ फिरवून निघून गेला. लॅचचा आवाज ऐकल्यानंतर मी जागेवरून उठलो आणि मोहनाच्या जवळ गेलो. तिच्या मांसल खांद्यात तिला टोचतील अशा तऱ्हेने मी बोट रुतवली. इतक्या तीव्रतेने की, त्या दु:खाचा एक चीत्कार तिच्या तोंडून नकळत बाहेर पडला. मी तिला म्हणालो, 'मोहना, काय घडलं हे तर आपण हेतपुरस्सर तर घडवलं नाही. तू मला किंवा मी तुला– कोणी फसवलं, अशातला भाग नाही. मला एवढंच वाटतं की जे सुख आणि सहवास मला मिळाला, त्याचं मी देणं लागतो. तू कसल्या तरी संकटात असली पाहिजेस आणि मी या वेळेस जर तुला मदत करू शकलो

नाही–''

''मदत करण्यासारखं काही नाही! तू मदत देऊ केलीस तरी मी घेऊ शकणार नाही. माझे सारे प्रश्नच विचित्र आहेत. त्यात तुझ्यासारख्या माणसाला गुंतवणं, हाच गुन्हा आहे. माझे भोग मलाच भोगले पाहिजेत. मिळाला हा आनंदच माझ्या लेखी खूप आहे.''

माझा आवाज आपोआप कठोर झाला. मी लहानसा पत्रकार आहे, ही गोष्ट खरी; परंतु माझ्या लेखणीची ताकद मला माहीत होती. अगदी साहेबरावांशी लढावं लागलं, तरी मी स्वत: अन्य पत्रकारांच्या समवेत थोडी फार तरी लढाई देऊ शकेन. इथले पत्रकार घाबरले, तरी अन्य प्रांतांतील पत्रकार मेले नव्हते. हे मला ठाऊक आहे की, साहेबांचे हात फार लांबवर जाऊन पोचले आहेत. पैसा आहे, सत्ता आहे, अनेक माणसे त्यांनी पोसलेली आहेत. आपणहून असल्या बिलामततीत सापडण्यापेक्षा... परंतु आता मी आपोआप त्यात खेचला गेलो होतो. आता मला पळ काढून चालणार नाही. मोहनाची इच्छा नसली, तर मी काही करू शकणार नाही; पण इच्छाच असेल, तर काही ना काही तरी लढाई देऊ शकेन.

या विचारासरशी माझ्यात एकदम बळ आलं आणि हे बळ कुठून आलं, हीदेखील मला कल्पना नाही. हे काही एका समोर बसलेल्या लावण्यवतीच्या सुटकेसाठी आलेलं बळ नव्हतं... हे बळ काही माझ्या अपराधाच्या जाणिवेतूनही उत्पन्न झालेलं नव्हतं हे बळ उघड-उघड माझ्या पत्रकारितेचं होतं. विषम लढाईत उघड-उघड टक्कर देणं केव्हाच सोईचं नसतं! डोकं शाबूत ठेवायला पाहिजे. मोहनाला माझ्या ठायी असणाऱ्या शक्तीची कल्पना असणं अशक्य होतं. तिला फक्त सत्ता आणि संपत्ती या दोनच शक्तींचा अनुभव होता. प्रथम तिला लढाईला उभं करायला नेमकं तिच्या भोवतीचं सावट कोणतं आहे, याचा शोध लावायला हवा आणि हा शोध तिच्या आत्ताच्या बदललेल्या मन: स्थितीत मला घेता येणार नव्हता. हळुवार हातांनी पुन्हा एकदा तो खानदानी बुरखा काढून टाकला पाहिजे. पुन्हा एकदा तिला प्रेयसी केलं पाहिजे. लढाईची सुरूवात केली पाहिजे. कॉफीचा पेला मी तिच्या हाती दिला. कॉफी प्यायला लावली. तिचा लटका प्रतिकार मी मोडून काढला. पुन्हा एकदा तिला मिठीत घेतली. पुन्हा एकदा तिच्यातील स्त्री जागी केली. वासनेची चाहूल लागताच तिच्या मनावरची भीतीची सावली दूर झाली. मला माहीत होतं की, असलं नाजूक हत्यार घेऊन लढणं थोडं कठीण आहे; पण त्यातच मजा आहे. कामतृप्तीच्या हिंदोळ्यावर

तिची कळी उमलू लागली. एकदा मायेचा आणि आपुलकीचा ओलावा निर्माण झाला की, मग सारे मार्ग सुकर होतात.

हळूहळू तिच्याकडून मला थोडं- थोडं समजू लागलं... तुटक-तुटक-तुटकपणे...

''माझं खरं नाव मोहना नाही आणि ते तसं नाही, हे फार थोड्यांना माहीत आहे. माझ्या जन्माचं रहस्य मला तरी कुठे माहीत होतं! पण बाबाजीराव जेव्हा मरणोन्मुख झाले, तेव्हा त्यांनी जवळ बोलावून मला एकटीलाच ते सांगितलं. मृत्यूच्या वेळेस माणूस काही खोटं बोलत नाही, म्हणूनच ते सारं खरं मानायचं.

''बाबाजीरावांचा काळ होऊन आता तीनएक वर्षं तरी झाली आणि या तीन वर्षांत माझ्या आयुष्याची त्रेधातिरपीट झाली. राण्यांच्या घरात एक लाडावलेली मुलगी म्हणून मी वावरले. रूप, खानदानी श्रीमंती आणि बाबाजीरावांनी केलेले लाड या साऱ्यांमुळे ज्या स्वच्छंदीपणाने मला जगता आलं; तो सारा स्वच्छंदीपणा अवघ्या तीन वर्षांच्या कालावधीत मला सोडून द्यावा लागला. एरवी खरं तर माझं लग्न किती तरी लवकर व्हायला पाहिजे होतं. परंतु बाबाजींचे लाड, माझा हट्ट, एस. एस. सी. पर्यंत शिक्षण पुरं करण्याचा अण्णाचा आग्रह यामुळे वीस वर्षांची झाले तरी माझं लग्न करायला हवं, असं काही बाबाजीरावांना वाटलं नाही. गोषाचं प्रस्थ जरी आमच्या घराण्यात कमी झालं असलं, तरी मुक्तपणे पुरुषांच्या समवेत वावरायला अजून ही रिवाज आड येतो. पण मला काही ते नियम लागू नव्हते. एक तर आमचं घराणं जहागीरदाराचं! निजामशाहीत मोठा मान होता काहूरच्या जहागीरदारांना. पूर्णा नदीच्या चंद्राकार खोबणीत काहूर पठारची गढी उभी आहे आणि ती राहती असल्यामुळे या गढीला अजून शान आहे. नदीकाठच्या सगळ्या मळी जमिनी आमच्या मालकीच्या होत्या. पुढे नाना कायदे झाले आणि पुष्कळ जमिनी विकाव्या लागल्या, सोडाव्या लागल्या. पण देवस्थानच्या जमिनी तशाच वहिवाटीत राहिल्या. कमी झालं-कमी झालं, असं म्हटलं तरी अपार वैभव गढीत साचलेलं होतं.

''पण चार-पाच वर्षांपूर्वी जो सर्वत्र गाजलेला दरोडा गढीवर पडला, त्याने राण्यांची सारी श्रीमंती एकदम धुऊन टाकली. त्याचेही काही फारसे महत्त्व नव्हते, पण त्या दरोड्यानंतर बाबाजीराव खचले आणि शिकारीचे निमित्त होऊन अखेरीस ते वारले. या दरोड्याच्या चौकशीचं एक थातुर-मातुर नाटक झालं; पण हा दरोडा कुणी तरी माहीतगार माणसांनीच घातला होता, यात कुणाला शंका

नाही. कुणी त्यात साहेबरावांचं नाव घेतं, तर कुणी राण्यांच्या व्याह्यांचे म्हणजे थोरातांचे नाव घेतं. साहेबराव त्या वेळेला मुख्यमंत्री नव्हते. हैदराबादच्या मुक्ती लढाईच्या वेळेस ही सारीच मंडळी हैदराबाद काँग्रेसमध्ये होती. त्या वेळेस झालेल्या खजिनालुटीतील काही पैसा राण्यांनी दाबला, अशी एक बोलवा होती. आणि त्यातूनच खासेराव, साहेबराव आणि बाबाजीराव यांच्यात वैर निर्माण झालं. खरं तर पंचवीस मैलांच्या टापूत असणारी तीन कुटुंबं आपापल्या परीनं मोठी मातब्बर आणि सामर्थ्यवान होती, परंतु परस्परांच्या विरुद्ध राजकारण करण्यात त्यांची सारी शक्ती आणि पैसा वाया चालला होता. बाबाजीराव राण्यांचा दुस्वास करण्याचं आणखी एक कारण होतं. ते म्हणजे त्यांची विलक्षण लोकप्रियता!

"परंतु मराठवाडयातील या भांडणाचा शेवट व्हावा, असे वाटल्या मुळे मोठे पुढारी पुढे आले. या तिघांचा समझोता करायचं ठरवलं. समझोता झाला की नाही, हे कळायला मार्ग नाही; परंतु त्यामुळे खासेरावांची सून म्हणून माझं मात्र अनपेक्षित लग्न झालं. हा बनाव साराच अनपेक्षित होता. त्यासाठी माझ्या संमतीचा प्रश्नच नव्हता. परंतु बाबाजीच्या मनात संमती द्यायची नसतानासुद्धा साहेबरावांच्या आग्रहाने हे लग्न झाले. लग्नात पाण्यासारखा पैसा खर्च झाला. आठ-दहा दिवस लग्नाची धामधूम चालू होती. खरं तर आमच्या घरात वडिलधारं बाईमाणूस नव्हतं, कारण आई वारून बरीच वर्षे झाली होती आणि मावशीही लग्नाआधी दोन-तीन वर्षांपूर्वीच वारली होती. मावशीला मी कुणाशीच फारसं बोलताना पाहिलं नव्हतं. अर्थात, आईही फारसं बोलत नसेच. पण मावशी आपली सारखीच देवघरात बसलेली असायची आणि आईच्या मृत्यूनंतर तर मावशीचं व्यवहारातलं मन अगदीच उडून गेलं. नाही म्हणायला, माझ्याचमुळे घरात काही हसणं-खेळणं असायचं. एरवी का कुणास ठाऊक, पण एक विलक्षण तंग आणि गूढ वातावरण घरात असे. लहानपणापासूनच मी पाचगणीच्या मिशन स्कूलमध्ये वाढले. सुट्टीनिमित्त घरी आले म्हणजे, मला फारच कोंडल्यासारखं व्हायचं! तरी पण अण्णाबरोबर वेळ चांगला जायचा. अण्णा म्हणजे माझा धाकटा भाऊ! तो हुबेहूब बाबाजीरावांसारखा दिसायचा. परंतु इतर घरात जे मोकळं, आनंदाचं वातावरण असतं; त्याचा मागमूससुद्धा आमच्या घरांत नव्हता. मला कुणी धाकही दाखवत नसे. केव्हा एकदा सुट्टी संपते आणि मी शाळेला परत जाते, असं मला वाटायचं!

"बाबाजीरावांच्या मृत्यूच्या वेळेस मला जे रहस्य त्यांनी सांगितलं त्या

वेळी मात्र मी मनातून खचून गेले. जिला मी आई समजत होते, ती माझी खरी आईच नव्हती आणि घरात जी मावशी म्हणून वावरत असे, ती माझी खरी आई होती! केव्हा तरी मागे रझाकारांच्या चळवळीच्या वेळेस बाबाजीरावांची आणि मावशीची गाठ पडली. त्यांचे संबंध जुळले आणि त्याचीच परिणती माझ्या जन्मात झाली. मूल नसल्यामुळे खंतावलेल्या बाबाजीरावांनी काय बनाव केले, कुणास ठाऊक! पण मी बाबाजीरावांची लेक ठरले. पुढे मग आईलाही मुलगा झाला. तशा अर्थाने आम्ही दोघं सख्खे बहीण भाऊच– लोकांच्या दृष्टीने! परंतु बाबाजीरावांच्या मनात कुठे तरी सल होता, म्हणून माझं लग्न थोरातांच्या कुटुंबात लावून द्यायला ते तयार नव्हते. घडायचं ते घडून गेलं होतं. माझा आपण निष्कारण बळी दिला याची खंत त्यांना मृत्यूच्या वेळी होती. मी सासरी सुखी नाही, तिथे मला राहणं शक्यही नाही– हे त्यांना कळत होतं. पण अब्रूला भिऊन ते काही करू शकत नव्हते. खासेराव मला खूप सांभाळून घ्यायचा प्रयत्न करीत. पण यशवंतरावाला– त्यांच्या मुलाला काही ते सावरू शकले नाहीत. उलट, त्यांनी राजकारणातूनसुद्धा अंग काढून घेतलं. मग यशवंतराव निवडणुकीला उभे राहिले आणि निवडूनही आले. तिथे माझ्या जीवनाला आणखी एक कलाटणी लाभली. केवळ मस्तवालपणा, गावगुंडी आणि तमाशाचा नाद यांमुळे सासर सोडून मला काही माहेरी येऊन राहण्याची गरज नव्हती. पण त्यांच्या व्यसनांना आता अधिक मोठं क्षेत्र उपलब्ध झालं! त्यातच मी कमअस्सल आहे, असं त्यांनी कसं शोधून काढलं; कुणास ठाऊक! कदाचित साहेबरावांनीच ते त्यांना कळवलं असेल. हैदराबाद लढ्याच्या वेळेस जेव्हा साहेबराव आणि बाबाजीराव जीवश्चकंठश्च मित्र होते, तेव्हा बाबाजीरावांचं हे प्रेम प्रकरण त्यांना माहीत होतं. पुढे वैमनस्य आलं, तरी त्या काळातील रहस्य त्यांच्याजवळ सुरक्षित होतं. मग जेव्हा या तिघांचेही वैर मिटविण्यासाठी बरेच दिवस चर्चेचे गुऱ्हाळ चालले होते, त्या वेळेस काही हेतू मनात ठेवून साहेबरावांनी माझ्या लग्नाला उत्तेजन दिले असले पाहिजे. तो हेतू तेव्हा कळायला मार्ग नव्हता आणि कळले असते, तरी धीटपणे पुढे होऊन त्याला विरोध करण्याचं माझं सामर्थ्य नव्हतं!

“बाबाजीराव वारले. त्यानंतर खऱ्या अर्थानं माझं माहेर तुटलंच! अर्थात, अण्णानं मला कधी वाईट वागवलं नाही किंवा काही कमीही केलं नाही. बाबाजीरावांचा धाक होता तोपर्यंत सासरी मला फारशी अपमानस्पद वागणूक तरी नव्हती. कधी कुरबुर, कधी थोडीशी शिवीगाळ-! पण बाबासाहेबांचा मृत्यू झाला आणि सारं चित्र पालटलं. थोरातांच्या घरची इतर सर्व मंडळी– सासूबाई,

भावजय चांगली आहेत! परंतु जिथे नवराच बायकोची इज्जत ठेवू इच्छित नाही; तेव्हा घरातले लोक तरी काय करणार! यांचं मुंबईतलं वारंवारचं राहणं सर्वांच्या लक्षात येऊ लागलं! एकटं, कंटाळवाणं आयुष्य काढणं तशा गावात फार कठीण होतं. जुन्या रिवाजांमुळे फारसं बाहेर हिंडायची सोय नव्हती. माहेरी मला अडवणारं कुणीही नव्हतं. मी मळ्यात जायची, घोड्यावर बसायची; एवढंच नव्हे, तर नदीत पोहायचीसुद्धा! आमच्या घरात वेगवेगळी वृत्तपत्रे यायची. एवढंच नव्हे, तर अण्णा औरंगाबादेहून माझ्यासाठी छान-छान कांदबऱ्याही घेऊन यायचा. पाचगणीलासुद्धा मी मोकळ्या हवेत वाढले आणि घरी तर काय, मला प्रतिबंध करणारं कुणीच नव्हतं. त्यामुळे अंधारातलं आयुष्य– त्यातही अपमानाचं जिणं मला असह्य झालं होतं. आम्ही मराठमोळ्या स्त्रिया पांढरपेशांसारखं मनात आलं की, घर सोडू शकत नाही. त्यातही घराण्याचा धाक म्हणून असतोच! मधल्या काळात साहेबराव मुख्यमंत्री झाले. त्याबरोबर इकडच्या बाजूला ते आले की, त्यांचा मुक्काम आमच्या घरी होऊ लागला. हे तर नेहमी आशाळभूतपणे साहेबरावांच्या मागे-मागे करीत. पुढे-मागे मंत्री होऊ, ही आशा त्यांच्या मनात असे. साहेबरावांच्या सांगण्यावरूनच मग मी मुंबईलाही आमच्या घरी राहू लागले. वाटलं होतं, त्या मोकळ्या-स्वतंत्र वृत्तीच्या जगात दिवस थोडेसे बरे जातील. नवरा-बायको म्हणून आमचे संबंध लोकविलक्षणच होते. हे कधी वेळेवर घरी यायचे नाहीत आणि मध्यरात्री अवेळी घरी आले की, दारूनं तर्र ऽऽ होऊन यायचे आणि त्यांना त्या वेळेस फक्त एक बाई हवी असायची. ती नाइलाजानं त्यांची पत्नी होती, एवढंच! पण त्यांना कोणीतीही बाई त्या वेळेस चाले– अगदी मोलकरीणसुद्धा!

"एके दिवशी साहेबरावांच्या निमंत्रणावरून आम्ही त्यांच्याकडे जेवायला गेलो आणि त्यांनी आग्रह केला म्हणून जेवणानंतर त्यांच्याकडे थोडा वेळ थांबलो. कुठून तरी फोन आला, म्हणून हे घाईघाईने बाहेर निघून गेले. थोड्या वेळाने साहेबरावांनी आपली गाडी दिली आणि मला घरी पोचवलं. साहेबराव माझ्याशी फार मायाळूपणे वागायचे. त्या मायाळूपणालाही मी पुष्कळदा फसत असे. ते इतकं आर्जवी आणि गोड बोलतात की, मी-मी म्हणणारेदेखील त्यांच्यापुढे फसतात. कुणालाही सहजगत्या खिशात घालण्याइतकी त्यांची वाणी गोड असे. तसे ते वेळीअवेळी आमच्याकडे येत असत– नाही असं नाही! पण त्यांनी कधी आक्रमक किंवा सूचक अशा हालचाली किंवा आविर्भाव केले नाहीत. त्यांच्या-माझ्यात नाही म्हटलं तरी पंचवीस-तीस वर्षांचं अंतर आहे.

त्यांच्या मनात काही पाप असेल अशी शंका यायलासुद्धा जागा नव्हती. कुणालाही असंच वाटावं की, एखादं वडिलधारं मनुष्य आपल्या मुली-बाळीच्या बरोबर वागतंय, तसंच ते वागत असत. मला तरी आयुष्याचा कुठं फारसा अनुभव होता? पण कधी कधी ते इतकं चमत्कारिकपणे रोखून बघत असत की, मी गोंधळून जाऊन जे-जे झाकता येईल ते झाकून टाकण्याचा जिवापाड यत्न करत असे. त्यांच्या डोळ्यांत एक विलक्षण धग हळूच लकाकून जात असे. सत्तेच्या, वडिलकीच्या आणि ऋणानुबंधांच्या नात्यामुळे मला त्या वेळी आक्षेपही घेता येत नसे. पण एखादं चांगलंसं सावज खास भुकेच्या वेळेस राखून ठेवावं– असं काहीसं त्याचं पाहणं असे. कदाचित माझ्या मनाचाही तो खेळ असेल!

"मी घरी आले, त्या वेळेस आमची गाडी खालीच होती. हे घरी आले असावेत. मला एकटीला मुख्यमंत्र्यांच्या घरी सोडून तातडीने घरी येण्याचं कारण काय असावं? माझ्या पायातला जोर एकदम ओसरला. एरवी पर्समधील लॅच-की काढून आमच्या फ्लॅटचं दार उघडण्याचं मला काही कारण नव्हतं; नोकर-चाकरच दार उघडायचे! पण का कुणास ठाऊक दार उघडून अवचितपणे आत जाण्याचा मला मोह झाला. सारं घर अंधारात होतं. फक्त बेडरूमच्या दरवाज्यातून प्रकाश येत होता. मी हलकेच दाराचं हॅन्डल फिरवलं... आणि आत पाहिलं...तर समोरचं दृश्य पाहून मी चक्कर येऊन खाली पडले.

मी जागी झाले, तेव्हा पहाट झाली असावी. मी तशीच पडलेली होते. घरात कुणीच नव्हतं; हेही नव्हते! त्यांच्या मिठीत असणारी, शेजारी राहणारी मिसेस गव्हाणकरसुद्धा नव्हती. एवढंच नव्हे, तर नोकर-चाकरही घरात नव्हते. घरभर फिरून मी पाहिलं आणि या एकट्या घरात राहताना माझ्या जिवाचा थरकाप झाला. आजपर्यंत ते बाहेर शेण खात होते, हे मला समजत नव्हतं असं नाही; पण आता घरात, माझ्याच बिछान्यावर ते शेजारणीबरोबर झोपताना पाहून माझी मन:स्थिती काय झाली असेल– कल्पना करा. एकदा वाटलं, शेजारी जावं आणि त्या वेसवेच्या झिंज्या उपटून जाब विचारावा! पण तमाशा करण्यात काय अर्थ होता? आपलाच दाम जिथे खोटा, तिथे काय करणार? शिवाय, हेच जर तिच्या घरी असले, तर तिच्या नवऱ्याला हे कसं चालतं? का, तोही या कृत्यात सामील आहे? एवढा मोठा सरकारी अधिकारी! पण आपली बायको एक आमदार अंगाखाली घालतो, याचे त्याला काही नाही? हा चोरटा व्यवहार जुना असला पाहिजे. कदाचित गव्हाणकर फिरतीवर गेले असतील अन् यांची मौज चालू असेल.

"माझ्या संतापाचा पारा खरं तर इतका वर चढला होता की, कुठलाही तर्कशुद्ध विचार डोक्यात स्थिर होत नव्हता. या नरकातून पळून गेलं पाहिजे, एवढी एकच गोष्ट लक्षात आली. वास्तविक, मुंबईत आल्यापासून मला खूप बरं वाटत होतं. चार ठिकाणी बोलायला बसायला जाता येत होतं, नाटक सिनेमाला जाता येत होतं. या मुक्त वातावरणाचा नाही म्हटलं तरी मला फायदा झाला होता. तोंडदेखलं का होईना, पण यांना पुष्कळदा चांगलं वागायला लागायचं. नाटक, सिनेमे, कादंबऱ्या वाचून, पाहून कधी नव्हे ते मला पुरुषाबद्दल एक वेगळंच आकर्षण निर्माण झालं होतं. हे वेळी-अवेळी माझ्या शरीरावार तुटून पडायचे. त्या धटिंगणपणाचा, किळसवाणेपणाचा पूर्वी मी प्रतिकार करायची. त्यांचं अस्तित्वसुद्धा मला सहन व्हायचं नाही. पण का कुणास ठाऊक; असलं का होईना, पण शरीरसुख हवं– असली मागणी शरीर करायला लागलं. आपलं शरीर किती कोडगं असतं, हे लक्षात येऊन मला शरम वाटायला लागली. माझ्या देहानं इतकं लाचार का व्हावं, हेही मला कळायचं नाही. त्यांचा चेहरासुद्धा मला बघण्याची इच्छा नसायची. पण जेव्हा ते माझ्या शरीरावर तुटून पडत, तेव्हा माझा सारा प्रतिकार लटका व्हायचा. माझ्या शरीराचा हव्यास वाढत चालला होता आणि त्यामुळेच असेल, कदाचित, तेवढ्यापुरते तरी ते माझ्यावर पूर्वीसारखे संतापत नसत. तेव्हा मला जगाची काही माहिती नव्हती. पुरुषांचाही मला अनुभव नव्हता; परंतु त्यांची वासना लोकविलक्षण होती, यात शंकाच नाही. आज या साऱ्या घटनांना बरेच दिवस होऊन गेले आहेत. पण तरीही झोपेनं तळमळत रात्र काढत असताना अजूनही त्यांच्या धसमुसळ्या शरीराची मला आठवण येते.

"वास्तविक, मी बेशुद्ध पडल्यानंतर कुणीतरी मला सावध करायला हवं होतं. पण तेवढीसुद्धा माणुसकी त्यांनी दाखविली नाही. ते मला घाबरून पळून गेले, असं मी म्हणणार नाही; कारण असल्या गोष्टीला घाबरणाऱ्यांपैकी ते नव्हते. कदाचित त्यांच्या रंगात मी बिघाड आणला असेल– मला पाहूनसुद्धा ते खजील झाले नव्हते! खजील झाली असलीच, तर ती नटमोगरी गव्हाणकरीच! तिला माझ्या नवऱ्यापासून केवळ शरीरसुखच हवं होतं, का आपल्या नवऱ्याच्या उत्कर्षासाठी ती आपली शरीर विकत होती– कोण जाणे!

काही असलं तरी आता या घरात आपण राहायचं नाही, असा मी निर्णय घेतला. मी सर्व बॅगा भरून घेतल्या. माझे दागिने, घरातले पैसे, कपडे– जेवढे म्हणून घेता येण्यासारखं होतं, तेवढं मी घेतलं आणि गुरख्याला बोलावण्यासाठी

बाल्कनीत आले. मागे सर्व्हंट्स क्वार्टर्समध्ये ड्रायव्हर राहायचा, तो आहे का, पाहायला गेले. योगायोगाने तो होता. त्याला मी लवकर तयार व्हायला सांगितले आणि गाडीतून सरळ काहूरला निघून आले.

"अण्णाला मी जमेल तितक्या सभ्यपणानं माझ्या संसाराची करुण कहाणी सांगितली. मी इथे राहिले तर त्याची काही हरकत आहे का, असाही स्वच्छ प्रश्न विचारला. खरं म्हणजे, अण्णाला या साऱ्या गोष्टी थोड्या-फार प्रमाणात माहिती होत्या. परंतु असं काही टोकाचं होईल, असं त्यानं गृहीत धरलं नव्हतं. मी घर सोडल्यामुळे माझ्या सासरच्या मंडळींना वाईट वाटणं स्वाभाविक होतं. मी चार-आठ दिवसांनंतर एकदा सासरी जाऊन आले. सासऱ्यांनी माझी चौकशी केली. त्यांच्या कानांवर तोपर्यंत काही गोष्टी आलेल्या होत्याच. मी माहेरी राहायला त्यांनी विरोध केला नाही. एवढंच नव्हे, तर त्यांनी माझे उरलेले सारे दागिने घेऊन जायला सांगितले. दहा हजार रुपयांच्या नोटा माझ्या हातांत ठेवल्या. मी खूप आढेवेढे घेतले. पण त्यांनी सांगितले की, नाही म्हटलं तरी पैशानं अडचणी खूप कमी होता. माझ्या भावावर तरी माझा भार का पडावा, हा त्यांचा प्रश्न तसा रास्त होता. त्यांनी दरमहा पैसेही पाठवायचं कबूल केलं. पण पैशांचा खरोखरच काही प्रश्न नव्हता. माझ्या माहेरी तरी काय कमी होतं? पण माझ्या या वागण्यामुळे कदाचित अण्णाची सोयरीक जमणं कठीण गेलं असतं. माझं माहेर इतकं संपन्न होतं की, माझीच काय– पण दहा-पाच लोकांची जबाबदारी अण्णा सहज उचलू शकला असता. शिवाय, मावशीच्या नावावर केली तरी शेतं माझीच व्हायची होती. त्याचे कागदपत्रंसुद्धा कोर्टात सादर झाले होते. तसं काही मला कमी नव्हंतं. कमी होतं ते एकच– ते म्हणजे सौभाग्य! माझ्यासारख्या स्त्रीला नवऱ्यावाचून काय अर्थ होता? मी माझं आयुष्य कसं गुजरणार होते! शिवाय मला असं वेगळेपणाने माझा नवरा सुखानं नांदू देईल, का अण्णाला तो त्रास देईल, हाही प्रश्न होता. अण्णाही तसा कमी नाही, पण अजून तो लहान आहे. अशा वेळेस मला साहेबरावांची आठवण यावी, यात काहीच नवल नव्हतं.

"साहेबरावांना मी 'ताबडतोब मला भेटावं' अशी विनंती करणारं एक पत्र पाठवलं. त्या वेळेस मला पुढच्या भवितव्याची कल्पना नव्हती. मी आधार शोधायला गेले आणि भलत्याच अडचणीत सापडले. खरं तर साहेबराव हे तशा अर्थानं मला वडलांसारखे. माझ्या वडलांचे मित्र, सासऱ्यांचे मित्र! मला त्यांनी अगदी लहानपणासून पाहिलेली. आता या साऱ्या गोष्टी घडल्यानंतर मला काही

गोष्टी नव्यानं समजल्या. बाबाजीराव आणि साहेबराव या दोघांच्याही अज्ञातवासाच्या काळात मावशी– माझी खरी आई सुगंधाबाई– त्यांच्या नजरेस पडली. दोघांचेही सुगंधाबाईला गटविण्याचे प्रयत्न चालू होते. सुगंधाबाई त्या वेळेस वऱ्हाडात गाजलेल्या एका तमासगीर पार्टीतील प्रमुख नर्तिका होती. बाबाजीरावांची यात सरशी झाली. आपण हरलो, हे साहेबरावांच्या लक्षात आलं. त्यांनी पड खाल्ल्यासारखं दाखवलं. दोस्तीचा देखावा उभा ठेवला, पण नाना तऱ्हेने बाबाजीरावांना अडचणीत आणण्याचा प्रयत्न केला. बाबाजीराव आडदांड होते, शक्तिशाली होते; पण साधे-भोळे होते. आणि साहेबरावांचा हा वरवरचा कावा त्यांच्या कळण्यापलीकडचा होता. नाना तऱ्हेचे कोर्टदरबार, अपमानाचे प्रसंगही त्यांच्यावर ओढवले. एवढंच नव्हे, तर अखेरीस गढीवर दरोडा पडला; त्याच्या मागे साहेबरावांचा हात असला पाहिजे, असं मला वाटतं. साहेबरावांचंही घराणं मोठं होतं. परंतु बाबाजीरावांच्या कुळाची ऐतिहासिक परंपरा व जहागीरदार म्हणून असलेला त्यांचा लौकिक आणि लखुजी जाधवराव या ऐतिहासिक कुटुंबाशी असलेले त्यांचे रक्ताचे संबंध यामुळे मुख्यमंत्री होऊनसुद्धा पूर्णा खोऱ्यात बाबासाहेबांच्या पुढे साहेबरावांचा दर्जा कमीच होता. मोगलाईत राहूनसुद्धा राणे कुटुंबाने मराठेशाहीचा अभिमान धरला होता. याउलट, साहेबराव हे निजामाचे आश्रित होते. ही रुखरुख साहेबरावांच्या मनात नेहमीच येत असे, म्हणून बाबाजीरावांची प्रतिष्ठा त्यांच्या डोळ्यांत नेहमीच सलत असे. त्यात सुगंधाबाईने बाबाजीरावांना जवळ केलं, याचाही राग खदखदत होता. इतकी वर्षे तो सूड त्यांनी मनात धरला होता. तोंडावर हसू, वाणी गोड– त्यामुळे बाबाजीरावांच्या मृत्यूच्या शोकाचं नाटक तर त्यांनी अफाट केलं. शिवाय इस्टेटीचे नंतर होणारे काही प्रश्न त्यांनी स्वत:हून खटपट करून सोडवले. त्यामुळे अण्णा तर साहेबराबांच्या अगदी मुठीत होता. हळूहळू आमच्या घरावर त्यांची पक्कड चांगली बसली. त्यांचं येणं-जाणं सुरू झालं. पूर्णेवर एक छोटासा बंधाराही बांधण्याची योजना त्यांनी मंजूर करून घेतली. त्यामुळे आमची शेती आता पूर्ण बागाईत झाली. नदीपलीकडे नवा मळा तयार झाला. त्या मळ्यात अण्णानं हौसेनं बंगला बांधला. मग सुट्टीत किंवा उन्हाळ्यात आम्ही तिथेच राहायला लागलो.

"मी काहूरला परत आल्यानंतर माझा बराचसा वेळ या बंगलीतच जायचा. ही बंगली मोठी शांत आहे. इथेच जिल्ह्याच्या किंवा तालुक्याच्या राजकारणाच्या गुप्त बैठकाही होत असत! तेवढ्या वेळेपुरती मी गढीत जायची. मग एक दिवस असा आला की, त्याने माझ्या आयुष्याची दिशाच बदलून गेली.

अशीच एक जिल्हा कार्यकर्त्यांची बैठक बंगल्यावर भरलेली होती. त्या वेळेस साहेबराव मुख्यमंत्री झालेले नव्हते, पण होणार होते. रात्री सगळ्या मंडळींची पांगापांग झाली. साहेबराव आज बंगलीवरच मुक्काम करणार होते. अण्णाच्या आग्रहावरून जेवण-खाण्याची व्यवस्था करण्यासाठी मी बंगलीवर आले. मोटरसायकलवरून आमचे दिवाणजी काही तरी निरोप घेऊन आले. त्यामुळे अण्णा घाईघाईने त्यांच्याबरोबर तालुक्याला गेला. मला बंगलीत राहण्याचा संकोच वाटण्याचं काहीच कारण नव्हतं आणि मी मुद्दाम घरी परतले असते, तर बरेही दिसले नसते; म्हणून मी तिथेच राहिले. जेवणे झाली. गडीमाणसं आपल्या पडळीवर गेली. रामू लोहार नेहमीप्रमाणे बंगल्याच्या राखणीला होता. सगळी निजानीज झाली आणि माझ्या खोलीचा दरवाजा वाजला.

माझ्या मनात कसलीच शंका नव्हती. मला वाटले, रामू काही तरी निरोप सांगायला आला असेल किंवा अण्णाही परत आला असेल, म्हणून मी दरवाजा उघडला; तो साहेबराव उभे होते! साहेबराव हसत होते. त्यांच्या हसण्यात कसलाही विखार नव्हता.

''झोप येईना म्हणून काही तरी वाचायला मागायला आलो होतो!''

''झोप न यायला काय झालं?'' मी चेष्टेत म्हटलं. ''वहिनींची आठवण आली वाटतं?''

''तिची आठवण आली, म्हणूनच झोप गेली!''

पुस्तक देण्यासाठी म्हणून मी आत वळले. माझ्या पाठोपाठ आत येऊन साहेबरावांनी झब्ब्यातून पाईप काढला. शांतपणे त्या पाईपमध्ये ते तंबाखू भरू लागले. त्यांच्या वागण्यात आक्षेप घेण्यासारखे जरी काही नसले, तरी या अवेळी माझी गैरसोय करून त्यांनी माझ्या खोलीत येण्याचं खरोखरच काही कारण नव्हतं. त्या वेळेपर्यंत तरी, कितीही वदंता ऐकल्या तरी, साहेबरावांबद्दल माझं मत फारसं वाईट नव्हतं; खरं तर आदरयुक्त भीतीच होती. पन्नाशी उलटून गेली तरीसुद्धा वार्धक्याच्या कोणत्याही खुणा त्यांच्या अंगावर नव्हत्या. समजूत काढताना ते इतके मवाळ व आर्जवी असत, तितकेच त्यांची भीती वाटावी इतकं आक्रमक व्यक्तिमत्त्वही मी पाहिले आहे. सभेत बोलताना तर ते अभूतपूर्व रूप धारण करीत. इतर काँग्रेसवाल्याप्रमाणे त्यांच्या ठायी कळकटपणाचा लवलेशही नव्हता. ते रोखून पाहायला लागले की, पाहणाऱ्याची दृष्टी आपोआप खाली जाई. एके काळी ते चांगले पैलवान होते. कधी काळी ती रग त्यांच्या बोलण्या– चालण्यात

व्यक्त होत असे.

पण काही झाले तरी ते आमच्या कुटुंबाचे मित्रच– आज तर पालनकर्ते! त्यामुळे त्यांना नाराज करणे इष्टही नव्हते आणि मला तर शक्यही नव्हते. मग नेमकं पुढे संभाषण काय झालं, त्यांनी कोणत्या वळणावळणाने माझी जवळीक साधली... शब्दभ्रमात, स्पर्शभ्रमात त्यांनी कसं अडकवल... हे नेमक्या शब्दात मला सांगता येणार नाही. एखाद्य हिंस्र श्वापदाला पाहिल्यानंतर पळून जायच्या ऐवजी गरीब कोकरू डोळे विस्फारून त्याच्याकडे पाहत राहतं; त्याची प्रतिकारशक्ती लोपून जाते आणि ते जवळपास स्वखुशीनेच त्याच्या स्वाधीन होतं. तसंच काही तरी माझं झालं. एखाद्या खोल, काळ्याशार पाण्यात मी बुडते आहे, असं मला प्रथम वाटलं. पण क्षणार्धात मला कुणी तरी त्या पाण्याच्या बाहेर काढलं! भीतीची किंवा चेतना हरवण्याची क्रिया संपलेली होती. एखाद्या समर्थ, सराईत, माणसाच्या सान्निध्यात मी आहे याची मला जाणीव झाली आणि माझ्या इच्छेविरुद्ध माझं शरीर त्यांना साथ देऊ लागलं. मला वाटतं, माझ्या रक्तात अनेक दिवस अस्वस्थ असलेली वासना उफाळून वर आली. मला हे कळत नाही की, मी प्रतिकार का केला नाही? अखेर का केला नाही? पण मी प्रतिकार केला नाही, ही गोष्ट मात्र सत्य आहे. मी करू शकले नाही, ही गोष्ट त्याहून सत्य आहे. प्रतिकार करण्याची माझी इच्छाच कुठे तरी मरून गेलेली होती; एवढा तरी कबुलीजबाब मला द्यावा लागेल.

‘‘वासनातृप्तीचा एक विलक्षण कैफ असतो. आरंभी मनुष्याचा स्वत:वर ताबा असतो आणि तो ताबाही एकदा हरवला की, मग शरण जाणं– एवढंच उरतं! मी त्यांना सर्वथा शरण गेले... खरं तर सहकार्य देऊ लागले. शरीराची आणि मनाची चाल वेगळी-वेगळी असते. विलक्षण, दाहक मनाच्या तळाशी लपून बसलेली एक लालसा एकदम प्रज्वलित झाली. एरवी काळीभोर मातीसारखी वाटणारी सुरुंगांची दारू काडी शिलगावताच कातळ फोडून टाकण्याचे सामर्थ्य दाखवते.

‘‘तृप्त मनानं हलकेच साहेबराव उशीला टेकून बसले. मायेनं किंवा मायावीपणानं माझं मस्तक त्यांनी मांडीवर घेतलं. अंतरी मलाही कुठे तरी तृप्ती गवसलेली होती. थोपटता-थोपटता मला झोप केव्हा लागली, हे कळलेदेखील नाही.

‘‘उन्हं डोक्यावर आली, तेव्हा सकाळी मी उठले, साहेबराव जाण्याच्या तयारीत होते. अण्णा परतला असेल, पण जवळपास दिसत नव्हता. बाहेर

माणसं जमलेली होती. तेवढ्यात साहेबराव परत माझ्या खोलीत आले. आणि मला म्हणाले, 'यापुढे तुझी सारी जबाबदारी मी घेतलीय. कसलीही चिंता करायची नाही. काही अडचण असेल, तर कळवायचं. बहुतांशी आठ-नऊ दिवसांत माझी इकडे चक्कर होतेच; तेव्हा गाठच पडेलच. बाकी साऱ्या गोष्टींचा बंदोबस्त मी करेनच!'

"मी काहीच उत्तर दिले नाही. उत्तर देण्याची गरजच नव्हती, कारण एका विळख्यात मी अडकले होते. विळख्यातून सुटून तरी मी कुठे जाणार होते? सापळ्यातच राहायचं, तर मग समोरच्यासारखा सापळा तरी काय वाईट! शिवाय थोरातांकडचा त्रास तरी त्यामुळे वाचणार होता. अण्णाचं कल्याण होणार होतं. निदान त्या वेळेस तरी मला तसं वाटलं. मग आठवड्यांमागून आठवडे उलटत गेले. साहेबरावाचे मराठवाड्यातील, दौरे वाढू लागले. अर्थात, मुक्काम आमच्याच बंगल्यावर होता. परंतु आमच्या संबंधांची शंका कुणालाही येणार नाही, अशा तऱ्हेचा बनाव साहेबराव करीत असत. माझ्या तेही अंगळणी पडायला लागलं. किंबहुना, त्यांच्या दौऱ्याची मी आतुरनेने वाट पाहू लागले.

"पण साहेबरावांचं या इतक्या ओझरत्या गाठी-भेटींत समाधान होईनासं झालं. त्यांना मी त्यांच्या जवळ हवी होते, मुंबईला! पण हे कसं शक्य होतं? त्यांची अस्वस्थता वाढायला लागली. मुख्यमंत्री झाल्यानंतर तर त्यांच्या धावपळीच्या आणि जबाबदारीच्या जीवनात त्यांना एक सुरक्षित व घरेलू विसावा हवा होता. त्यांना स्त्री काही तशी नवखी नव्हती किंबहुना, त्यांच्या हयातीत किती तरी स्त्रिया येऊन गेल्या होत्या, याची ते खुशीत आले म्हणजे कधी कधी यादगारी सांगत! त्यांच्या बोलण्यातूनच मला हळूहळू पुष्कळ गोष्टी समजू लागल्या. माझी आई त्यांना मिळाली नाही त्याचा सूड म्हणून किंवा ती अतृप्ती म्हणून, त्यांनी मला मिळवली; प्राप्त करून घेतली. आमच्या बंगलीत राजकारणाच्या ज्या गुप्त मसलती चालत; त्या नाही म्हटलं तरी माझ्या कानांवर येत! त्यामुळे हळूहळू साहेबरावांचं एक वेगळं चित्र माझ्या मनात तयार होऊ लागलं.

तेवढ्यातच ते 'रीना' प्रकरण वर्तमानपत्रात प्रसिद्ध झालं. म्हणजे, माझ्याशी संबंध असतानासुद्धा साहेबरावांचे अन्य संबंध चालू होतेच. त्यावरून त्यांचा माझा एकदा झगडा उडाला. तेव्हा निर्विकारपणे, थंडपणाने ते म्हणाले, 'आपण आपल्यापुरतं पाहवं; भलत्या बाबतीत नाक खुपसू नये!'

"मग मात्र त्यानंतर माझ्यावर लादलेला का होईना, पण त्यांचा- माझा शरीरसंबंध मला आवडेनासा झाला. ते दौऱ्यावर यायच्या वेळा लक्षात ठेवून मी

बंगली सोडून गढीत जाऊ लागले. इतक्या सहजासहजी त्यांच्या तावडीतून माझी मुक्तता होण्यासारखी नव्हती; पण नियती अशी आणखीन एक शक्ती आहे की, तिच्यापुढे मी-मी म्हणणारे लोक गलितगात्र होतात! मी तर एक एकाकी, परित्यक्ता स्त्री; त्यातही एक तरुण स्त्री– फारसं शिक्षण नसलेली, खेड्यात राहाणारी, खानदानी कुटुंबात वावरलेली! या स्त्रीत्वानंच माझा गळा कापला. मला दिवस गेले आणि पुन्हा साहेबरावांचा आधार घेण्यावाचून मला गत्यंतर राहिले नाही. साहेबरावांना माझी स्थिती मी सांगितली, तेव्हा ते कुत्सितपणे हसले.

'मला टाळत होतीस ना; मग जा नं तू तुझ्या रस्त्यानं! आता माझी का आठवण करतेस?'

'पण तुमच्यामुळेचं मी या अडचणीत सापडले आहे'

'अडचण कसली? दोघांनी खुशीने केलेल्या गोष्टीत कुणी कुणाला दोष देऊ नये.'

'खुषीनं? मी तुमच्या मागंच लागले होते की नाही? उलट, तुम्हीच मला एकटीलाच गाठून माझं खेळणं केलंत! आता हे निस्तरण्याचा मोठेपणा तरी दाखवा; नाही तर पूर्णामाईचा डोह आहेच! मला काय– मी सहज जिवानिशी जाईन; पण तुमचा सर्वनाश केल्याखेरीज जाणार नाही.'

"साहेबरावांचा चेहरा आणि आवाज एकदम बदलला. मग ते नुसतंच माझ्याकडे पाहयला लागले आणि मग नेहमीचं मधाळ हास्य करीत ते म्हणाले, 'आहेस; सुगंधासारखीच बेरकी आणि हुशार आहेस! एवढ्याशा लहानशा गोष्टीसाठी तुला तुझं आयुष्य गमवायची गरज नाही; फक्त मी सांगेन तसं तू वागलं पाहिजेस– लक्षात ठेव! अखेर असल्या गोष्टी माझ्यासारख्या माणसाच्या अंगावर उलटत नाहीत. नाही तर इतक्या लोकांना दूर सारून मला मुख्यमंत्रिपद मिळालंच नसतं! सगळं काही मी निस्तरीन; तुझी इच्छा असेल, तर तुला राजकारणातसुद्धा पुढे आणीन, मंत्री करीन... तुझ्या नवऱ्यापासून काडीमोड द्यायला लावीन! आणि तुझी इच्छा असेल त्याच्याशी तुझं लग्नसुद्धा करून देईन; पण सारं काही माझ्या शब्दापासून झालं पाहिजे! मी आहे तर सारं काही आहे, नाही तर हात झटकून टाकून मोकळं व्हायला मला वेळ लागणार नाही. सगळ्यात सोपा मार्ग म्हणजे, दोन-चार दिवस का होईना, पण नवऱ्याच्या घरी तुला राहावं लागणार आहे-'

'नाहीऽ नाहीऽऽ ते शक्य नाही!'

'नाही तर पुष्कळ डॉक्टरी उपाय आहेत! किंवा, त्यापेक्षाही एखादा सोपा उपाय मी सांगेन– एखादा मूर्ख मासा गळाला लाव! तुझ्या आवाक्यात असा मासा शोधून आणण्याचं काम माझं! बघू या– तू किती हुशार आहेस!'

किती‌ही कठीण प्रसंग आला तरी माणूस जगण्याची इच्छा बाळगून राहतो; मी त्याला कशी अपवाद असणार? बंगलीत त्या दिवशी मुक्कामाला साहेबराव आले त्यांच्याबरोबर तुम्ही होतात.''

फोनची घंटा वाजली, तेव्हा माझ्या मनात ज्या कल्पना आल्या; त्या अजून कुठे रेंगाळत मागे शिल्लक होत्या. सत्तेच्या आणि त्यामुळे दडपणाच्या भीतीने शिकार झालेल्या या स्त्रीला साहेबरावांपासून वाचवलं पाहिजे, एवढा एकच विचार माझ्या मनात प्रबळ झाला. साहेबरावांचा फोन आल्यानंतर मोहनाचा उतरलेला चेहरा, तिचं बदललेलं स्वरूप... यामुळे तर माझ्या मनात अपार करुणा दाटून आली. स्त्रियांचं काय जिणं असतं पाहा! कुणाही पुरुषानं त्यांना चुरगळावं आणि आपली भोगदासी बनवावं! आणि 'स्त्रीला आम्ही देवता मानतो', माता मानतो, असली बडबड करावी; याला काय अर्थ आहे? डॉ. लोहियांनी स्त्रीचं जे चित्रण केलं आहे, ते सारं क्षणार्धात माझ्या नजरेसमोर आलं. आपण काय केलं पाहिजे याचे मी आडाखे बांधू लागलो. आपल्याला कोण साथ देतील यांची नावं मी आठवू लागलो. का, साहेबरावांच्या स्थानाला घाबरून सारे लोक पळ काढतील? मग मला एक्स्प्रेस ग्रुपमधला अय्यर आठवला. एके काळचा माझा दोस्त कॉम्रेड सदावर्ते आठवला. हे दोघे तरी नक्की मला साथ देतील, याविषयी माझ्या मनात शंका नव्हती. बाईंना साहेबरावांच्या विळख्यापासून दूर ठेवायचं म्हणजे कसं, याचा मी विचार करू लागलो. हे सारं प्रकरण दिल्लीपर्यंत आपण नेलं, तर काही उपयोग होईल काय? बघायला पाहिजे! वर्तमानपत्रांत या बातमीचा एखादा ॲटमबॉंब टाकला, तर साहेबरावांची प्रतिक्रिया काय होईल? का आपण नामानिराळे आहोत आणि या प्रकरणाशी आपला काही संबंध नाही, असा पवित्रा घेऊन साहेबरावांना आपण गैरसावध ठेवलं; तर कसं होईल? साहेबरावांची पहिली प्रतिक्रिया काय होईल? आपली नोकरी कितपत धोक्यात आहे? तसाच प्रसंग आला, तर शेठजी कितपत टिकाव धरू शकतील?

तसे त्या वृत्तपत्रजगतात माझे चांगले खोलवर संबध होते. हे प्रकरण अगदी भरपूर पैशाचं पाठबळ उभं करून लढायलाही एक-दोन दैनिकं तयार झाली असती. पण या साऱ्या प्रसिद्धीचा मोहनाबाईंवर किती परिणाम झाला

असता?... डोक्यात अनेक प्रश्नांची गुंतागुंत होत राहिली.

माझ्या गोंधळलेल्या चेहऱ्याकडे मोहना पाहत राहिली.

"चिंतेत पडलात? माझी तर मुळीच चिंता करू नका; माझे जे काही व्हायचं असेल ते होऊ दे! तुमची-माझी ओळख झाली, काही क्षण आपण एकत्र आलो; माझ्यासारख्या अभागी स्त्रीला एवढं पुरे आहे. तुमच्यासारख्या साध्या भोळ्या माणसाला या प्रकरणात गुंतवायची माझी मुळीच इच्छा नाही. तुम्ही खुशाल अंग काढून घ्या. आणि खरं सांगू? तुम्ही आता जरी घरी गेलात तरी चालेल; मी सांगेन साहेबरावांना काय सांगायचे ते!"

"नाही! नाही! असं मी मुळीच करणार नाही. तुम्हाला वाटतात तेवढे साहेबराव मोठे नाहीत. त्यांनाही काबूत ठेवणाऱ्या शक्ती या जगात आहेत. मी अगदी दिल्लीपर्यंत जाईन, पंतप्रधानांना भेटेन; फक्त तुम्ही मला संधी आणि सहकार्य द्या. माझ्यासारख्याच्या आयुष्यातसुद्धा असला रोमांचकारी अनुभव कशाला येणार?"

मोहना जवळ आली. मला तिने घट्ट मिठी मारली. तिच्या आवाजात आता एक आर्जव होतं– तिचं एक वेगळंच रूप! त्या रूपामुळे न विरघळणारा मी संयमी पुरुष थोडाच होतो? ती मला म्हणाली, "तुमची मला काळजी वाटते! मी तुमची तशी कोण आहे? तुमचा-माझा संबंध तरी कितीसा आहे? केवळ माझ्याबरोबर सोबत म्हणून तुम्ही मुंबईला आलात. साहेबरावांना मी वैतागले आहे, म्हणून तिरीमिरीत तुम्ही आणि मी जवळ आलो– बस्स; एवढंच आपलं नातं! यापेक्षा अधिक गुंतागुंत करावी, असं तुम्ही तरी का म्हणता? तुम्ही काय माझ्यावर जबरदस्ती केलीत? मी खुशीनेच नाही का तुमच्याजवळ आले! मला तुम्ही आवडलात– साधे, सरळ! ज्याच्याजवळ कपट नाही, असा मनुष्य माझ्या आयुष्यात प्रथमच आला. एक चांगली आठवण– यापेक्षा हे प्रकरण पुढे वाढवू नका. माझ्यासारख्या अनेक फुलांना पायदळी तुडवलं जातं!"

"छोड दो! असलं काही बोलायचं नाही. शांतपणे सारं ठरवलं पाहिजे, एवढं नक्की. मी मोडलो तरी चालेल; पण तुझी सोबत सोडणार नाही."

"पुरुष हट्टी असतात, हेच खरं! हे असलं भलतं साहस करून तुम्हाला काय मिळणार आहे?"

मी तिला घट्ट आवळली आणि म्हणालो "तू!"

"माझी काय किंमत आहे? मी एक उष्टावलेली स्त्री आहे– एक खेळणं आहे!"

"असू दे. असली सुंदर स्त्री मिळण्यासाठी मी आकांत करेन! तू कशीही असलीस, पूर्वी काय काय घडलं असेल; याच्याशी मला काही कर्तव्य नाही! या घटकेपासून तुझं आणि माझं आयुष्य सुरू झालं. मधेच हात सोडू नकोस, म्हणजे झालं! सगळ्या अडी-अडचणी आपण पार पाडू... पण मी तुला श्रीमंती मात्र कधीच देऊ शकणार नाही!"

"श्रीमंतीत जन्मल्याचं दु:ख मी भोगते आहे, तेवढंच पुरे झालं! तुमच्यासारखा जोडीदार मिळाला... स्त्रीला आणखी काय हवं असतं?"

तिच्या शरीराचा निकट स्पर्श माझ्या मनातील सारे भ्रम दूर करून गेला आणि आणखीन एक जवळीक व आपुलकी मागे उरली. चिंता उद्या करायची आज नाही. नाही तरी या क्षणाला त्याची तातडी नव्हतीच. इतक्या लाघवी स्त्रीचं निकटपण आणि आता मी स्विकारलेली संरक्षकाची भूमिका– यामुळे सारंच काही बदलून गेलं होतं. आता ती केवळ एक दुरून पाहण्याजोगी स्त्री राहिलेली नव्हती. ती माझी होती; माझी झाली होती! या नात्यात आता केवळ आवेश नव्हता. आता एक वेगळंच निमंत्रण मिळालं होतं. शरीराबरोबर आता तिचं मनही माझ्या स्वाधीन होतं. आता केवळ वासनेचा गदारोळ नव्हता, आता काही केवळ सुख नुसतं ओरबाडून घ्यायचं नव्हतं; तर सुख देण्याचीही जबाबदारी माझ्यावर ही होती. त्या मिठीतच आम्ही नाना तऱ्हेचे मनसुबे केले. जेवण मागवलं; पण जेवण्यात लक्ष नव्हतं. एका कुशीत झोपलो, पण डोळ्यांत झोप नव्हती. स्पर्शाच्या मखमली रस्त्यावरून आम्ही वाटचाल करीत-करीत अशा एका गूढ प्रदेशात पोचलो की, तेवढ्यात मोहनाची मोना झाली. मला तिनं माझं नाव विचारलं. 'त्रिविक्रम' हे नाव काही तिला आवडलं नाही. मग मला ती 'ज्यो' म्हणायला लागली. भावना बदलल्या, नावं बदलली आणि नातीही बदलली. आता उद्या सकाळी तिला घेऊन आईला दाखविली पाहिजे... पण ते उद्या! या क्षणाला तरी तिच्या-माझ्यात असलेलं सारं अंतर तोडून टाकायचं– सर्वार्थाने

***

साहेबराव मनाशीच विचार करीत आपल्या बेडरूममध्ये बसले होते. पाईप विझलेला त्यांच्या लक्षात आला नाही. त्यांचे विचारचक्र वेगाने फिरत होते...

माझ्या अंदाजापेक्षा त्यांना मुंबईला पोचायला फारच वेळ लागलेला होता. त्यांच्या मोटरमागोमाग चक्रवर्तीची गाडी येत होती... आणि त्याच्या फोनप्रमाणे ती दोघं हॉटेलमध्ये संध्याकाळीच पोचली होती. खरं म्हणजे, सहा-साडेसहा

वाजताच जोशीच्या फोनची मी वाट पाहत होतो. तो फोन वेळेवर आला नाही, तेव्हा मासा गळाला लागला आहे, हे लक्षात आलं. कारण विस्तवापाशी लोणी नेलं की, ते वितळणारच! फक्त शहाणा म्हणवून घेणारा या पत्रकाराला 'मोहना' एवढ्या लवकर मूर्ख बनवू शकेल, असं मला वाटलं नव्हतं आणि जोश्यालाही ही हिंमत इतक्या लवकर होईल, हेही थोडं अनपेक्षित होतं. पण मनाप्रमाणे सारं काही घडतंय, एवढी गोष्ट त्यातल्या त्यात बरी!

नाही तरी आजपर्यंत माझ्या मनाविरुद्ध कोण वागू शकलं? प्रत्येकाला मी आजपर्यंत माझ्यापुढे वाकायला लावलं. नाही म्हणायला राण्यांचीच थोडी-फार भीती होती; पण त्यांचा तर मी केव्हाच निकाल लावला. किंबहुना, त्यामुळेच तर मोहनासारखं पाखरू माझ्या हातात आलं! पण त्यातलीही गंमत आता संपली. वरच्या माडीवर चढून गेल्यानंतर जिने काही बरोबर बाळगायचे नसतात! शिवाय, मोहनाही अलिकडे विचित्र वागू लागलीय. पूर्वीसारखी ती सारं काही मुकाट सहन करीत नाही. असली झणझणीत पाखरं मला आवडतात; पण तिनं आता हे भलतंच झेंगट उत्पन्न केलं! खरं तर कोणताही डॉक्टर तिला गुपचूप मोकळं करू शकेल, नाही असं नाही! पण मग हातचं पाखरू निसटून जाईल. त्यापेक्षा अनायासे चांगलं सावज सापडलंय; तेव्हा हे असले तथाकथित अबलोद्धार करणारे सुधारक आमच्यासारख्यांच्या फार उपयोगी येतात. बघू या आता काय होत ते!

खरी गोष्ट अशी की, मोहनाचा लोभही मला सुटत नाहीय. मागे सुगंधा हातातून गेली, त्याची सारी भरपाई मोहनाने केली. अजून सुगंधाची आठवण काही विसरता येत नाही. किती तरी वर्षे त्या आठवणींनी जळत होतो. आता कसं, सारं शांत-शांत वाटतंय! मोहना थोडी कमी अगोचर असती, तर असलं पात्र कायमचं बाळगायला सोईस्कर होतं. इतक्या दूर हातावर रंगशाळा असून काय उपयोग? मी ठरवल्याप्रमाणे आत्ताचं ते सारं प्रकरण निस्तरण्याची जबाबदारी जोश्यानं घेतली, तर बहारच होईल! म्हणजे तर अधिक सुरक्षितता. त्या अशा चोरट्या आनंदाची मजा काही औरच असते. नाही तर लघळपणा करणाऱ्या, बारीक-सारीक कामं करून घ्यायला आलेल्या बाया थोड्या का असतात? त्यांना वाटतं की, अंग पसरलं की साहेबराव वाटेल ते करतील! हां, अजूनही कधी कधी मन चळतं; नाही असं नाही– कधी कधी तोलही सुटतो. मधेच एक सालं रीनाचं प्रकरणच अंगावर आलं. तेव्हाही माहुलीच्या त्या शास्त्र्याला पुढे घालून मी सुटलोच की नाही? ही भटं मोठी तत्त्वनिष्ठ असतात; त्यांना थोडं भरीला

घालायला लागतं, मोठेपणा द्यावा लागतो.

आता उद्याच्या पेपरमध्ये कबूल केल्याप्रमाणे तो लोठे बातमी देतोय की नाही, तेवढं पाहायचं. सुरुंगात दारू ठासून भरली गेलीय... टाईमबॉम्ब लावून ठेवलेला आहे; उद्या सकाळपर्यंत काय काय घडतंय, हे नुसतं पाहायचं!

विरोधी पक्ष ह्या हकिगतीचं भांडवल करणार नाही, याची मला खात्री आहे. दादा सोनावणे आणि भास्कर पाटील या दोघांना लोठे रात्री फोन करून सारी माहिती नक्कीच देणार. त्यानं काही बिघडतंय, अशातला भाग नाही.

एक गोष्ट बरी आहे की, आता माझ्याविरुद्ध डावपेच करणारी सारी मंडळी मी विकत घेऊन टाकली आहेत. सोनावणे तर माझ्या पक्का मुठीत सापडला आहे. धान्य वाहतुकीचं मोठं टेंडर त्याला मी मिळवून दिलं आणि त्या भडव्याने खोटी बिलं पास करून घेतली. भास्कर आता 'देवभान साखर कारखान्या'चा चेअरमन झालाय! खरं म्हणजे, माझ्या मनात आज त्यांना जेवायलाच बोलवायचं होतं; पण कदाचित आज रात्री प्रदेशाध्यक्ष येण्याची शक्यता आहे. ते आहे बाहुलं. पण त्याला सांभाळायला पाहिजे. चीफ सेक्रेटरी हासुद्धा फार डोकं खातोय. आज्ञा पाळताना खळखळ करतो. त्याचा काही तरी बंदोबस्त करायला पाहिजे. त्याला एकदा एका प्रकरणात गुंतवायचा प्रयत्न केला, पण तो साला हुशार निघाला. थोरल्या साहेबांनी त्याला मुद्दामहूनच माझ्या टाळक्यावर ठेवून दिलाय. प्रत्येक प्रकरणाची बित्तंबातमी तोच थोरल्या साहेबांना कळवतो.

अगदीच राहावलं नाही, म्हणून अखेरीस मीच फोन केला. जोश्या मला बनवायला पाहत होता. त्याच्या लक्षात कसं येणार, की त्याच्या पाळतीवर सी.आय.डी.आहेत म्हणून!तीन तासांपर्यंत हॉटेलमध्ये लेकाचा मजा मारीत बसला. खरं तर मला असा राग आला होता– या भटुरड्याची एवढी हिंमत कशी झाली? पण लगेच माझ्या लक्षात आलं की आपल्याला हवंय तेच तो करतोय; मग रागावून काय उपयोग? आणि मग एकदम हसूच आलं. तेही बरोबर आहे म्हणा आपल्या ताटातील कोंबडी पळविण्याऱ्या कुत्र्याचा राग येणारच! पण किती झालं तरी पाळलेलं कुत्रं आहे ते; ते कामी येणारच. तसा जोशी हा उपयोगी माणूस. खालमुंड्या आणि पातळधुंड्या असला तरी अजून तरी त्यानं कधी माझ्याविरुद्ध डावपेच केलेले नाहीत. त्याला माहीत आहे की, देवकिसनशेठ माझ्या हाताखालचा कुत्रा आहे. त्याला अनेक तऱ्हेनं मी बांधून ठेवलंय. नोकरी करायची म्हणजे आवडो किंवा न आवडो; इमानदारी दाखवायलाच पाहिजे, शिवाय तो बरोबर असला की रिपोर्टिंगही छान होतं. आम्हाला सुचत नाही, ते

सारं त्याला सुचतं. भाषणं मोठी रंगवून रिपोर्ट करतो. येऊन-जाऊन या पत्रकारांना लागतं काय! कुणाला फोन, कुणाला घर, भावाला नाही तर बहिणीला नोकरी आणि फुकटात दारू अन् जेवण! सारे पत्रकार हात जोडून उभे असतात. बरं, आपल्या बापाचं काय जातंय; आपल्या घरचं थोडंच उचलून द्यायचं असतं? खा लेको, हवं तेवढं खा; पोट फुटेपर्यंत खा– इमानाला जागा, म्हणजे झाले. उद्याची प्रेस कॉन्फरन्स कशी काय होते, ते बघायला पाहिजे. उद्या कुणी लोठेच्या पेपरमधील बातमीवर प्रश्न विचारले नाहीत म्हणजे मिळवली. एक बरं, या प्रेस कॉन्फरन्सला जोशी नसेल. माझ्याबद्दल लोक काय म्हणतात, हे सगळं मला ठाऊक आहे. त्याशिवाय का पक्ष आणि राजकारण सांभाळता येतं? लोक मला लोकनेते साहेबराव म्हणून ओळखतात– ते अर्थात खिजवण्यासाठी का गौरव करण्यासाठी, हे कळण्यातका मी शहाणा आहे. मी डोकं तापवून घेत नाही; पण लक्षात ठेवतो. शब्दाला शब्द वाढवायचा नाही. पण संधी मिळाली की दयामाया दाखवायची नाही. भलत्याच इरेला पडायचं नाही. या इरेला पडण्यामुळेच मी रीना प्रकरणात गोत्यात नव्हतो का सापडलो!

नाही म्हणायला 'चव्हाटा' या लंगोटी पत्रात तो आचार्य काही ना काही तरी माझ्याविरुद्ध छापत असतो; पण त्याचीही भूक आता लक्षात आली आहे. हां, त्याच्याबरोबर जरा गोडीनं घ्यावं लागतं. खिंवसराशेठ त्याची सर्व व्यवस्था करतात, पण असं असूनसुद्धा तो हरामखोर काही ना काही तरी लिहीत राहतोच. खरं म्हणजे, मुख्यमंत्री झाल्यापासून या ना त्या रूपानं या हरामखोरानं मला चांगलं लुबाडलं. कुणाचा काच सहन करण्याची मला सवय नाही. या आचार्यालाही केव्हा तरी धडा शिकवला पाहिजे. माझ्याविरुद्ध तो कंड्या पिकवतो. त्याला अर्थ नसतोच, असे नाही. पण बाई, बाटली आणि पैसा या गोष्टीचं भांडवल करून-करून करणार किती? नाही तरी कोण हरीचा लाल हे केल्यावाचून सोडतो! या आचार्यांनंच दारू पिऊन एकदा चालू असलेल्या नाटकातील नायिकेचा हात धरला होता! आपण सारं काही करायचं आणि आम्ही जरा काही केलं की, जणू काही भयंकर गुन्हा केला, अशा थाटात बोंब मारायची. लोकही इतके मूर्ख की, या आचार्यांचं सारं रंगरूप माहीत असूनसुद्धा त्याच्या ॲटमबॉम्बची चविष्टपणे वाट पाहतात. त्याला सरळ करणं अजून तरी जमलेलं नाही, कारण सगळं काही करून-सावरून तो नामानिराळा राहातो. त्याच्या जावयाला जेव्हा पोलिसांनी पकडलं, तेव्हा कसा नाक मुठीत धरून रात्री अकरा वाजता बंगल्यावर आला होता! मीही चांगला दोन तास ताटकळत ठेवला होता. पोलीस कमिशनर

अस्वस्थ झाला. त्यालासुद्धा या आचार्यांची भीती होती. पण अनेकदा कैचीत सापडूनसुद्धा या आचार्यांचं काहीच वाकडं झालं नाही. एकदा वाटलं होतं, त्याच्याकरवीच हे जोश्याचं प्रकरण पुढे आणावं! पण तसा हा आचार्य कुत्र्यासारखा वास घेत-घेत बरोबर मूळ ठिकाणी जाऊन पोचतो. तसला धोका या प्रकरणात घेण्यात काही अर्थ नाही. यापेक्षा हा लोठे बरा!

रात्र खूप झालीय, तरी झोप काही येत नाही. झोपेची गोळी घेऊन पाहिली, तरी उपयोग नाही. घरातच सामसूम आहे, एवढं बरंय! नाही तर वत्सला उगीच पिरपिर करत असते. तिला वाटतं, आपण नवऱ्यावर पहारा ठेवू. उगीच मधेच एकदम सचिवालयातसुद्धा ती यायला लागलीय. मी कुठे जातोय, मला कोण भेटतं– या गोष्टीविषयी ती जरा फाजील चौकस व्हायला लागली. खरं म्हणजे ती काही करू शकणार नाही, ही गोष्ट खरी. कारण ती तशी रडतराऊच आहे. पण उगीच तमाशा होतो.

झोप येत नाही याचं कारण अगदी उघड आहे. हॉटेलच्या खोलीत, मुंबईत मोहना एकटी आलेली असताना – छे: छे: या जोश्याचं काही खरं नाही. उघड्या डोळ्यांनी त्यांना शृंगार करून द्यायचा? थू: आपल्या जिन्गानीवर! आपली वस्तू डागाळू द्यायची?

झोप केव्हा लागली, हे कळलंच नाही. जागा झालो, तेव्हा चांगलं फटफटलं होतं. उठलो. चूळ भरली आणि साईमहाराजांच्या पुढे हात जोडून बसलो. त्यांची कृपा आहे, म्हणून सगळं ठीक चाललंय! तेवढ्यात फोन खणखणाला. फोनवरचा आवाज मी लगेच ओळखला. घाबऱ्या आवाजात जोशी बोलत होता. मी म्हणालो, ''का रे, इतक्या सकाळी सकाळी–?''

''साहेब, आजचे पेपर पाहिलेत का?''

''का, काही विशेष? मी आत्ताच उठलोय! अजून बाहेरसुद्धा गेलोच नाही!''

''जनसत्तात काही भलतीच बातमी आलीय हो! नाईट शिफ्टला बहुधा आठवले असावा. त्याला फोन केला, तर तो म्हणतो– त्याला काही माहीत नाही. लेट नाईट एडिशन बहुधा डेंगळे करीत होता!''

''अरे, पण बातमी तरी काय? सांग!''

''वाचवून दाखवतो ना साहेब!''

''हं, वाच!''

''पहिल्या पानावरच आहे बातमी साहेब! वरळी येथील एका पंचतारांकित

हॉटेलमध्ये काल एक जोडपं येऊन दाखल झालं! जोशी पती-पत्नी असं त्यांनी नाव नोंदवलं आहे, पण ते पती-पत्नी नक्की नाहीत. मराठवाड्यातील एक खानदानी कुटुंबातील विद्यमान आमदारांच्या पत्नी आणि एक मुंबईतील पत्रकार अशा तऱ्हेने हॉटेलात उतरलेले पाहून आमच्या बातमीदाराने त्यांना भेटण्याचा यत्न केला. त्यांनी आमच्या बातमीदाराला खोलीत येऊच दिले नाही आणि ते दोघेही खोलीतूनही बाहेर पडले नाहीत. या स्फोटक प्रकरणाची हकिगत आम्ही उद्याच्या अंकात देत आहोत. मुख्यमंत्र्यांच्या कृपेत असलेल्या एका सामान्य प्रेस रिपोर्टरने एका विवाहित आमदार पत्नीबरोबर एका हॉटेलात पती-पत्नी म्हणून राहणं, हा सध्या चर्चेचा विषय झाला आहे. आमदारांचे त्यांच्या पत्नीशी पटत नाही, म्हणून त्या माहेरी एकट्याच राहत असत. इतक्या दूरवरच्या गावात राहणाऱ्या विवाहीत स्त्रीशी या पत्रकाराने कसा काय संबंध जुळवला, याबद्दल आश्चर्य वाटते! खानदानी मराठा कुटुंबातील एक विवाहित महिला आणि एक ब्राह्मण पत्रकार! उद्याच्या अंकात एक स्फोटक बॉम्बस्फोट... साहेब, बातमी तर भयंकर आहे!''

''कमाल आहे! कुणी तरी तुमच्या पाळतीवरती असलं पाहिजे.''

''पण साहेब, लोठे हा तुमचा माणूस आहे ना? तुमच्याशी संबंध असणारी ही बातमी पेपरला आलीच कशी?''

''मी बघतो. लोठ्यांना फोन करतो. नाही तरी लोठे अलिकडे माजलेलाच आहे, पण आता तू तिथे राहू नकोस! बाईना हवं तर तिथे राहू दे आणि तू घरी गेलास तरी चालेल.''

''पण साहेब, बाईंना एकटं सोडून–''

''अरे, तू या प्रकरणात कशाला अडकतोस?''

''साहेब, असं एकटं बाईंना सोडणं धोक्याचं आहे. प्रेसवाले इथे येऊन थडकतील आणि मोठी पंचाईत होईल.''

''तेही खरं आहे म्हणा. पण तू तरी काय करणार? माझ्यासाठी तू कशाला उगीच अडचणीत सापडतोस राणे कुटुंबाची इज्जत मला सांभाळली पाहिजे. मी बघतो काय करता येईल ते!''

''साहेब, मी सुचवू का!''

''काय, बोल!''

''समजा– बाईंना घेऊन मी माझ्या घरी गेलो तर...''

''अरे, मग तू नेमका सापळ्यात सापडशील. समजा, तुलाच कुणी

येऊन विचारलं– त्या वेळेला त्या बाई तिथे दिसल्या, तर मग काय करशील?''

''त्याची काळजी मुळीच करू नका साहेब! तुमच्या कृपेनेच मला वरळीचा ब्लॉक मिळालाय. आमच्या शेजारी आत्माराम शिंदे राहतो तुम्हाला माहीत आहे. तो हल्ली थॉमसन फाउंडेशनच्या स्कॉलरशिपने इंग्लंडला गेलाय. त्याच्याकडे बाईंना ठेवतो. त्याची बायको इथंच आहे आणि ती शिंदेमंडळी चांगली आहेत हं! अगदी चिंता करू नका साहेब. शिवाय बाई कुठे बाहेर जाणारच नाहीत आणि मग सवडीने तुम्ही सुचवाल तसं करू, काय ते.''

''पाहा तुला काय जमतं तसं. मला सचिवालयात भेट मात्र! आणि हे बघ, घरी जाताना वेगवेगळ्या टॅक्सीनं जा. लोक फाजील चौकस असतात. कोणाच्या लक्षात येता कामा नये की, तुझ्याबरोबर बाई आहेत!''

''त्याची चिंताच करू नका!''

साहेबरावांनी चालू असलेला टेपरेकॉर्डरचा स्विच बंद केला. त्यांची ही फार पुरानी आदत होती. सचिवालयात तर ऑटोमॅटिक रेकॉर्डिंगची उत्तम व्यवस्था केली होती आणि घरीसुद्धा टेलिफोनला टेप कायमचाच जोडलेला असे. या युक्तीचा त्यांना पुष्कळदा फायदाही झालेला होता. हे प्रकरण जर उद्या अंगावर उलटलंच, तर या टेपचा उपयोग होणार होता. नको असलेला संवाद काढून टाकून रेकॉर्डिंग करून घेणे शक्य होते. कायद्याच्या दृष्टीनं टेपरेकॉर्डिंगला काही फारशी किंमत नव्हती. पण अनपेक्षितपणे कुणाचेही मन बदलवू शकणारा हा पुरावा कधी कधी उपयोगी पडत असे.

साहेबराव मनाशी खुश झाले. त्यांना एकदा वाटलं होतं की, वृत्तपत्रातली ही बातमी वाचून जोशी घाबरेल आणि मोहनापासून बहुतांशी पळ काढेल. पण एके काळी सेवादलात वावरणारा हा जोशी त्यांच्या अंदाजाप्रमाणे धीरोदत्त वर्तन करायला निघालेला होता. मासा आपोआप गळाला लागला होता. जोशी या प्रकरणात जाणून-बुजून आणखी खोलवर बुडत होता. साहेबरावांच्या मनात फक्त भीतीची एकच पाल चुकचुकत होती. या अशा भाबड्या आणि शब्दाला जागणाऱ्या (?) जोशीवर मोहना खरोखरच फिदा झाली आणि तिच्या पोटात वाढणारं मूल खरोखरीच जोश्यानं आपलं म्हणून स्वीकारलं तर? मग मोहना दुरावणार! हे तर होता कामा नये. मुलाची जबाबदारी जोश्यानंच घ्यावयाची आहे, परंतु फळभारानं लगडलेली आणि म्हणून अधिकच आकर्षक होत जाणारी मोहना त्यांचीच राहायला हवी.

***

लोठे सकाळी उठून सिगारेट ओढत बसला होता. त्याला माहीत होतं की, आजचा दिवस काही चांगला जाणार नाही. कारण काल रात्री त्यानं स्वत: समक्ष जाऊन जी बातमी कंपोजला दिली, ती कितपत खळबळजनक आहे, हे दोन-चार तासांत कळणार होतं. थोरल्या साहेबांच्या कृपेने लोठेला जनसत्तेचं संपादकपद मिळालं होतं. त्यामुळे त्यांची लाईन सांभाळणं, हे त्याचं पहिलं काम होतं. त्यांचा माणूस म्हणून पटो किंवा न पटो– त्याला मुख्यमंत्र्यांचीही बाजू घ्यावी लागे. आयुष्यात सर्वत्र अपयश स्वीकारल्यानंतर गेले पाच-सहा वर्षे तो या संपादकपदावर आरूढ झालेला होता. हे स्वास्थ्यमय आयुष्य त्याला सोडायचं नव्हतं. मोठ्या खपाच्या दैनिकाचे संपादक म्हणून, नाही म्हटलं तरी त्याला समाजात मान होता. एरवी खरं म्हणजे, कुठल्या तरी पक्षाच्या साप्ताहिकाचं संपादन करण्यापलीकडे त्याला कधीच मोठं स्थान मिळालं नसतं. एका अपयशी पक्षाच्या दैनिकात आयुष्यातील चांगले तारुण्याचे दिवस त्याने फुकट घालवले होते. केवळ थोरल्या साहेबांनी एके काळचा स्नेह लक्षात घेऊन ही कृपा केलीय, हे न ओळखण्याइतपत तो काही मूर्ख नव्हता. एका प्रचंड साखळी वृत्तपत्राचं हे मराठी वृत्तपत्र! संपादकीय कर्तृत्वामुळे नव्हे, परंतु व्यवस्थापकीय कर्तृत्वामुळे त्याला अफाट खप लाभलेला होता. कित्येकदा लोठेचं संपादकीय म्हणजे हास्याचा विषय होई. एका राजकीय पुढाऱ्याच्या सोईनुसार पत्र चालवायचं म्हणजे त्याला पुष्कळ कोलांटउड्या मारायला लागायच्या. सत्तारूढ पक्षाच्या माणसांशी बेबनाव करायचा नाही; एखाद्या दुसऱ्या मंत्र्याला ठोकून निष्पक्षपातीपणाचा देखावा करायचा. विरोधी पक्षीयांबाबत उगाचच कळवळा आणून नाटकी लिहायचं. हे त्याने आपलं संपादकीय धोरण ठरवलं होतं. जोपर्यंत आर्थिक दृष्ट्या वृत्तपत्र उत्तम स्थितीत चालत होतं जोपर्यंत संपादकीय धोरणात संचालक कधीच ढवळाढवळ करीत नव्हते. याच गटाचे इंग्रजी वृत्तपत्र हे सरळ-सरळ विरोधी पक्षांचं समजलं जात असे. हिंदी वृत्तपत्र हे निष्पक्षपातीपणाचा आव आणत असे आणि मराठी वृत्तपत्रं थोरले साहेब व महाराष्ट्राचे मुख्यमंत्री साहेबराव सोडून बाकी सगळ्यांना झोडपणारं, असं वृत्तपत्र मानलं जायचं. त्यामुळे धोरण म्हणून किंवा वैचारिक बांधिलकी म्हणून 'जनसत्ते'ला काही कणाच नव्हता. पगाराची श्रेणी चांगली, म्हणून चांगली-चांगली मंडळी वृत्तपत्रात टिकून होती.

या वेळेस आपण दिलेल्या बातमीचा काय परिणाम होईल याची चिंता लोठे करत बसलेला असताना फोन वाजला. लोठेनं तो घेताच संबंधित फोन जोशीचाच आहे, हे त्याच्या लक्षात आलं. तसे एके काळी जोशी आणि लोठे

सहकारी होते. पण बघता-बघता लोठे मुख्य संपादक झाला आणि जोशी मागे पडला. एका सामान्य 'यलो' धंदेवाईक वृत्तपत्राचा 'भुईनळा'चा रिपोर्टर झाला. जोशीला आपल्या वृत्तपत्रात घ्यावं म्हणजे मुख्यमंत्र्यांशी संबंध ठेवण्यात मदत होईल, असा लोठेचा विचार होता. परंतु जाता-जाता मुख्यमंत्र्यांनीच सुचवल्या कारणाने लोठेनंच तो विचार सोडून दिला. काल रात्री मुख्यमंत्र्यांनी स्वत: ही बातमी दिली आणि तिची गुप्तता ठेवायला सांगितली. वास्तविक, जोशीबद्दल असली काही बातमी द्यावी, अशी त्याची इच्छा नव्हती; कारण जोशीला असल्या काही प्रकरणात गुंतवून अडचणीत टाकावं, असं त्याला वाटणच शक्य नव्हतं. त्याला नावानं 'प्रभाकर' म्हणून अजूनही हाक मारणारी जी चार-दोन माणसं होती, त्यांत जोशी होता.

"प्रभ्या– सकाळपासून मी तुला फोन करायचा प्रयत्न करतोय! सकाळपासून सारखा फोन एंगेज का होता? सारखी लाईन एंगेज मिळते आहे!"

"नाही रे बुवा, मी तर आत्ता उठलो! सकाळी-सकाळी काय काम काढलंस?"

"अरे, तुझ्याच पेपरमधील पहिल्या पानावरची 'आमदाराची पत्नी आणि पत्रकार' ही बातमी वाचलीस नं?"

"वाचली नं! पण त्यात तुझा काय संबंध?"

"अरे, गाढवा, तो पत्रकार मीच!"

"तू कशाला सापडलास या भानगडीत?"

"अरे भानगड कसली आणि मी कशाला सापडतोय त्याच्यात! सी. एम.चंच काही तरी लफडं आहे, त्यांच्यामुळे तर मी या प्रकरणात आलो."

"सी. एम.चं?"

"प्रभ्या, थापा मारू नकोस. तुला सगळं माहीत आहे! बाकी सी. एम.-बद्दल मी तुला काय सांगणार! तू तर लेका त्यांचा चमचा! पण सी. एम. इन्व्हॉल्व्ह असलेली बातमी तू छापलीच कशी?"

"अरे, मला काय ठाऊक की सी. एम. ची बातमी आहे म्हणून! आता गेल्यावर मी चौकशी करतो."

"थापा मारू नकोस आणि चौकशीचं नाटकही करू नकोस! रात्रपाळीला कोण होतं, याची मी चौकशी केलीय. त्यांना यातलं काही माहिती नाही. तेव्हा ही बातमी तू स्वत: नेऊन दिली असली पाहिजेस."

"बिलिव्ह मी जोशी, आय रिअली डोन्ट नो! कदाचित आमच्या इंग्रजी

पेपरच्या रॉड्रिक्सची बातमी असेल ती! तुला माहीत आहे– रॉड्रिक्स असल्या बातम्या आणण्यात नेहमीच पुढे असतो!''

''प्रभाकर, तू काहीही सांग; आपल्याला नाही पटत! खरं म्हणजे, याबद्दल तुला सी. एम.ने केव्हाच फोन केला असेल. एरवी खरं म्हणजे अगदी साधं प्रकरण; पण तुमच्या या बातमीनं मात्र गुंतागुंत होणार! तुला माहीत आहे की, त्यात ज्या बाईंचा उल्लेख आहे त्या आहेत आमदार यशवंतराव थोरातांच्या पत्नी! नवरा-बायकोचं बनत नाही, हेही आता जगजाहीर आहे; सी. एम. आणि मोहनाबाई यांचे घनिष्ठ संबंध आहेत!''

''काय सांगतोस काय!''

''जणू काही तुला माहीतच नव्हतं!''

''अरे, कसं माहीत असणार? राजकारणातले लोक काय असल्या गोष्टी उघड-उघड करतात? आणि तुला तरी कुठे माहीत होतं पूर्वी? तूसुद्धा आत्ताच या प्रकरणात नुकताच ओढला गेलेला दिसतोस!''

''अरे, तसं काहीच नाही! मी साहेबरावांच्या बरोबर दौऱ्याला गेलो. मी फक्त साहेबांच्या सांगण्यानुसार बाईंना घेऊन मुंबईला आलो. साहेबरावांच्या मनात काय आहे, हे कळायला खरोखरच मार्ग नाही. मोठा इब्लिस माणूस आहे यात शंका नाही. वास्तविक, जे काम त्यांना अगदी गुप्तपणे करता आलं असतं, त्यासाठी त्यांना माझ्यासारख्या अगदी तिऱ्हाईत माणसाला गुंतवायचं कारणच नव्हतं. हो, आता सी. एम.च्या विश्वासातला मी माणूस आहे, ही गोष्ट खरी. पण याला काही अर्थ नाही.''

''हाउ इज द वुमन?''

''फॅन्टास्टिक! ती काही गोषात राहणारी आणि खालमानेने वावरणारी बाई दिसत नाही. ती कुठल्या तरी अडचणीत दिसते. मला तर मदत करायची इच्छा आहे. पण आय डोन्ट नो, हाउ? मला मदत करू शकशील?''

''मी रे बाबा काय मदत करणार?''

''तुझे थोरल्या साहेबांचे संबंध जवळचे आहेत. त्यांच्या कानांवर हे सगळं गेलं पाहिजे. मला या बाईला पोलिटिकल स्केपगोट करण्याचा प्रयत्न वाटतोय.''

''तिची चिंता करू नकोस बाबा; तू स्वत: मात्र स्केपगोट होऊ नकोस!''

''ती चिंता सोड रे! आपल्याला काय– आपण कोणाचं देणं लागत नाही. पण सी. एम.ला एक्स्पोज करायला ही चांगली संधी आहे. तू मोहनाबाईंची हकिगत छापशील?''

"नाही रे बाबा! हे असलं काही आपल्याला जमणार नाही. तू तुझ्याच पेपरमध्ये का नाही छापत?"

"ते शक्य असतं, तर तुला कशाला फोन केला असता? तुला माहीतच आहे की, आमचा देवकिसनशेठ पक्का बनिया माणूस. तो काही कारण नसताना सी. एम. ना दुखावणार नाही."

"मला वाटतं जोशी, तू या प्रकरणातून ताबडतोब अंग काढून घे!"

"अरे, ते शक्य नाही रे... मीच मुळी आपणहून बाईत गुंतलोय!"

"म्हणजे दोन प्रेमिकांचीच लढाई आहे, असं समजावं काय? लेका, सी. एम.च्या ताटातील भाकरी काढून घ्यायचं तुला धारिष्ट होतंय, हे बरं लक्षण नाही. तू सर्वनाशाची तयारी करतोयस!"

"अरे सी. एम– सी. एम. म्हणजे तरी काय लागून गेलाय? एकदा विरोधी पक्षाच्या हातात हे प्रकरण गेलं की, मग बघ मजा!"

"मूर्खपणा करू नकोस जोशी. दादा सोनावणे आणि भास्कर पाटीलवर अजिबात विश्वास टाकू नकोस. दोघेही हरामखोर आहेत. अरे, ते नावाचे विरोधी पक्षनेते आहेत. ते सभेमध्ये आणि असेंब्लीत वाटेल त्या वल्गना करतात आणि रात्री मुख्यमंत्र्यांच्या बंगल्यावर पार्ट्या झोडतात! दोघेही करप्ट आहेत. त्यांच्या फायली सी. एम.जवळ आहेत!"

"मग आचार्यांना गाठू का?"

"ते तर मुळीच करू नकोस त्यांना काय– कसलाही स्फोटक मजकूर चालतो. गर्दी जमवण्यासाठी रस्त्यावर हा नागडासुद्धा फिरेल! त्याचा काही भरवसा नाही बाबा!"

"मग मी काय करावं, असं तुझं म्हणणं आहे?"

"मला विचारशील, तर गेट रिड ऑफ द वुमन! तू सी. एम.चा माणूस. माझे आणि सी. एम.चे संबंध तुला माहीत आहेत. एका गोऱ्यागोमट्या बाईच्या नादानं तू या भलत्याच बिलामतीत कशाला सापडतोस? आणि जोशी, तुझी जात कोणती? बाई चांगली खानदानी मराठी कुळातली आहे. अरे, वेळप्रसंग आला, तर सी. एम. तुला क्रुसीफाय करतील!"

"हे मात्र माझ्या लक्षात आलं नव्हतं हं!"

"अरे, उगीच अन्यायाविरुद्ध झेंडा उभारण्याचा अतिरेकी उत्साह दाखवू नकोस! तुला माहीत आहे– आपण सारेच पत्रकार किती लबाडीचा धंदा करतो. त्यातून थोरल्या साहेबांकडून लाईन क्लीअर असली अन् त्यांनीच सी. एम.ना

उडवायचा घाट घातला असला, तर गोष्ट निराळी आहे!''

''ठीक आहे; बघतो मी काय करायचं ते! उद्या भेटतो प्रेस क्लबवर. येतोस का संध्याकाळी? तुझ्या खर्चानं बऱ्याच दिवसांत स्कॉच प्यायलो नाही.''

''अरे, स्कॉच हवी असली तर आतासुद्धा ये! त्याला अपॉइंटमेटची गरज नाही. मित्रासाठी आपण हे एवढंच करू शकतो!''

''पण प्रभाकर, निदान हे सारं आपलं बोलणं तुझ्या-माझ्यातच ठेव. सी. एम.च्या कानांवर घालू नकोस.''

ठरल्याप्रमाणे जोशी आणि मोहनाबाई वरळीच्या त्याच्या घरी पोचले. जो-तो आपापल्या उद्योगाला गेला होता, त्यामुळे त्यांच्या आगमनाची फारशी वाच्यता झाली नाही. जोश्याची वाट पाहून त्याची आई कंटाळलेली होती. शिवाय, शेठजींचे फोनही येऊन गेले होते. आल्याबरोबर शेठजींनी परत फोन करायला सांगितला होता. मोहनाची आणि आईची अजून गाठ पडली नव्हती. नेमक्या कोणत्या शब्दांला आईला मोहनाची हकिगत सांगायची, हे जोशी अजूनही ठरवू शकला नव्हता. एकुलता एक मुलगा आणि तोही हाडाची काडे करून वाढवलेला! आईने मुलाची कोणतीही गोष्ट ऐकली नाही, असं झालं नव्हतं. एका खानदानी मराठी विवाहित स्त्रीला घरात आणतोय– अन्... तिच्याशी लग्न! छे: छे:! कसे जमणार?

शिंद्यांच्या घरात मोहनाबाई स्थानापन्न तर झाल्या. मिसेस शिंद्यांनी फाजील चौकशीही केली नाही. शेठजींना आपण मुंबईला परतल्याचं जोश्यानं कळवलं, तेव्हा त्यांनी त्याला ताबडतोब घरी बोलावलं, खोदून-खोदून विचारलं, तरी शेठजी काही कारण सांगेनात. जोश्यानं आंघोळ, दाढी चट्कन उरकली आणि तो शेठजींच्या माहीमच्या घरी जायला निघाला. जाताना फक्त त्यानं मोहनाला पुन्हा एकदा काळजी न करण्याचा दिलासा दिला. अजून जोशी कालच्या रात्रीच्या स्वप्नातच भोवळ आल्यासारखा वागत होता. बंदिस्त घरात परत एकदा खानदानी पदराच्या आड मोहना त्याला अगदी निराळी भासली. गूढ– म्हणून आकर्षण... म्हणूनच हवीशी! हॉटेलातील खोलीत जसा एक उन्मत्त मोकळेपणा असतो तसा तर तो घरी मिळणं शक्य नव्हतं. परंतु जाता-जाता मिसेस शिंदे आत गेलेल्या पाहून त्यानं उगीचच मोहनाच्या खांद्यावर हात ठेवायचा प्रयत्न केला. मोहनानं अंग चोरलं आणि ते स्वाभाविक होतं, कारण स्त्रिया जेवढया लवकर वास्तवात येतात तेवढे पुरुष येत नाहीत. आता ती एका घरात होती,

पाहुणी होती. शिवाय अनपेक्षितपणे एका कल्लोळात सापडली होती. चोवीस ताससुद्धा झालेले नाहीत, अशा नवागत परिचित पुरुषाच्या आश्रयाला ती आली होती. पण तिला हे साधं-भोळं आयुष्य एकदम आवडलं होतं. आजपर्यंत प्रचंड वाड्यात, जुन्या इतिहासाच्या भाराखाली गुदमरलेल्या वास्तूत तिचा जन्म गेलेला होता. तिथे मग्रुरी आणि सामर्थ्य यांचा सदोदित वावर असे. तरी अजून ती जोशीच्या घरात गेलेलीच नव्हती. कसं असेल त्याचं घर? कशी असेल त्याची आई? सारेच प्रश्न तिला अनुत्तरित होते. सरळ, आर्जवी आणि तरीही आक्रमक पुरुषाच्या मिठीत मिळालेला अनुभव व त्यातून तरळणारे साधे-भोळे सांसरिक चित्र– या दोन गोष्टींची जोड अजून तरी लागलेली नव्हती. हे नवं आयुष्य तिला स्वीकारायला आवडलं असतं; मग सारा जुना वारसा तोडता आला असता.

जोशी मग प्रतिसाद न मिळालेल्या अवस्थेत तसाच घराबाहेर पडला आणि शेठजींच्या बंगल्यावर टॅक्सीतून जाऊन पोचला. शेठजी नेहमीच हसतमुख असायचे. नोकरांनासुद्धा तसे ते बरोबरीने वागवायचे. गोड बोलून कामे अधिक चांगली होतात, यावर त्यांचा विश्वास होता. जोशी त्यांच्या ड्राइंगरुममध्ये पोहोचला, तेव्हा शेठजींचा नेहमीचा मूड नव्हता. येता-येताच तो बसण्यापूर्वी शेठजी त्याला म्हणाले, "अरे जोशी! तुम्ही हे काय केला? दुसऱ्यांची बाई काय पळवून आणतो काय तू? अरे, काय शरम आहे का नाय तुला?"

"काय बोलताय काय शेठजी तुम्ही? कुणाची बायको पळवून आणण्याची हिंमत तरी होईल का माझी?"

"अरे जोशा, आत्ताच त्या आमदार थोरातचा फोन आला होता. तुम्हाला आणि मला पण त्याने खूप गाली दिली. मला तर भीती वाटते. रस्त्यावर कुठे तरी गाठून तुम्हाला तो ठोकेलसुद्धा! त्याची बायको तुमच्या संगतीत मुंबईला पळून आली काय?"

"शेठजी! हे तुम्हाला सांगितलं कोणी?"

"कुणी का सांगेना– खोटं आहे का हे?"

"साफ खोटं! मी सी. एम. बरोबर दौऱ्यावर गेलो होतो हे तर तुम्हाला माहीत आहे. त्यांच्या सांगण्यावरून मी मिसेस थोरातांना मुंबईत आणून सोडलं– बस्स! यापेक्षा माझा काय संबंध आहे?"

"अरे, पण तुम्ही काल संध्याकाळीच मुंबईत आलात नं? आणि त्या बाईला घेऊन हॉटेलमध्ये राहिलात? तुमची पण कमाल आहे जोशी!"

"शेठजी, असं काहीही घडलेलं नाही सी. एम.नं सांगितलं म्हणून मी

बाईंना सोबत केली एवढंच. बाकी तसं काही घडलेलं नाही. सी. एम.नं सांगितलं, तर एवढंही करायला नको? तुम्हीच रागावला असता.''

''अरे जोशी, तुम्ही काय थापा मारता काय! सी. एम.ला काय दुसरे धंदे नाहीत? तुमच्यासारख्या फडतुस पेपरवाल्यांना घरादारातल्या बायांबरोबर कुणी हॉटेलमध्ये राहायला सांगते काय? आणि एकाच कमऱ्यात?''

''शेठजी एका कमऱ्यात आम्ही राहिलो नाही. दोघांच्या वेगवेगळ्या खोल्या होत्या.''

''ते आम्हाला काय बनवू नका तुम्ही! तुम्ही त्या बाईला बायको म्हणून घेऊन हॉटेलमध्ये राहिलात, असं तो हॉटेलवाला सांगतो नं!''

''तुम्ही हॉटेल मॅनेजरला फोन केला होतात?''

''फोन मी कशाला करायला पाहिजे; त्याला काही येत नाही फोन करता?''

''अरे, पण एवढ्या लवकर या सगळ्या गोष्टी तुम्हाला कळल्या कशा? कोणी तरी मुद्दाम काही तरी बनाव करून तुमच्या कानांवर घातलं असेल.''

''तू काही सांगू नको जोशी, काही तरी बनवाबनवी पण करू नको. हे असलं प्रकरण काय आपल्याला झेपणार नाही!''

''सी. एम.चा फोन आला होता का!''

''ते कशाला मला फोन करतील? बिल्ली डोळे झाकून दूध पितीय आणि तिला वाटतं, आपल्याकडे कुणी पाहातच नाही! झालं हे तू ठीक नाही केलं. तुला आता दुसरी नोकरी शोधायला पाहिजे.''

''म्हणजे, मला तुम्ही नोकरीवरून काढून टाकणार आहात शेठजी? तसं कायद्यानं तुम्हाला करता येणार नाही!''

''कायद्याला मार गोळी; तुझं ते काय तू ठरव! तू खुशीनं राजीनामा दिलास तर सगळं कॉम्पेनसेशन-ग्रॅच्युइटी सगळा बेनिफिट देईन– शिवाय चोक्कस पाच हजार रुपिया पण वर देईन! नाही तर मला काय करायचं, ते मी करेन! दुपारपर्यंत सगळं ठरवून ऑफिसमध्ये मला भेट!''

शेठजीनी त्याला जवळपास हाकलूनच दिलं. एरवी शेठजींकडे कुणीही गेलं, तरी त्याला चहा मिळत असे. काही कडक निर्णयसुद्धा शेठजी गोड शब्दांत सांगत असत. शेठजींचा आत्ताचा पवित्रा काही वेगळाच होता.

सचिवालयात जोशी पोहोचला, तेव्हा खूप उशीर झाला होता. वास्तविक, लंचच्या वेळेस त्याची आणि मुख्यमंत्र्यांची सर्वसामान्यत: गाठ-भेट व्हायची.

कारण त्याच्या आधी सल्ला-मसलतीसाठी येणारे सेक्रेटरीज, मंत्री आणि काही खास पुढारी यांची खूप वर्दळ असे. ही गोष्ट खरी की, तसंच काही तातडीचं काम असलं तर साहेब त्याला ॲन्टिचेंबरमध्ये बोलावून घेत. पण खरी भेटीची वेळ दुपारी– साहेबराव लंचनंतर विश्रांती घेत तेव्हा!

पण आज ती वेळ चुकली. त्याला पोहोचायला चार वाजले. कॅबिनेट मीटिंग आज नव्हती, म्हणून बरं! नाही तर तोही हेलपाटा निरर्थक गेला असता. शेठजींकडून निघाल्यापासून त्याने खूप भटकंती केली. तो अय्यरला भेटला होता. एवढेच नव्हे, तर आचार्यांकडेसुद्धा जाऊन आला होता. आचार्य जोश्याला नेहमी सांगायचे " तू माझ्याकडे ये; आमचा पेपर तुझ्या खरा उपयोगी आहे! पण जोश्यानं तो मोह टाळला होता. आज त्यांचं सर्वच मंत्र्यांकडे जे स्थान होतं, ते त्यामुळेच संपुष्टात आलं असतं. कारण आचार्यांचा माणूस विश्वासपात्र नाही, अशी समजूत आचार्यांच्या बेफाट लिहिण्यामुळे वारंवार होई! चार-दोन दिवसांत काहीच खमंग बातमी मिळाली नाही, तर आचार्य उगाचच एखादं प्रकरण उकरून काढत आणि तशा अर्थानं एखाद्या गरीब मंत्र्याला किंवा उपमंत्र्याला टीकेच्या झोतात आणू शकत. वास्तविक, त्यांच्या लोभातल्या एका मंत्र्याच्या, जळगावच्या सर्किट हाऊसमधील भानगडीबाबत आचार्यांनी त्याला मधेच एकदा धारेवर धरलं. तो मंत्रीसुद्धा गांगरून गेला. म्हणजे सर्किट हाऊसमध्ये जे घडलं, ते खोटं होतं अशातला भाग नाही. पण त्यात नवीनही काही नव्हतं. नाही तर मग सर्किट हाऊसेस बांधलीच आहेत कशाला? नाही म्हटलं तरी मंत्र्यांना किंवा पुढाऱ्यांना खासगी असं आयुष्य असतं कुठे? त्यातल्या त्यात एखाद वेळेस जाता-जाता सर्किट हाऊसमध्ये काही गंमत मिळते तेवढाच, त्यांना विरंगुळा. एकदा तर एका भ्रष्टाचाराबद्दल असंच आचार्यांनी दणकावून लिहिलं. एका जिल्हा परिषदेत एका मंत्र्याच्या भावाने दीड कोटींचा फ्रॉड केला, ही काय सनसनाटी बातमी आहे? दीड कोटी ही रक्कम एवढी का मोठी आहे की, ज्यासाठी उगाच आकांडतांडव करावे? पाच-पंचवीस कोटींपेक्षा कुणी कमी फ्रॉड केला, तर तो आपल्या पक्षात नालायक ठरवला जातो. फ्रॉडसुद्धा कसा भारदस्त पाहिजे. त्याचप्रमाणे, मंत्र्याची एखाद्या बाईशी भानगड उगाचच जाहीर करण्यात तरी अर्थ काय? मंत्र्याच्या अंगाखाली जायला जिथे बाया आपणहून मागे लागतात, तिथे मंत्र्यांनी तरी काय करावं? दारू, बाई आणि पैसा या गोष्टी आधी मुळात बदनामीच्या उरलेल्याच नाहीत. खरं तर या तीनही गोष्टींचे आचार्य हेच अधिकारी पुरुष होते. कित्येकदा संबंधित मंत्री आणि आचार्य यांच्या एकत्र

बैठका होत. एखादा तमाशाचा फड होई, स्कॉचच्या बाटल्या फुटत आणि नोटांची बंडलं या हातातून त्या हातात जात. आचार्य नेमकं कुणाला धारेला धरतील, याबद्दल अनेकांच्या मनात उगाचच पाल चुकचुकत असे. काही कारण असो वा नसो– उगाच प्रकृतीची चौकशी करण्यासाठी का होईना, आचार्यांशी संबंध ठेवलेला बरा, म्हणून मंत्री फोन करीत! त्यांना समारंभाला बोलावीत– अगदी मुख्यमंत्रीसुद्धा या कामात मागे नसत. कुणी टीका केली म्हणून बिघडते अशातला भाग नाही. पण आचार्यांची टीका ही कुचेष्टा असे, टवाळी असे! एखाद्या मंत्र्यांच्या इंग्रजीचं अज्ञान, खात्यासंबंधीचं अज्ञान आपल्या खुसखुशीत भाषेत जेव्हा आचार्य लिहीत आणि एखाद्याच्या मागे हात धुऊन लागत; 'तेव्हा नको बाबा ही ब्याद म्हणून आचार्यांचं तोंड बंद करण्यासाठी लोक काय वाटेल ते लोक त्यांना देऊ करीत. आपल्या शब्दांमुळे आणि व्यक्तिमत्त्वामुळे सत्ताधीश आपल्याला घाबरतात, या गोष्टीचा कैफ चढला की, आचार्यांचा कधी कधी तोल सुटे. मग आचार्य अडचणीत येत. अशा वेळेला एखाद्या मंत्र्याविरुद्ध दुसरा मंत्री खर्ची टाकून आचार्य त्यातून अलगद बाहेर पडत. आपल्या शब्दांची काय किंमत आहे हे सगळ्यांना चांगलं ठसठशीतपणे माहीत असावं, म्हणून त्यांनी आपल्या प्रासादतुल्य इमारतीला 'शब्द-शक्ती' असं नाव दिलं होतं.

आचार्यांनी कुणाचा गौरव केला, म्हणून तो माणूस मोठा होत नसे; परंतु कोणी त्यांच्या टीकेचे लक्ष्य झालं की, तो टवाळीचा विषय होई. लोकही चविष्टपणाने आचार्यांनी केलेली ही टिंगल वाचत असत. आचार्य ही एक शक्ती– राक्षसी शक्ती असली तरी– एक शक्तीच होती. आचार्यांच्या सभेला गर्दी जमे. लेखनाला दाद मिळे.

तरीसुद्धा आचार्यांनी आपल्याबद्दल एक भय निर्माण करून ठेवलं होतं. इतर संपादकांना ब्राह्मणी-टीका असं म्हणून तुच्छतेने उडवून लावता येत असे; परंतु आचार्यांची गोष्ट अगदी निराळी होती. आचार्यांनी बहुजन समाजाच्या प्रेमाचं नाटक इतकं चांगलं वठवलं होतं की, त्यांना ब्राह्मण म्हणून वाळीत टाकणं इतकं सोपं नव्हतं.

अशा या आचार्यांना रोज नवनवीन, चविष्ट भानगडी शोधून काढाव्या लागत असत. आचार्यांच्या बातमीदाराला लोक म्हणूनच दचकून असत. शक्यतो ते त्यांना टाळतच असत. म्हणून तर जोश्याला अनेकदा सांगूनसुद्धा जोशी काही आचार्यांच्या सेवेत यायला तयार नव्हता.

पण आज थोड्याशा अगतिकपणाने जोशी आचार्यांकडे आला होता. एक

तर, त्याची नोकरी आता जवळपास संपुष्टात आली होती. नोकरी गेल्याचं त्याला तसं दुःख नव्हतं. पण एखाद्या वृत्तपत्राचं प्रतिनिधित्व नसताना सचिवालयात अधिकारानं वावरणं अडचणीचं होतं. शिवाय आचार्यांशिवाय अशा परिस्थितीत दुसरीकडे नोकरी मिळण्याची शक्यताही नव्हती.

आचार्य आपल्याला या प्रकरणात साथ देतील एवढी जोश्याला खात्री होती. जोशी जेव्हा-जेव्हा शब्द-शक्तीत पोहोचला तेव्हा, अर्थातच इतरां प्रमाणे त्याला थांबावंही लागलं नाही किंवा चिठ्ठीदेखील पाठवावी लागली नाही. आचार्य भर दुपारी व्हिस्कीचा ग्लास समोर ठेवून आपल्या अग्रलेखाची प्रूफं चाळत बसले होते. खुर्चीत न मावणारा त्यांचा अस्ताव्यस्त देह त्या संबंध खोलीला व्यापून टाकण्याइतका आक्रमक वाटत होता. आपल्या किंचित खरमिश्रीत आवाजात ऐसपैस हसत आचार्यांनी मान वर करून जोश्याचे स्वागत केले आणि ड्रॉव्हरमधली बाटली बाहेर काढली. दुसऱ्या एका ग्लासात एक पतियाला पेग भरून, जोशीनं घाम पुसण्याच्या आताच, त्याच्यापुढे सरकावला आणि पाण्याची बाटलीही पुढे केली. जोश्याला खरं तर असल्या भलत्या वेळी दारू पिणं परवडणार नव्हतं. पण आचार्यांची ही ऑफर नाकारून त्याला रंगाचा बेरंग करायचा नव्हता. त्यांनी ग्लास तोंडाला लावला आणि तो म्हणाला, ''साहेब, तुमचा कालचा अग्रलेख वाचून सचिवालयात चांगली खळखळ माजलीय. तुम्ही गंगाधर देशमुखला चांगला धारेवर धरलंत!''

साहेब नुसते हसले. अशा तऱ्हेचं कौतुक ऐकायची सवय असूनसुद्धा त्यांचे डोळे लकाकले. उगाचच गालावरून हात फिरवीत ते म्हणाले, ''पण साहेबराव काय म्हणतात? आज त्या लोठेनं दिलेली बातमी साहेबरावांबद्दलच आहे नं?''

इतक्या लवकर एकदम विषयाला हात घातला जाईल, अशी जोश्याची कल्पना नव्हती. खरं म्हणजे, हे प्रकरण कोणच्या पद्धतीनं हाताळायचे, हे त्याला अजून ठरवता आलं नव्हतं! तेव्हा मग तो किंचितसा गोंधळला. तो म्हणाला, ''त्याच प्रकरणाबाबत तुमच्याकडे मुद्दामहून आलो आहे.''

''अरे, तेवढ्यासाठी आज सकाळपासून फोन करून राहिलोय. मघाशी पुरंधरेला त्या हॉटेलवर आणि सचिवालयात पाठवलं, पण माहिती अजून मिळाली नाही.''

''माहिती सगळी मी देईन हो साहेब! असं कशाला– सगळं प्रकरणच मी लिहून देईन; पण उद्यापर्यंत थांबा. अजून प्रकरण पिकलेलं नाही.''

''काय रे, साहेबरावाची त्या थोराताच्या बायकोशी भानगड आहे काय?''

''तसंच नाही सांगता येणार साहेब. प्रकरण गमतीचं आहे. तुम्हाला आठवडाभर पुरवता येईल. पण सगळे त्याचे धागेदोरे एकदा जमवतो आणि तुमच्या हातांत देतो. मागच्या रीनाच्या प्रकरणात साहेबराव सुटला; आता त्याला बरोबर पकडता येईल.''

''अरे, पण तू तर साहेबरावाचा माणूस ना?''

''कसलं काय! या जगात असं कोण कुणाचा नसतो, हे मी तुम्हाला सांगायला पाहिजे असं नाही आणि माझ्यासारखी माणसं ही काय, कोणालाही विकायला तयार असतात. पोट जाळायचं ना! आणि आमचे शेठजी म्हणजे काय– ते तर साहेबरावांचे चमचे! कदाचित साहेब, मी नोकरी सोडीन म्हणतो तिथली.''

''अरे, मग केव्हाही ये माझ्याकडे!''

''पण तुमच्याकडे राहून माझा काही उपयोग होणार नाही तुम्हाला. कारण सचिवालयात मग मला विचारणार कोण? अहो, आज विश्वासानं एखाद्या बाईची फेडलेली साडी आणि काचोळी सांभाळायचं काम मला सांगितलं जाते. पण तो विश्वास गेला की, मग माझा काही उपयोग नाही!''

''हां तेही खरंच आहे! पण तू स्पेशल आर्टिकल्स दे ना; तुला अधिकृत बातमीदार म्हणून मी नेमत नाही. तुला पाहिजे तर व्हाउचरवर पगार देईन. हल्ली तुला पगार मिळतो किती?''

''पगाराचा आकडा सांगण्यात काय अर्थ आहे? शेठजी काय पगार देणार!''

''अरे, पण हजारभर तरी देत असतील?''

''तेवढे देतात आणि वर एक हजार रुपये मिळतात!''

''ठीक आहे. त्याचा आपण बंदोबस्त करून टाकू. तुला तीन महिन्यांचा अॅडव्हान्स आजच देऊन टाकतो. आठवड्यातून दोन आयटेम्स मला दे. आहे कबूल?''

''हं.''

''ठरलं! उद्या वाट पाहातो मी तुझी आणि जमलं तर, त्या मिसेस थोरातचा एखादा फोटोही घेऊन ये. तशी पाहिलीय मी तिला. माल आहे, नाही?''

एरवी कदाचित जोश्यानं मिसेस थोरातांची वर्णन चविष्टपणानं केली

असती. किंबहुना, जेव्हा जेव्हा जोशी आणि साहेब यांची अशी संगीत बैठक होत असे तेव्हा मुंबईतल्या साऱ्या चालू बायकांची आचार्यांना माहिती देणे, हे जोशाचं एक कामच असे. आचार्यांच्या दरबारात अशा खूप बायका असत की, ज्यांचे संबंध सचिवालयातील ॲन्टी-चेबर्समध्ये गुंतलेले असायचे. काही मूर्ख बायका तर आपल्या गळ्यातला हार, इंपोर्टेड घड्याळ, एखादा ताजा नवा इंपोर्टेड सेंट हा कुणी आपल्याला दिला, हे मोठ्या अभिमानाने सांगतही असत. या बायकांना साहेबराव काय आणि आचार्य काय– तसे दोनही सारखेच असत. बरं, केवळ कुठल्या तरी कमिटीवर घेऊन किंवा एखादं पद देऊन या बायका सचिवालयाला रंगमहालाचं स्वरूप सुखासुखी आणीत! रुक्ष आणि कंटाळवाण्या फायलींना लावलेलं हे मखमली अस्तर होतं. आचार्यांना या बायकांना बोलतं कसं करायचं, हे माहीत होतं आणि कळत-नकळत आपण किती स्फोटक मसाला आचार्यांच्या हाती देत आहोत याची त्या बिचाऱ्यांना जाणीवही नसे. एक मंत्री दुसऱ्या मंत्र्याला खाली पाडण्यासाठी जी प्रकरणे आचार्यांच्या जवळ आणून देत असे ती तपासून घेण्यासाठी या नाजूक अस्त्रांचा उपयोग होई. आचार्यांच्या व्यक्तिमत्त्वाचा कर्तृत्वाचा व वक्तृत्वाचा असा एक ठसा राजकीय वर्तळात उमटला होता की, एक तर त्यांच्याशी मैत्री करावी, नाही तर त्यांच्यापासून हजार योजने दूर राहावं

जोशी आचार्यांच्या सेवेत रुजू झाला, तरी याचं गुप्तपण आचार्यांकडून कितपत राखलं जाईल, याची त्याला शंका होती. मामुली सभा-संमेलनांचे रिपोर्ट्स देणं, सिनेमा-नाटकांची परीक्षणं देणं– हे काम त्याच्या प्रकृतीत बसणारं नव्हतं; पण कदाचित हेही काम आता करावं लागणार होतं. कारण आचार्यांना कुणाला केव्हा खाली आणावं, कुणाला केव्हा डोक्यावर बसवावं– याचं मानसशास्त्रीय ज्ञान होतं. आचार्यांचा आपल्याला चांगला उपयोग करता आला तर हे प्रकरण आपण नीट हाताळू शकू, याविषयी त्याला खात्री होती.

जोशीला आता मोहनाला भेटायची एकदम सणक आली. दारूचा अंमल नाही म्हटलं तरी त्याच्यावर थोडाफार चढला होता. शिवाय अशा स्थितीत सचिवालयात जाणे त्याला सोईचंही वाटत नव्हत. दुपारी आईही घरात नसे. शिंदेची बायकोही घरात नसे. मोहनाशी खरं तर त्याला गेल्या दहा-बारा तासांत नीटसं बोलताही आलं नव्हतं.

या प्रकरणात त्याची गुंतागुंत वाढत चालली होती. उगाचच एखाद्या

धीरोदात्त नायकाप्रमाणे एखाद्या स्त्रीची सुटका करण्याची कल्पना त्याच्या डोक्यात नाचू लागली. आचार्यांनी दिलेले पैसे त्याच्या पाकिटात आले होते. या पैशांची परतफेड आपल्याला करायचीय, ही जाणीवही त्याच्या मनात उत्पन्न झालेली होती. टॅक्सीतून घरी परत येत असताना मोहनाला यातलं काय काय सांगावं आणि काय काय सांगू नये, याचा तो विचार करत होता.

पण तो घरी आला. शिंद्यांच्या घरात तो ताबडतोब शिरला. मोहना जेवली की नाही, ते त्याने विचारलं. पण तिचं जेवण झालं होतं. मिसेस शिंदे कुठे तरी नोकरी करत होत्या. तरीपण जाताना त्यांनी मोहनाची सर्व देखभाल केली होती. मोहना सुस्तावली होती. त्यामुळे त्याला ती अधिकच देखणी वाटली.

त्याने तिला जवळ घेताच तिने एकदम नाक मुरडलं. भर दुपारी जोशीनं दारू पिऊन यावं, त्याविषयीची नापसंती तिच्या डोळ्यांत दिसताच जोशी वरमला आणि तो अजीजीने म्हणाला, ''दारू घ्यावी लागली. एरवी मी दुपारी कधी पीत नाही. आचार्यांकडे गेलो होतो– तुला माहीत असतील!''

''म्हणजे, 'चव्हाटा'चे संपादक होय!''

''हो. त्यांच्याकडे गेल्यावर काही इलाजच राहिला नाही. त्यांचा उपयोग होणार आहे!''

''नको बाई– महाभयंकर माणूस आहे हं तो!''

''अगं, अशी महाभयंकरच माणसे लागतात. अशा वेळेला भांडायचंय कुणाशी– साहेबरावांशी; माहीत आहे ना?''

''पण भांडायचं कशासाठी? आपल्याला करायचंय काय भांडून? त्यांचं ते भोगतील.''

''असं कसं म्हणून चालेल? तुझ्यासारख्या एका अश्राप स्त्रीला फसवायचा घाट घातलेल्या माणसाला धडा शिकवायला नको?''

''पण त्याचा फायदा काय? आणि माझं नाव पेपरमध्ये येईल ते? तुम्हाल चालेल?''

''छे– छे! असं कसं करेन मी? तू सारं माझ्यावर सोपव. अगदी चिंता करू नकोस!''

''तुम्हाला कल्पना नाही हो– साहेबरावांची ताकद पार मोठी आहे. उगाच दगडावर डोकं आपटण्यात काय अर्थ आहे? आणि आपला फायदाही नाही. त्यापेक्षा आपण साहेबरावांचा फायदा का करून घेऊ नये? त्यांनी मनात आणलं,

तर मला लवकर फारकत मिळेल. हवी असेल, तर पोटगीसुद्धा मिळेल. अर्थात त्याची मला गरज नाही. माझं मला भरपूर आहे! परंतु, थोरातांकडून होणारा त्रास वाचेल आणि मी मोकळी होऊ शकेन. मी मोकळी झाले म्हणजे मग मला शांतपणे विचार करता येईल.''

''कसला विचार करणार आहेस तू?''

''तुम्ही काय केला आहे?''

''माझ्याशी लग्न करशील? माझ्यासारख्या सामान्य पत्रकाराबरोबर संसार करणं आवडेल तुला?''

''जाऊ दे; अजून मी तो विचार केलेला नाही. इतकं मनासारखं आणि सुरळीत काही घडेल, असं मला वाटतच नाही. आणि एक गोष्ट लक्षात ठेवा– माझ्यावर काही अन्याय झाला असंच मला वाटत नसल्यामुळे साहेबरावांना धडा शिकवण्याचा आवेश किंवा सूड मला निरर्थक वाटतो. त्यापेक्षा हे सारं विसरून जा. साधं, शांत आयुष्य नाही का जगता येणार आपल्याला!''

जोशी एकदम बावरला. त्याच्या साऱ्या पवित्र्यातील हवाच एकदम संपून गेली. संघर्षाला काही अर्थच राहिला नाही. चार तासांच्या संगतीत या स्त्रीनं आपल्यामध्ये काय पाहिले किंवा आपल्यावर विश्वास का टाकला, हेच त्याला समजत नव्हते. ती अगतिक आहे, फसवली गेली आहे, असं आपण गृहीत का धरून चाललो? आणि समजा– ती शेवटपर्यंत टिकू शकली नाही, तर या प्रकरणाचा शेवट काय होईल?

त्याच्या डोक्यात गोंधळ वाढला. पण त्याच्या हातामध्ये मखमली आणि मुलायम असं चांदणं होतं. सारे गोंधळ संपवण्याची क्षमता त्या स्पर्शात होती. त्याने थोड्या धसमुसळेपणाने तिला आवळली आणि तो तिच्या अंगाशी लगट करू लागला. तिच्या डोळ्यांतील नाराजी गेलेली होती; उलट तिचा देह प्रतिजवाब देत होता, असं त्याच्या लक्षात आलं. तिची सारी वस्त्रं जमिनीवर घरंगळत गेली. तिचं सारं खानदान, वैवाहिक जीवन असंच निखळून पडलं. तसे ते दोघे एकत्र येऊन बारा ताससुद्धा उलटले नव्हते. वास्तविक, काल रात्रीच्या उन्मत्त खेळानंतर कुठे तरी तृप्त आणि समाधानी असं तिचं दर्शन त्याला अपेक्षित होतं. त्याऐवजी ती कालच्याइतकीच बेबंद आणि मुक्त होती. काल तिचा जो उन्मत्त सहकार त्याला सुखदायक आणि चेतनाकारक वाटला, तो आज त्याला नाराज करणारा होता. हेच जर तिचं नित्याचं स्वरूप असेल; तर मग थोरात काय, साहेबराव काय आणि जोशी काय– तिच्या लेखी सारखेच होते. वासनेवर आरूढ झालेला

त्याचा कामविव्हल अश्व चौखूर धावत होता. त्यामुळे त्याची नाराजीसुद्धा त्या गदारोळात वाहून गेली. मद्यानं असेल, तिच्या लाघवी पुष्ट सौंदर्यानं असेल; तो या साऱ्या खेळात पार-पार बुडून गेला. इतका की, सत्याचं त्याला भानच राहिलं नाही. परंतु कालच्या रात्रीतला तो उन्मत्त आवेग एकदम ओसरून गेला. दुखावणारं मन आणि तृप्त झालेला देह यांची सांगड जमली नाही.

जेव्हा तो एका बेहोषीतून जागा तेव्हा झाला त्याचा गोंधळ आणखीनच वाढू लागला. साहेबरावांकडे आपणाला जायला हवं, एवढं त्याच्या लक्षात आलं; पण कशासाठी, हे मात्र त्याला सुचत नव्हतं. तिला तशीच तृप्त अवस्थेत लवंडलेली सोडून त्याने कपडे बदलले आणि तिचा निरोप घ्यायचेही श्रम त्याने घेतले नाहीत. सचिवालयाच्या दिशेने त्याची टॅक्सी धावू लागली.

हा जोशी मोठा विचित्रच माणूस दिसतोय. इतके दिवस माझ्याबरोबर राहून याचा अंदाज मला आलेला नाही. कधी हा स्वाभिमानी वाटतो, कधी लाचार! त्याच्यात ब्राईटनेस आहे. वाचन-बिचनही चांगलं आहे. सुचतंसुद्धा त्याला चांगलं. भीती तर तीच आहे. इतका हुशार माणूस आपण सांगू तितका लाचार राहील का? आपल्या सांगण्यावरून शेठजींनी तर त्याला नोकरीवरून काढलं. त्याला अगतिक करणं, हे माझं पाहिलं उद्धिष्ट होतं. वृत्तपत्रात इतक्या सहजासहजी नोकऱ्या मिळत नाहीत आणि जोश्याच्या लायकीइतका पगार देणं तर फारच थोड्यांना शक्य आहे. पण जोशी बेरकी आहे. त्याने लगेचच आचार्यांचा दरवाजा ठोठावला. आणि माझी खात्री आहे की, आचार्यांनं त्याला लगेच नोकरीवर ठेवून घेतलं असेल. मग तर तो माझ्या कच्छपी राहणार नाही. नोकरीशिवाय तो राहिला असता तर... आपोआपच तो माझ्या कृपेवर जगला असता. असाच मनुष्य मला हवा होता; पण जोशी त्यातला दिसत नाही. म्हणजे मग मोहनाचाही आपल्याला उपयोग करता येणार नाही. नसती काही बिलामत उभी राहायच्या आत या पाखराची मान मुरगळायला हवी. नाही तर आचार्यांच्या 'चव्हाट्या'त नको त्या गोष्टी येतील आणि आचार्यांला विकत घेणं फार महागात पडेल.

जोशी खरं तर अकरा वाजता यायला हवा होता. मोहनानं त्याला नेमकं काय काय सांगितलं हेही आपल्याला समजून घेतलं पाहिजे. तिच्यावरसुद्धा फार भरवसा टाकून उपयोग नाही. तिला या माशाला गळाला लावायला सांगितलं. पण असं होणार नाही ना की, मासाच सारा गळ खाऊन टाकेल? तीही शक्यता

लक्षात घ्यायला पाहिजे. मोहनाच्या अंगातलं रक्त अखेरीस सुगंधाबाईचं आहे. रासवट! ते सारखं शिकारीच्या शोधात राहणार! तिच्याबरोबरच्या संगात ती माझासुद्धा दम उखडते. मी भल्या-भल्या बायकांना वठणीवर आणलं; पण मोहना तशी माझ्या मुठीत नाही. जो पुरुष खऱ्या अर्थानं स्त्रीला तृप्त करू शकतो त्याची ती दासी होते. मला वाटलं होतं– किंबहुना, अशीच मोहना माझ्या आश्रयाला येईल. अजूनही सर्व तपासून पाहायला हवं. पण तरण्याताठ्या जोश्याची आणि माझी बरोबरी होणार कशी? वयानं असेल जोशी तरुण; पण हे रांगड्या मातीत खेळलेलं रक्त आहे– अनुभवानं, सराईतपणानं तयार! शिवाय माझी म्हणून काही छाप आहेच की नाही? दोनच आठवड्यांपूर्वी जास्मिन का काय नाव होतं– ती कव्वालीवाली चांद्याच्या डाक बंगल्यात आलेली होती. वाटलं होतं की, ती जड जाईल. पण नाही; साहेबराव अजून काही कमी पडत नाही. मग मोहनाचा काय पाड? मोहना सुटता कामा नये हातातून. का आता माझा आत्मविश्वास गळायला लागलाय? का वय जाणवायला लागलंय?

आज साराच दिवस तसा दगदगीचा गेला. शिष्टमंडळं आली, मोर्चे आले, सारंच काही डोकेदुखी वाढवणारं! शिवाय, त्या सहदेव मोऱ्याची एक भानगड उपटलेली. विदर्भातला म्हणून किती गय करायची? ज्याला आपली पायरी राखता येत नाही, त्याला संरक्षण तरी किती द्यायचं? असेंब्लीत त्याला विरोधी पक्ष धारेवर धरील; त्या आधीच त्याला कुठल्या तरी महामंडळाचा अध्यक्ष करू. मंत्रिमंडळातून काढलं पाहिजे. त्यानं पैसे खायचे तरी किती? पुन्हा भाषा मगरुरीची! तरी त्याला सांगितलं की, बाबा रे, विरोधी पक्षाला सांभाळून घे; निदान मोहित्याला आणि पवाराला तरी विश्वासात घे. पण नाही. मरू दे आपल्या कर्मानं असं एकदा वाटलं. म्हातारी मेल्याचं दु:ख नाही, पण काळ सोकावतो. मोऱ्याची बेअब्रू झाली म्हणून बिघडत नाही; तो त्याच लायकीचा! पण यामुळे दुसरा कोणी अडचणीत सापडला म्हणजे?

एकेक जण रोज नवनवीन भानगडी करतो. सहा साखर कारखान्यांवर प्रशासक नेमावे लागले. एकंदरीत आमच्या कार्यकर्त्यांत अराजकाचं प्रमाणही वाढत चाललंय. सगळ्यांना सांभाळायचं मोठं कठीण आहे. विरोधी पक्षांची मला भीती वाटत नाही, कारण ते बिचारे पक्षाचं अस्तित्व टिकवण्यासाठी काही ना काही तरी चळवळी करीत असतात. उलट त्यांनाच मला आर्थिक मदत करावी, लागते. परंतु आमच्या पक्षात मात्र माझ्या मुख्यमंत्रिपदाला धोका करण्याचे प्रयत्न जोरात चालू आहेत. विदर्भाला नेहमीच स्वत:चा मुख्यमंत्री हवा असतो. दक्षिण

महाराष्ट्राची तर ती मिरासदारी! मधल्या मधे मराठवाडा वेगळा राहतो आणि या वेळेला मराठवाड्याला जे मुख्यमंत्रीपद मिळालं, तेदेखील काही फुल-टर्मचं मिळालं नाही. निवडणुकाच लांबल्यात, म्हणून ठीक आहे; नाही तर केव्हापासूनच मुख्यमंत्रिपदाची रस्सीखेच चालू झालीय.

या वेगळं मला काही झेंगट गोत्यात घालायला नकोय. खरं पाहिलं, तर एक-दोन प्रकरणं जरी मी दाबून टाकली असली, तरी अधून-मधून त्यातनं काही शेपटं वर येतातच. आमच्या बंधूने हरिजन वस्तीवर मारहाण करून तिथल्या दोन-तीन बायकांना पळवून नेलं, याची वाच्यता पार मध्यवर्ती सरकारपर्यंत केली. हे प्रकरण निस्तरायला फार अवघड झालं. पण ही हरिजनांची हरिजनांमधीलच मारामारी होती, बौद्ध विरुद्ध बौद्धेतर असाच हा लढा होता– असा अगदी विरोधी पक्षाकडून निर्णय घेऊन हे प्रकरण मिटवलं. सत्तेसाठी सगळीच मंडळी इतकी हपापलेली आहेत की, त्यांना विकत घेणं तसं सोपं जातं! पण एखादी हरीचा लाल शड्डू ठोकून लढायला उभा राहतो, तेव्हा नाइलाजाने त्याच्याविरुद्ध हत्यार उपसावं लागतं. चक्रवर्तींच्या बढतीचं प्रकरण बरेच दिवस मागे पडलंय. दोनदा त्याला सस्पेंड करायचे हुकूम करावे लागले; तेव्हा त्याला एकदम पुन्हा बढती देणे बरे दिसणार नाही. परंतु माणूस गुणी आहे. कामं बिनबोभाट करतो. इमानदारही आहे. त्याला कमिशनर करायलाच हवं! त्याने गेल्या वर्षी या ना त्या रूपानं तीन-एक लाख रुपये आणून पोहोचवले. राजकारणात पैसा कमी काय लागतो? साखर कारखाने सारे या दक्षिण महाराष्ट्र गटाच्या हातांत, तिकडून हवा तितका पैसा मिळत नाही. त्यामुळे अखेरीस दात कोरून पोट भरायची वेळ येते.

माझ्याविरुद्ध काही आक्षेप असले, तरी मराठवाड्यातील लोक माझ्यावर नाखुश नाहीत. जेवढं जमेल तेवढं मी केलेलंच आहे. पुढची टर्म मिळाली, तर उरलेलं सगळं करून टाकणार आहे. महाराष्ट्रातील सगळ्या धरण योजना खोळंबून ठेवून मी गोदा धरण तर पुरं केलं. धर्माबादचा प्रकल्प मार्गी लावलाय. पण आता लोकांची कोल्हेकुई जरा वाढते आहे. म्हणे, मी पक्षपात केला. पण दक्षिण महाराष्ट्रातला मुख्यमंत्री असला की, तो व्हायेबल नसलेली धरणं बांधतो, बंधारे घालतो. एवढंच नव्हे, तर तालुक्या-तालुक्यालासुद्धा धावपट्ट्या बांधून घेतो. कधी नव्हे ते मराठवाड्याकडे चार पैसे वळवले, तर लगेच माझ्याविरुद्ध आरडाओरडा! प्रांताध्यक्ष वरवर जरी गोड बोलत असले, तरी मला पुन्हा टर्म देण्याबद्दल ते अनुकूल नाहीत. मूर्ख आहे लेकाचा! मुख्यमंत्रिपद काय कुठे संघटनेमुळे मिळतं? पंतप्रधानांची कृपा असली की, सारं काही ठीक होतं.

पंतप्रधानांच्या घरात मला प्रवेश आहे, हे याला माहीत नाही. निवडणूक फंडाला महाराष्ट्राची कॉन्ट्रिब्यूशन सर्वांत जास्त आहे, हे काय पंतप्रधान ओळखत नाहीत? बघावं काय होतं ते! पण खटपटीची वेळ आत्ताच आहे आणि या वेळेस जी जी प्रकरणं वर येण्याची शक्यता आहे, ती-ती सारी ताबडतोब दाबून टाकायला पाहिजेत.

मोहनाचं प्रकरण हे उगीचच गंभीर होऊ पाहात आहे. तरी चांगली काळजी घ्यायला सांगितली होती. पण तरुण वयातल्या माणसांना पोच नसतो, हेच खरं. तिला नेमकं याच वेळेला प्रेग्नंट व्हायचं काही कारण आहे का? काही अगदी आता अलौकिक बाळ जन्माला येऊन घराण्याचा उद्धार करणार आहे असं थोडंच आहे? वैद्यकीय शास्त्र इतकं प्रगत झालं आहे की, खरं म्हणजे हसता-हसता ॲबॉर्शन करता येतं. पण ही कार्टी त्याला कबूल नाही. एकदा वाटलं होतं, थोडी जबरदस्ती करावी अन् सेंट जॉर्जमधील डॉ. वर्गीसच्या हवाली तिला करावं! पण मग या पत्रकारांची उगाच फार भीती वाटते. माझ्या मनाविरुद्ध वागून मोहनाला तरी काय मिळणार? ही सवत्स धेनू गळ्यात बाधून घ्यायला जोश्या तयार झाला तर उत्तमच आहे– औषधावाचून खोकला गेला. वेळ पडलीच, तर पुन्हा या भटांच्या विरुद्ध लोकांना पेटवायला आपण तयार आहोतच.

पण हा जोश्या त्या आचार्यांकडे गेला, हे जेव्हा चक्रवतींनं फोन करून सांगितलं; तेव्हा मात्र पोटात भीतीचा गोळा उभा राहिला. कारण सुतावरून स्वर्गाला जाणारा हा आचार्य! शिवाय माझ्याविरुद्ध चाललेल्या कटांत सामील! थोरल्या साहेबांचे आणि त्याचे संबंध घनिष्ठ! काही करून या जोश्याला आचार्यापासून दूर केला पाहिजे. सकाळी देवकिसनला जरा दम भरल्याबरोबर त्या गाढवानं जोश्याला लगेच नोकरीवरूनच काढून टाकलं. तसं त्याचं काही फारसं चुकलं नव्हतं. कारण जोश्याला अगतिक केलं, तर तो शेवटी माझ्याकडेच येईल, असं वाटलं होतं. सरकारची इतकी प्रकाशनं आहेत; कुठे तरी त्याला चिकटवला असता, म्हणजे तो हातातही राहिला असता. हवं तेव्हा त्याला वाकवताही आलं असतं आणि मोहनाही पकडीतून निसटली नसती. सारखं कुणी ना कुणीतरी व्हिजिटर्स येतात. मी काही तरी उत्तरं सराईतपणे देतोय, पण जोशी केव्हा येतोय याची मी वाट पाहातोय. घरी फोन केला; तर घंटा वाजते; पण कुणी घेत नाही. मग देवकिसनला बोलवून घेतलं. त्याला जरा सबुरीनं घ्यायचं सल्ला दिला. आणि... तेवढ्यात हा जोशी आलाच!

***

जोशी जेव्हा सी. एम.च्या केबिनमध्ये शिरला, तेव्हा देवकिसन आणि सी. एम. काही तरी बातचित करत होते. सी. एम.कडे देवकिसन आले असतील, याची जोश्याची मुळीच कल्पना नव्हती. जेव्हा पी. ए.नं देवकिसन आत आहे असं सांगितलं, तेव्हा खरं तर सी. एम.ना न भेटताच निघून जावं, असं जोश्याला वाटलं. पण एक तर पी. ए.नं त्याला निक्षून भेटायला सांगितलं. एवढंच नव्हे, तर सी. एम.नं त्याला पुष्कळ ठिकाणी फोन करून शोधण्याचा प्रयत्न केला, हेही सांगितले. त्यामुळे जोश्याला आत जाण्यावाचून गत्यंतरच नव्हतं.

"या जोशी!" सी. एम. हसत-हसत म्हणाले, "देवकिसनचा काही तरी गैरसमज झालेला दिसतो रे! त्याने तुला फायर केलं असं कळलं, म्हणून तर त्यांना बोलावून घेतलं!"

"पण... आपल्याला हे सांगितलं कोणी? कारण शेठजींना मी भेटलो, त्यांनी मला टर्मिनेशन नोटीस दिली; या गोष्टीला अजून चार-पाच ताससुद्धा उलटले नाहीत. शेठजींनीच नाही ना फोन करून सांगितलं?"

"नाही बोवा! मी कशाला फोन करू?"– देवकिसन.

"या सी. एम.च्या खुर्चीला हजार डोळे आणि हजार कान असतात; नाही तर हा राज्यकारभार चालवताच यायचा नाही. देवकिसन फील्स सॉरी! त्याला वाटतं की, माझ्याविरुद्ध काही तरी घडतंय, म्हणून आपलं त्यानं तुला टर्मिनेशन द्यायचं ठरवलं. किती झालं तरी शेठजी आपले आहेत; तूही माझा आहेस. तेव्हा सकाळचं बोलणं विसरून जा! ॲन्ड कंटिन्यू विथ हिम् !"

"साहेब, ते जमायचं नाही आता! आय हॅव सम बेटर ऑफर्स!"

"आहे, तेही मला माहीत आहे. तू आचार्यांकडे गेला होतास. त्यांचीच ऑफर असणार. त्यांच्याशिवाय माझ्याविरुद्ध निर्णय घेण्याची कोणाची हिंमत आहे? पण फर्गेट इट! आचार्यांचे आणि माझे संबंध तुला माहीत आहेत. माझा मनुष्य त्यांच्याकडे जाता कामा नये."

"पण सर–"

"छे: छे:– यात काहीही बदल होता कामा नये. तुला काही पगारवाढ हवी असली, तर शेठजी देतील. पण त्यांच्याबरोबर तुला काम केलं पाहिजे."

"पण मला वाटतं, मी कुठेही असलो तरी तुमचे हितसंबंध पाळेन. शिवाय 'चव्हाट्या'च्या स्टाफवर काही मी जात नाही. मी आपलं फ्री-लान्सिंग

करायचं ठरवलंय!''

"तेच ते! तुझं कोण छापणार आहे, 'चव्हाट्या' शिवाय? म्हणजे, पर्यायानं तू 'चव्हाट्या'चीच नोकरी करणार! हे होणे नाही! आत्ताच फोनवरून आचार्यांना तू कळवून टाक!''

"सर, पण आय नीड सम टाईम!''

"नाही, नाही तुला आत्ताच निर्णय घेतला पाहिजे; या घटकेला! आणि आचार्यांला पुन्हा भेटूही नकोस! ही माझी आज्ञा आहे, असं समज!''

जोशी क्षणभर बावचळून गेला. इतक्या लवकर साहेबरावांच्या कानांवर सगळं जावं, आपण इतके उघडे पडू, असं त्याला वाटलं नव्हतं. एखाद्या लांडग्यापुढे एकदम जाऊन उभं राहावं आणि लपायला किंवा अंग चोरायला कुठे आडोसा नसावा– असं त्याचं झालं. हा साहेबरावांचा मूड काही खास! साहेबरावांना तो अनेक दिवसांपासून पाहत होता; साहेबरावांचं हे दर्शन त्याला अपरिचित नव्हतं. तरीपण त्याचा आपल्यावरच प्रयोग होईल, असं मात्र त्याला वाटलं नव्हतं. आणि मग मोहनाबरोबर एकांत करीत असताना गोंधळात पडलेलं त्याचं मन आणि आत्ता साहेबरावांच्या आज्ञार्थी सूचनेमुळे मिळालेला धक्का यांमुळे तो एकदम भेदरला. पायाखालची वाळू सरकते आहे, असं त्याला वाटलं. एखाद्या संकटात असलेल्या सुंदरीचं रक्षण करण्याचा आपण केलेला बावळट प्रयत्न किती फुसका आहे, हे त्याच्या ध्यानात आलं. आपलं पत्रकारितेचं स्वातंत्र्य हे सारंच बेगडी आहे, हे लक्षात येताच अगदी खचल्यासारखं होऊन त्यानं साहेबरावांच्या टेबलावरचा तांबडा टेलिफोन आपल्याकडे ओढून घेतला. ही डायरेक्ट लाईन होती, हेही त्याला सवयीनं माहीत होतं. त्याला प्रथम वाटलं– चुकीचा नंबर फिरवून लाईन एंगेज्ड आहे, असं सागावं. परंतु असले बावळट प्रयत्न निदान या केबिनमध्ये तरी पचण्यासारखे नव्हते, हे कळण्याचं भान त्याला होतं. न बोलता त्याने फोन फिरवला.

"मी जोशी बोलतोय! मघाशी मी तुमच्याकडे आलो होतो. तुम्ही मला ऑफर दिलीत. तिचा निर्णय उद्या सांगेन, असं म्हणालो होतो... पण आय ॲम सॉरी तुमची ऑफर मी स्वीकारू शकत नाही!''

"कुठून फोन करतोयस जोशी? सचिवालयातून का?''

"नाही– नाही हो, प्रेसरूममधूनच बोलतोय!''

"सी. एम.ची गाठ-भेट झाली वाटतं?''

"नाही-नाही... अजून वर गेलो नाही, पण जाणार आहे.''

“एवढ्यात बदल व्हायचं काय कारण?”

“शेठजींचा निरोप आलाय की, मी नोकरी सोडू नये. त्यांची मला असिस्टंट एडिटरशिपची ऑफर आहे.”

“अरे, पण त्यांचा काय पेपर आहे? त्यापेक्षा माझ्या पेपरमध्ये तुला स्कोप आहे. त्या साहेबरावाला आपण पार संपवून टाकू! आत्ताच मला बातमी कळलीय की, त्या मिसेस थोरातांचे आणि साहेबरावांचंच काही तरी लफडं आहे. तुला साहेबराव भोट बनवतात. टेक केअर जोशी! नाही-तरी हे प्रकरण मी फॉलो अप करणारच आहे. साहेबरावांना मी आता सोडीत नाही. कम टु माय साईड; त्यांना आकाशात उडवून देऊ!”

“नाही आचार्य, हे काही खरं नाही. साहेबरावांचा याच्याशी काही संबंध नाही; तुम्ही उगाच राईचा पर्वत करताय! भलतंच काही तरी छापलंत, तर गोत्यात याल. तुमचा काटा काढायची संधी कशाला देता?”

“हू केअर्स? अरे, वरून लाईन क्लीअर झालीय! साहेबरावांची आता धडगत नाही!”

“ते तुमचं तुम्ही बघा; मी मात्र तुमच्याबरोबर या प्रकरणात नाही. एवढंच कशाला– मीच तुम्हाल एक्स्पोज करेन. कारण तुम्ही हे सारं भंपकपणानं लिहिणार आहात. तुम्हीच काळजी घ्या!”

“जोश्या! काही तरी वरून आदेश मिळाला दिसतो. एरवी तुझी असं बोलायची हिंमत होणार नाही. इंद्राय स्वाहा– तक्षकाय स्वाहा– तुझीसुद्धा साहेबरावांच्या बरोबर गच्छंती होईल.”

“माझी कसली कपाळाची काळजी, आचार्य! आणि मला तुमच्या धमकीची काय भीती? मला काही तुमच्यासारखं ब्लॅकमेल करून पैसे मिळवायचे नाहीत!”

फोन बंद केल्याचा आवाज ऐकू आला. त्याबरोबर हताशपणानं जोश्यानं रिसीव्हर खाली ठेवला. आपल्या बोलण्याचा साहेबरावांवर काय परिणाम होतोय, हे तो पाहत होता. साहेबराव निर्विकार होते. त्यांनी देवकिसनला सरळ-सरळ जाण्याची सूचना केली. देवकिसन केबिनच्या बाहेर पडला, हे दरवाजाच्या लॅचच्या आवाजाने समजताच साहेबरावांनी एक ड्रॉवर उघडला. काही तरी हालचाल केली व टेप केल्यामुळे आपलं आणि आचार्य यांचं संबंध संभाषण सावधगिरीनं केलं ते किती चांगलं झालं– याचा एक सुस्कारा जोश्यानं सोडला. टेपवरचं सगळं संभाषण ऐकून झाल्यानंतर साहेबरावांनी टेप बंद केला. मघापेक्षाही ते गंभीर झाले. त्यांच्या चेहऱ्यावरचं सगळं मार्दव क्षणार्धात लोपलं. ते रागावल्यावर

त्यांच्या कपाळावर एक आठी उमटत असे, आणि दोन्ही हातांची बोटं ते एकमेकांत गुंतवून टेबलावर दोन्ही कोपरं टेकवीत असत.

जोशी आणि सी. एम.चे आतापर्यंतचे संबंध लक्षात घेता, असला प्रसंग जोशीवर कधीच ओढवला नव्हता. क्षण-दोन क्षण असेच निः शब्द गेल्यावर साहेबराव आपल्या ताशीव आणि रेखीव आवाजात म्हणाले, "तू आचार्यांकडे जायला नको होतंस."

"हो मलाही आत्ता तसंच वाटतं! पण काय करणार? देवकिसननं मला नोटीस दिली; दुसरं कोण मला नोकरी देणार?"

"म्हणून काय तू आचार्यांकडे जायचंस? मी असताना तुला नोकरीची गरज काय? तुझ्यासाठी आजपर्यंत मी काय थोडं केलंय? आणि खरं म्हणजे, तू मला ताबडतोब भेटला का नाहीस सकाळी– म्हणजे सारे प्रसंगच टळले असते. तू मूर्खासारखा वागलास! तुला कळायला हवं होतं की, तू माझ्या विश्वासातला माणूस म्हणून मी तुझ्यावर मोहनाची जबाबदारी टाकली."

"पण सर–"

"काही बोलू नकोस– निदान यापुढे तरी शहाणपणानं वाग!"

"होय सर!"

"लक्षात ठेव– कारण नसताना तू या प्रकरणात अनेकांचं लक्षं वेधून घेतलंस. बाब अगदी क्षुल्लक होती. राईचा पर्वत करण्याचं काही कारण नव्हतं! तू समजतोस तेवढी मोहन भोळीभाबडी नाही आणि अगतिक तर मुळीच नाही. ती एका आमदाराची पत्नी असली आणि एका घरंदाज घराण्याचं नाव लावीत असली, तरी अखेर आहे एका तमासगीर बाईंची पोरगी. तुला मोहनानं कदाचित सांगितलंही असेल."

"नाही साहेब, तसं काही सांगितलं नाही!"

"तर मग मी सांगतो ते लक्षात ठेव! मोहनाची खरी आई सुगंधाबाई. ती तमाशाच्या फडात नाचत होती. तिला बाबाजीराव राण्यानं पळवून आणली. तिच्यापासून झालेली मुलगी म्हणजे मोहना. हे तिच्या जन्माचं रहस्य कुणाला माहीत नाही. तिच्या चेहऱ्या-मोहऱ्यावर जाऊ नकोस. कुणालाही फसवू शकेल की, आपण अस्सल खानदानी आहोत म्हणून. कुणी अस्सल खानदानी बाई नवऱ्यानं टाकलं म्हणून वाटेल ते करेल काय? कुणाही बरोबर झोपेल?"

"नाही साहेब!"

"अरे, तू एक लहान अननुभवी मुलगा! तुला घोळात घ्यायला तिला

कितीसा वेळ लागणार? आणि तू काही सांगू नकोस मला. एकांतात काय काय घडलं असेल, हे समजण्याइतके माझे डोळे तीक्ष्ण आहेत. बोलून-चालून कमअस्सल रक्त आहे ते! कुणी तरी अश्राप स्त्री निराधार आहे, म्हणून उगीच हौतात्म्य स्वीकारू नकोस. तुला तिने भुरळ टाकली आहे ही गोष्ट खरी, पण काही बिघडलं नाही. तशी नवऱ्यानं टाकलेली बाईच आहे ती– मोकळी! खुशाल लग्न कर तिच्याशी– काय वाटेल ते कर; पण आपल्या वागण्यानं भलतेच राजकीय प्रश्न निर्माण करू नकोस. टेक माय ॲडव्हाईस! तिला घेऊन काही दिवस तू कुठे तरी मुंबईबाहेर जा, म्हणजे सगळं प्रकरण मिटून जाईल. मी यशवंतराव थोराताला बोलावून घेतो. मोहनाला फारकत द्यायची व्यवस्था करतो. तोपर्यंत तू मुंबईच्या बाहेर राहा. नाऊ मोहना इज युवर लायबिलिटी!''

''पण साहेब, कुठे जाणार मी?''

''कुठेही जा– एखाद्या निवांत ठिकाणी! आपली पुष्कळ हॉलिडे होम्स आहेस. ती पसंत नसली तर हिल-स्टेशन्स आहेत. मजेत राहा. पैशांची काळजी करण्याचं काही कारण नाही. पण नक्की कुठे जातोय, ते मला कळवून ठेव. रजेची काळजी करू नकोस; मी देवकिसनला सांगेन. राजीनामा तर मुळीच द्यायचं कारण नाही. यू कॅन गो!''

जोशी आपला उठायला लागला तेवढ्यात साहेबराव परत म्हणाले, ''सावधानतेनं वाग! उद्या सकाळच्या आत तू मुंबईत नसला पाहिजेस आणि लक्षात ठेव– तू माझा मनुष्य आहेस. डोन्ट बिट्रे मी!''

***

आमदार थोरात सकाळी उठले, तेव्हा दहा वाजले होते. मुख्यमंत्र्यांचा फोन येऊन गेला असं नोकरानं सांगितलं, तेव्हा ते खजील झाले. मुख्यमंत्र्यांनी फोन करावा तेव्हा आपण सकाळी झोपलेलं असावं, ही गोष्ट काही बरी झाली नाही. आत्ता उठून त्यांना भेटायला जावं, तर ते सचिवालयात जाण्याच्या गडबडीत असतील. तेव्हा सचिवालयात भेटणंच बरं असं त्यांनी ठरवलं. रात्रीच्या पार्टीमुळे त्यांचे डोळे तांबारले होते. अंगही सुस्त झाले होते. रात्री ते घरी आले, तेव्हा घरात नोकर-चाकरसुद्धा झोपलेले होते. त्यांना घर खायला उठलं. मोहना निघून गेल्यापासून कित्येक दिवस ते एकाकी आयुष्य त्यांना भोगावं लागलं होतं. तसं ते त्यांच्या सोईचं होतं. पण अशा अवेळी, रात्री घरातही जी एक हुकमी शय्येची सोय होती, ती मात्र आता नव्हती आणि नाही म्हटलं, तरी मोहनाची शय्यासोबत त्यांना अलिकडे आवडायला लागली होती. त्यांच्या हिंस्र

आणि दांडगट व्यक्तिमत्त्वाला एखाद्या सराईत आणि धंदेवाईक बाईपेक्षाही ती दाद द्यायची. तेवढया वेळेपुरती तिची ती झणझणीत प्रवृत्ती त्यांना सुखदायक वाटे. तेही तिला कधी पत्नी म्हणून वागवत नसत. लग्नानंतरचे पहिले काही दिवस त्यांचा बाहेरख्यालीपणा आणि दारू पुष्कळ कमी झाली होती, कारण मोहनाचं रूप हे तसं बांधून ठेवणारं होतं. पण आपल्याला या लग्नात सहजगत्या फसवलं गेलं, चांगली जातकूळ नसलेल्या मुलीला आपल्या घराण्यात बाबाजीरावांनी ढकलली– या गोष्टीचा रोष त्यांच्या मनात होता. मग त्यांचं वागणंही बदललं आणि मोहना त्यांना दृष्टीसमोर नकोशी झाली. जेवढ्या प्रकाराने त्याला असंतोष व्यक्त करावासा वाटला, तेवढा त्याने केला. शिवाय आपल्या मानानं ती इंग्रजी शिकली आहे, तिला इंग्रजी वाचता येतं, ही गोष्ट त्याला आवडली नव्हती. त्या रात्री गव्हाणकर बाईला घरी आणण्यात आपली चूक झाली, हे त्याला कळून चुकलं. पण इलाज नव्हता. गव्हाणकर स्वत: जरी फिरतीवर गेला असला, तरी त्याचे भाऊ घरात होते. त्यामुळे त्यांना एकत्र येण्यास फारशी संधी मिळत नव्हती. चोरट्या संबंधांत ही एक गंमत आहे की, त्यात जितक्या अडचणी येतात तितकी त्या संबंधाची ओढ वाढत जाते. तशी गव्हाणकर बाई म्हणजे काही अप्सरा होती, अशातला भाग नाही. होती काळी-बेन्द्रीच! पण मुंबईच्या जगात तिच्याबद्दल नाना वदंता होत्या. सगळीकडे ती दिसायची. साऱ्या नटरंगी माणसांशी तिची ओळख होती. आचार्यांच्या रुचीबद्दलसुद्धा त्याच्या मनात कुतूहल निर्माण झालं. वास्तविक, आचार्यांसारखा दणकेबाज पत्रकार, लेखक– त्याच्या मागे इतर अनेक बायका असायच्या, तो या गव्हाणकर बाईसारख्या बाईसाठी का तडफडतोय, हे काही त्यांला उमगलं नाही. पण जेव्हा प्रथम गव्हाणकर बाई नागपूरच्या अधिवेशनाच्या वेळी थोरातांच्या मिठीत आली, तेव्हा हे रहस्य त्यांना थोडं-फार उलगडलं. सर्वांगानं आपलं स्त्रीत्व एखाद्या नजराण्यासारख्यं पुरुषाला बहाल करणारी बाई त्याने कधी पाहिली नव्हती. शिवाय पुरुषदेहाची सारी मर्मस्थाने तिला माहीत होती. तिच्या अंगोपांगांत वासना तुडुंब भरलेली होती आणि स्थळ-काळ लक्षात न घेता ती आपली नेहमी तयारच असायची. तिच्याबद्दल आचार्यांनी चेष्टेत एकदा म्हटले होते– "तिचा एकच दोष– ती कुणाला नाही म्हणत नाही!" थोरातांचं तिच्याबद्दलचं कुतूहल अनेक गोष्टींमुळे चाळवलं होतं. कदाचित तिलाही थोरातासारखा आडदांड, उग्र माणूस पूर्वी भेटला नसेल. त्यांच्या संबंधात अमोद-प्रमोद किंवा सुखद संवाद असल्या बाबी मुळी नव्हत्याच– होता फक्त शरीरभोग! निखळ वासना! आणि त्यामुळेच अशा

अजागळ दिसणाऱ्या बाईवर थोरात मात्र अगदी लट्टू होऊन गेला.

मोहनाचं अकस्मात निघून जाणं तिच्यामुळे घडले. केव्हा तरी ते घडणारच होतं. पण असं एखाद्या हक्काच्या बाईशिवाय किती दिवस राहायचं? जोपर्यंत बाप जिवंत आहे तोवर फारकतीचा विचार अशक्य आहे, हे थोरात ओळखून होता. म्हणजे मग मोहना मरेपर्यंतच वाट पाहयला पाहिजे. पण असं सुखासुखी कोण कुणासाठी मरणार? शरीरसुखाची काही कमतरता होती म्हणून नव्हे; पण एक हक्काची बायको पाहिजेच, यासाठी थोरात अलिकडे कळवळायला लागला होता.

***

खरं पाहिलं तर या अशा निवांत निसर्गरम्य स्थानी येणं किती सुखाचं आहे! त्यातही मोहनासारखी सुंदर आणि रसिक स्त्री बरोबर असणे, हा तर दुग्धशर्करा योग आहे असेच कोणालाही वाटणार. परंतु ज्या दडपणाखाली मी ह्या निवांत गावात येऊन राहिलोय, त्यामुळे इथली कोणतीही गोष्ट मला सुखदायक वाटत नाहीये. एखाद्याने तोंड चुकवून फरारी अवस्थेत जंगलात लपून राहावे, तसेच माझे काहीसे झाले आहे. मुंबईच्या धावपळीच्या जगाला त्यातही, माझ्यासारख्या भटकंती करणाऱ्या रिपोर्टिंगच्या व्यवसायात क्षणाचीही उसंत मिळत नाही आणि आता येथे रिकामटेकडेपणाशिवाय दुसरा काहीच उद्योग नाही, नाही म्हणायला, मोहना हा एकच खेळ माझ्या हाताशी आहे.

पण मोहनाच्या आणि माझ्या संबंधांतही आता काही मजा उरलेली नाही. नावीन्याचा भाग संपला. माझ्या वासना काही कोमट झालेल्या नाहीत; किंबहुना, तशा होणारही नाहीत. कारण ती सदा भुकलेलेलीच असते. तेवढ्यापुरती ती तृप्त होते; परंतु घटका-दोन घटका. तिला पुन्हा ज्वालेचे स्वरूप येते. मी तिच्या बरोबरीचा नाही, म्हणून वासनातृप्तीसाठी पुढाकार घेताना तिला अवघडल्यासारखे होत नसावे. कदाचित हा आपल्या हक्काचा भाग आहे व यात अनैसर्गिक तर काहीच नाही, अशी तिची प्रतिक्रिया असावी. अशा वासनाकर्षणात मला गुंतवल्याशिवाय मी तिचा राहणार नाही, अशी तिला भीती वाटते; का तिची भूकच अनावर आहे? या भुकेसाठी विवेक, स्त्रीत्व, खानदानी संस्कार या साऱ्या गोष्टींची तिला पर्वा वाटत नाही; का शरीर हेच दोन माणसे एकत्र आणणारे बंधन वाटलंय तिला?

माझ्या मनात फार गोंधळ उडाला आहे आणि तो उडणे किती स्वाभाविक आहे बरे! प्रथम मला वाटलं, साहेबरावांनी फसवलेली ही एक निष्पाप आणि

अश्राप स्त्री आहे. पण साहेबरावांनी सांगितलेल्या गोष्टी आणि हिचे वर्तन यामुळे माझा तो भ्रम आता उरलेला नाही. कोणाला ठाऊक– जोडीदार म्हणून तिचा स्वीकार करणं मला परवडेल की नाही? तिच्यात कुणालाही खिळवून टाकण्याचं सामर्थ्य आहे, यात शंका नाही. तिच्या डोळ्यांत एक गूढ आकर्षण आहे. आहे या परिस्थितीत आता माझे आणि तिचे नेमके संबंध कोणते, हे ठरवणे कठीण आहे; तरी मला ती हवीहवीशी वाटते. तिचा उग्र काम पाहिला की मन एकदम भांबावते. तिची थोडीशी भीतीसुद्धा वाटते. पण तृप्त होऊन जेव्हा ती माझ्या अंगाला लगटते, तेव्हा ती एकदम निराधार व निरागस वाटते. माझ्याशिवाय तिला दुसरा आधार नाही, असाही भाव तिच्या डोळ्यांत दिसू लागतो. या अशा वेळीच माझ्या अगदी लहानसहान गरजा ती तत्परतेने पुरवते. चट्‌कन उठून ती सिगारेटचे पाकीट घेऊन येते. एवढेच नाही, तर ती त्यातून सिगारेट काढते– माझ्या ओठांत ठेवते आणि काडी ओढून ती सिगारेट पेटवून सुद्धा देते. खोलीत ती वावरते तेव्हा वाटते, माझ्याशिवाय तिला अन्य कोणतीही दुनिया नाही... अन् सारे पुराणे आयुष्य मागे फेकून माझ्या ओढीने ती माझ्या बरोबर आलीय! तिच्या संभाषणाला एक रांगडा आणि आर्जवी असा गंध आहे.

तसे हे सहजीवन एरवी आमच्यावर लादलेलं कुठे आहे? आम्ही हॉटेलातून बाहेर पडलो, तेव्हा काही झाले तरी तिची साथ सोडायची नाही, असं मी ठरवलं नव्हतं का? मग आता तरी असा काय फरक पडला आहे? उलट, मी आता अधिक निष्काळजी आहे. कोणी तरी आमचे सारे प्रश्न सोडवणार आहे. कदाचित हे वादळ संपून गेले की, मग शांत पायवाटेवरून आम्ही चालूही शकू. गृहिणी म्हणून मोहना कशी बरे वागेल?

इथे येऊन चार-सहा दिवस झाले. वास्तविक, आल्या-आल्या इथे जेवण्याची काय सोय आहे, याची मी चौकशी केली. तर, इथे जेवण आणून दिलं जातं, असं माझ्या लक्षात आलं. बाहेरच्या जेवणाला मोहनानं लगेच विरोध केला. हा कॅम्प तसा निर्मनुष्य आहे. अवघे तीनच बंगले इथे आहेत. बंगल्यात भांडीकुंडी आहेत, स्टोव्ह आहे, सामान आणून द्यायला नोकर आहे. फर्लांगावर गाव आहे. आमचे राहायचे निश्चित झाले तरी घर मांडायची गरज नव्हती. पण मोहनाने बंगलीवर स्वयंपाक करण्याचा निर्णय घेतला. चहाचा इन्तजाम ठेवला. त्यामुळे बंगलीतून बाहेर पडण्याचा फारसा प्रश्नच उरला नव्हता. थोड्याफार भांड्याकुंड्यांच्या साह्याने ती स्वयंपाकसुद्धा छान करायची. तिच्या हाताला गोडी होती. मी अशा मराठा मंडळींच्याकडे जेवायला गेलो की, स्वयंपाकाला फक्त तिखटजाळ चव

असायची, पण हिचे काही न्यारेच होते. वेगवेगळ्या रुचींचे पदार्थ तिला येत. लाडावलेल्या त्या मुलीला एरवी इतकं कुशल गृहज्ञान असण्याची गरज नव्हती; पण तिला अन्नोदकातही रस होता. तिची तीही भूक चांगली प्रज्वलित होती.

तसं खरं म्हणजे चांगलं चाललं होतं. जगावेगळा हा संसार होता. रात्री कितीही जागरण झालेलं असले तरीही सकाळी अगदी पहाटे जाग यायची इतकं निवांत अन् निःशब्द वातावरण मुंबईत कुठे होते? एक समुद्राचा आवाज सोडला, तर कसला म्हणून आवाज येथे ऐकू येत नव्हता. इतकी सुंदर जागा लोकांना माहीत का बरे नसावी? कदाचित इथला उथळ समुद्र आणि तशा अर्थाने आडवळणाचा रस्ता– हेच कारण असावे. ही जागा तशी उजाडच होती. समुद्रात घुसलेल्या एका कातळावर एक जुने शिवमंदिर होते. भरतीच्या वेळेस शिवमंदिराकडे जाण्याचा रस्ता जवळपास बुडत असे. काळजी घेतली, तर त्याही वेळेस तिथे जाता येई– नाही असे नाही. खुल्या समुद्राला एक लहानशी फट होती आणि त्या फटीतून या खाडीत पाणी येऊन लहान टेकडयांनी वेढलेला एक वर्तुळाकार जलाशय– अशी या जागेची मोठी मजेदार रचना झाली होती. सपाट आणि सलग असा किनारा नव्हताच; फक्त गावाकडे जाणारी पायवाट एवढाच काय तो फिरण्याजोगा रस्ता.

पण ही एकांत जागा जशी उन्मत्त कामचेष्टितांना सोईस्कर होती. तशीच स्वत:संबंधी विचार करायलाही उपयुक्त होती. मोहना स्वयंपाकात गुंतलेली असे, तेव्हा उंचच उंच अशा धारदार कपारीवर जाऊन मी सिगारेट ओढत बसे. माझ्या लक्षात आले की, इथे मी अगदी एकटा नाही; माझ्यासमोर माझ्यासारखाच आणखी एक माणूस बसलेला आहे. त्याला आकृती नसे, पण तो मला जाणवायचा; धोक्याची सूचना द्यायचा, मला या प्रकरणातून 'बाहेर पड' असे सांगायचा. मी केलेले सर्व युक्तिवाद मूर्खपणाचे आहेत, हे तो तुच्छतेने सुचवायचा. त्या निळ्या-हिरव्या पाण्यात, त्यांना वेढलेल्या त्या डोंगराच्या वर्तुळात दिसणाऱ्या अथांग सागरात आणि वरच्या आकाशाच्या निळ्या घुमटात जी एक सावध शांतता होती, ती मला असह्य व्हायची आणि माझे पाय आपोआप बंगलीकडे वळायचे. जणू काही माझ्या हक्काची बायको घर राखत आहे! मोहनाचं रूप मग एकदम माझ्या नजरेत ठसे. कधी माझे कपडे ती धूत असे, कधी सुरीनं भाजी चिरत असे, तर कधी एखादं गाणं गुणगुणत आकाशाकडे टक लावून बसलेली असे. त्या अथांग आकाशात तिला काय बरे शोधायचं असेल?

अशा वेळेला माझं मन एकदम भरून येई, कारण आता तिच्या ठायी

कसलीच तृष्णा मला जाणवत नसे. कोणतीच लालसा मला जखम करत नसे. तिचा लावण्य, मुसमुसणारा मांसल देह आता एखाद्या शांत सरोवरासारखा निपचित पडलेला असे. पण मला आत आलेला पाहिला, डोळ्याला डोळा भिडला की– मग निद्रिस्त अग्नीतून एकदम ज्वाला पटे. वासनेचे रसायन इतके स्फोटक असते, हे मला माहीतही नव्हते. खरे तर हा सारा अनुभव मला इतका नवीन होता की, त्याचे हिशेब करता-करता मी थकून जायचो. मग फक्त जाणवे. ती स्थळ काळाचा स्पर्श नसणारी वासना.

चार-सहा दिवस कसे गेले, हे मला कळलेच नाही. रोजच एक ठरीव कार्यक्रम सुरू झाला होता. तसा तो मला मानवला होता. सकाळी दहाच्या सुमारास वर्तमानपत्र घेऊन या बंगलीचा रखवालदार येई. तेवढाच काय तो माझा आता जगाशी संबंध उरला होता. वर्तमानपत्र वाचले की, पुन्हा एकदा मला मुंबईच्या धावपळीच्या जगाची आठवण येई. अनेक वर्षं जगातल्या प्रत्येक बातमीशी इतरांपेक्षा प्रथम माझा संबंध येई. पण गेले चार-सहा दिवस सर्वसामान्य वाचकांसारखा मीही शिळ्या झालेल्या बातम्या वाचत होतो. पहिल्या-पहिल्यादा 'जनसत्ते'त वरळीच्या हॉटेलच्या बातमीचे काही डिटेल्ड रिपोर्टिंग होतेय का काय, ते मी पाहत होतो; परंतु ती बातमी आता बहुतेक मृत झाली होती. आचार्यांनीही ह्या प्रकरणात काही बॉम्बगोळा टाकला नव्हता.

...आणि मग एके दिवशी अकस्मात दुपारी चारच्या सुमारास चक्रवर्ती जीपमधून आलेला मी पाहिला. चक्रवर्तीची तशी माझी ओळख जुनी आहे. साहेबांच्या खास विश्वासातला तो पी. एस. आय. होता. साहेबांनी अलिबागला बोलावलंय, असे त्याने सांगितले. माझ्या मनातल्या शंकेचे त्याने आपोआप निराकरण केले. मी तास-दोन तासानं परत येईपर्यंत आपण एका कान्स्टेबलला इथे बसवून ठेवू हे सांगितल्यामुळे मला त्याच्या बरोबर निघण्यावाचून गत्यंतर नव्हते. मोहनाचा निरोप घ्यायला मी बंगलीत गेलो. ती मस्त झोपली होती. केस भुरभुरत होते... वाऱ्याने वस्त्रे चाळवली होती... पोटऱ्या उघड्या पडल्या होत्या. जेवण झाल्यावर आज प्रथमच तिने संगाची मागणी केली नव्हती... उलट झाडाला वेल बिलगावी तशी ती घट्ट बिलगून झोपली होती. मला तिचा तो लाडिक चाळा वाटला. ती आपल्या ओटीपोटावरून माझा तळवा नेहमीच फिरवायची. ह्या कृतीचं आज मला विशेष काही वाटलं नाही. उलट, ती थोडी थकल्यासारखी वाटली. नेहमीसारखं ती भरपूर जेवलीही नव्हती. असतात बायकांचे वेगवेगळे मूड्स, असं समजून मीही फारसं लक्ष दिलं नाही. वासनेच्या उन्मत्त

लाटा संपून कुठे तरी संयमी प्रेमाची सुरुवात होते, असं एक सुभाषित मी केव्हा तरी ऐकलं होतं. डोंगरावरून खळाळत येणारी नदी थोड्या वेळानं शांत होते, तिचा वेग कमी होतो, विस्तार वाढतो, हेही एका कांदबरीत मी वाचले होते. झोपलेल्या मोहनाला उठवून 'मी जाऊन येतो' असं सांगावं, असं मला वाटेना. काही झालं तरी या घटकेला माझ्यावरील विश्वासाने ती निवांत झोपली होती. तिचा निरोप न घेता जाणे मला अनैतिक वाटले. शिवाय, तिच्या ओठांच्या ओलसर खुणा मला बरोबर न्यायच्या होत्या. प्रथमच एकटा मी साहेबरावांच्या जगात चाललो होतो. साहेबरावांचं नाव काढताच तिच्या डोळ्यांत भीती तरळली. मी तिची समजून घातली. निदान मला तरी तिची समजून पटली, असं वाटलं. तिच्या मांसल मिठीतून सुटका करून घेऊन मी चक्रवर्तीच्या गाडीत बसलो आणि आमची गाडी अलिबागच्या रोखानं धावू लागली.

***

"कोण, आचार्य?"

"हो."

"बरेच दिवस तुम्हाला बोलावायचं म्हणत होतो, पण काही जमलं नाही. दौरे, संप यामुळे अगदी उसंत मिळाली नाही."

"साहेबराव, हे असं आडून बोलण्यात काही अर्थ नाही. तुमचे माझे संबंध काय आहेत, हे आपण दोघंही ओळखून आहोत; खुल्लमखुल्ला बाललेलं बरं!"

"ते बोलायचंय म्हणून तर फोन केला. तुम्हाला माहीत आहे आचार्य की, मला काही तोंडदेखले गोड बोलता येत नाही. 'एक घाव-दोन तुकडे' हा माझा खाक्या आहे."

"अहो, म्हणून तर मी म्हणालो की, सरळ मुद्द्याला या. तुम्ही कामाची माणसं."

"फोनवर बोलण्यापेक्षा आज लंचला येता घरी? तुम्हाला माहीत आहे की, रोज मी घरी लंच घेत नाही; पण तुमच्यासाठी खास बेत करू."

"लंचचं काही जमणार नाही साहेबराव, आणि घरी तर मुळीच नको. आम्ही तुमच्या घरी आलो की, लोक नाना अर्थ लावणार. त्यापेक्षा मागे सरकारी नोकरांच्या संपाच्या वेळेला जसे भेटलो, तसे ताजमध्ये भेटू या. म्हणजे, आमचीही व्यवस्थित सोय होईल- अन्..."

"नाही, ती सोय मी घरीसुद्धा करणारच होतो म्हणा. ताजमध्ये भेटायला

हरकत नाही. किती वाजता जमेल? दीड वाजता?''

''ठीक आहे. तरी पण एवढं काम तरी काय काढलंत?''

''काम तसं विशेष महत्त्वाचं नाहीय. पण तुमचंही एक पेंडिंग काम आहेच की! चेंबूर इंडस्ट्रियल एरियात तुम्हालाही एक प्लॉट हवा होता, असं कळलं; त्याचंही पक्कं करू आणि...''

''ठीक आहे, येतो ठरलेल्या वेळेला. मला फक्त कोणत्या सूटमध्ये यायचं, एवढं फोनवर एक वाजता कळवा; म्हणजे उगीच वाच्यता नको. आणखीन कुणी बरोबर आहे का?''

''नाही, फक्त तुम्ही आणि मी. तुम्हाला हवं तर तुम्ही तुमची कंपनी घेऊन येऊ शकता. पण खासगीतलं बोलणं बाहेर फुटते एखाद वेळेला.''

''हां, तेही बरोबरच आहे. एनी वे– येतो मी दीड वाजता.''

***

''बसा चक्रवर्ती. तुम्हाला मुद्दाम बोलवलंय. तुम्हाला काय काय करायचंय, याची कल्पना दिलीय. काम बिनचूक झाले पाहिजे. इकडचं तिकडं कुणाला कळता कामा नये. तुम्हाला माहीतच आहे की, पार्टीने माझ्या विरुद्ध प्रचार चालू केला आहे. कदाचित मिनिस्ट्री रिशफलसुद्धा होण्याची शक्यता आहे. थोरले साहेब जरा माझ्यावर नाराज दिसतायत. तूर्त तरी माझ्याविरुद्ध प्रचार करायला कोणाला संधी मिळता कामा नये. ऑपोझिशनला मी चांगलं सांभाळलंय. संपादक लोठे काय किंवा देवकिसन काय, ही आपलीच माणसे आहेत. आचार्यांना एकदा गुंडाळला, म्हणजे संपले. मुळातच हे सारं प्रकरण करण्यात माझी चूक झाली. आणखीन चुका करून चालणार नाही. मी पाच- साडेपाचपर्यंत अलिबागला पोहोचतो. तुम्ही जोश्याला तिथे घेऊन यायचं. जोश्याला माझ्या हवाली केला की, मग ठरलेला कार्यक्रम व्यवस्थित झाला पाहिजे. आमदार थोरातांना तिथे घेऊन जाणारी गाडी तयार ठेवायची आणि सगळं काही ठरल्याप्रमाणे झालं, याची दहाच्या आत मला वर्दी द्यायची... जोशी इथं नसेलच, तेव्हा काही प्रश्न नाही. सगळे रिपोर्टर्स ही बातमी कळताच अलिबागला येतील. त्यांची सगळी नीट व्यवस्था झाली पाहिजे. त्यांना स्पॉट दाखवायचा, थोरातांची गाठ घालून द्यायची आणि सर्वांत मुख्य गोष्ट म्हणजे, त्या वेळेस थोरात दारू पिणार नाहीत एवढी काळजी घ्यायची. नाहीतर तो गाढव माणूस आपला सगळा प्लॅन खड्ड्यात घालील. त्यांच्याबरोबर संपतरावाला राहायला मी सांगितलंच आहे. तुमच्यावर सगळं सोपवलंय काय, लक्षात राहील ना?

"होय साहेब– अगदी काळजी करू नका."

"ठीक आहे, मग कामाला लागा. विश्वासातली माणसं बरोबर घ्या. गायकवाड आहे ना बरोबर? आणि जीपचा ड्रायव्हर कोण आहे?"

"आहे, दळवीच आहे."

"बरं पैसे वगैरे काही देऊन ठेवू?"

"काही गरज नाही साहेब, अजून माझ्याजवळ चार-पाच हजार रुपये शिल्लक आहेत. त्यातून लागलेच, तर मी शेठजींच्याकडे जाऊन घेईन."

"ठीक आहे, मग चला आणि तुमच्या भावाचे प्रकरण ताबडतोब बीडच्या कलेक्टरकडे पाठवायला सांगा. मी शेरे लिहिलेच आहेत. कलेक्टरनं ऑर्डर काढली, म्हणजे झालं."

चक्रवर्ती निघून गेला. आज कोणी व्हिजिटर्स येऊ द्यायचे नाहीत, असं साहेबरावांनी पूर्वीच पी. ए. ला सांगितलं होतं. एक तर आजचं ऑपरेशन साहेबरावांच्या मनाविरुद्ध त्यांना करावं लागलं. जोश्याला दिल्लीत पाठवण्यासाठी विमानाचं बुकिंगही झाले होते. पत्रकारांचा दौरा परराष्ट्र खात्यानं आखला होता- हिमालयाच्या सीमा प्रदेशाचा– त्यात जोश्याचं नाव घालताना काहीच अडचण पडली नाही. यामुळे साहेबराव खुश होतं.

साहेबरावांनी पाईप काढला. हळूच एक-दोन झुरके घेतले. अलिबागला साडेपाच ते साडेसहा बंदर विकास समितीची बैठक होती. खरं तर या बैठकीला तसा काही अर्थ नव्हता. अनेक शोभादाय समित्या अन् सेमिनार असतात, त्यांतलीच ती बैठक होती. आपल्या माणसांना वेगवेगळ्या ठिकाणी सन्मानाच्या जागा देऊन चार पैसे मिळवून द्यावे लागतात, म्हणून हे सारे निरर्थक उद्योग करायचे झालं. या कमिटीवर आमदार थोरातांना आपण घेतलं, हे नेमकं किती उपयोगी ठरलं, हे लक्षात येताच साहेबराव आपल्या योजनेवर खुश झाले. जोशी योजलेल्या जागेवर जाऊन स्थिरस्थावर झालेला जेव्हा त्यांना कळला, तेव्हाच त्यांनी सुटकेचा नि:श्वास टाकला. मोहना प्रकरण आता संपुष्टात येणार होते. त्यामुळे एक सुख हरपणार होते; पण त्याचबरोबर एक उपद्रव देणारं संकटही संपणार होते.

थोरात नाही तरी एक नगण्य माणूस, हेच खरं. उपद्रव देण्याची त्याची हिम्मत नाही. तो व्यसनानं पोखरलाय, हीही गोष्ट खरी. त्यामुळे तो सारा स्वाभिमान हरवून बसला, हे मात्र थोडं आश्चर्यकारक! त्याला या प्रकरणात कोणता रोल घ्यायचाय हे समजून सांगण्याच्या वेळेस साहेबरावांची मनातून

त्रेधातिरपीट उडाली होती. पण त्यांचा स्वत:च्या संभाषणकौशल्यावर विश्वास होता. त्यांनी त्याला थोडा तयार केला. नाही तरी थोरातांच्या मनातून मोहना केव्हाच उतरली होती. मोहनाशी लग्न झालं तेव्हा आपली फसवणूक झाली, हे तर त्याचे ठाम मत पूर्वीच बनलं होतं. म्हणजे तिचे अलीकडचे चालचलनसुद्धा थोरातांच्या कुलपरंपरेला डाग लावणारे होते– हे थोरातांना पटवणं फारसं कठीण नव्हतं. या जोश्याचे आणि मोहनाचे बरेच जुने संबंध असले पाहिजेत आणि ते संबंध आता जगजाहीर होण्याची शक्यताही लक्षात घेतली पाहिजे, हे सांगताना साहेबरावांनी जो अभिनय केला, जी अस्वस्थता दाखवली; त्याचा दृश्य परिणाम थोरातांवर झालेला साहेबरावांनी जोखला. साहेबरावांचं काम झालेलं होतं. थोरात ठरल्याप्रमाणे समुद्राकाठच्या कनकगिरी रेस्ट हाऊसमध्ये ठीक पाच वाजता पोहोचणार होता. सारं कसं सुरळीत होणार होतं.

एवढ्या घाईगर्दीनं सी. एम.नी आपल्याला का बोलावलं असावं, हा जोश्यापुढचा पहिला प्रश्न. पण अलिबागच्या रेस्ट हाऊसमध्ये गाठ पडताच सी. एम.नी त्याचं जे तोंड भरून स्वागत केलं आणि दिल्लीची केबल त्याला दाखवली, त्यामुळे एका परीनं त्याला साहेबरावांविषयी कृतज्ञता वाटली. फक्त आपलंच नाव पत्रकारांच्या दौऱ्यात असं घाईगर्दीत कसं घुसडलं गेले आणि तातडीनं रात्रीच्या फ्लाइटने दिल्लीला जाण्याची घाईगर्दी का करावी लागली, हे त्याच्या लक्षातच आलं नाही. मोहना ही नाही तरी सी. एम.ची लायबिलिटी. मोहनाची सारी जबाबदारी सी. एम. घेणारच होते त्यामुळे चिंता करण्याचं काहीच कारण नव्हतं. फक्त मोहना त्या रेस्ट हाऊसमध्ये आता एकटी आहे; तिला आपण काहीच कल्पना दिली नाही, एवढीच खंत जोशीच्या मनात होती. पण सी. एम. लगेच गाडी पाठवून तिला सामान-सुमानासकट मुंबईत आणणार होते. तसं काळजीचं काही कारण नव्हतं. निश्चिंत मनानं तो लगोलग मुंबईला जाऊ शकत होता– नव्हे, त्याला जाणं भागच होतं. नाही तर त्याला दिल्लीची फ्लाइट पकडता आली नसती आणि ही दिल्लीची फ्लाइट चुकली असती, तर त्याला दौऱ्यातही सामील होता आलं नसतं. साहेबराव मीटींगच्या गडबडीत होते. पण तरीसुद्धा त्यांनी आवर्जून बाहेर येऊन त्याला सर्व सांगितलं व मुंबईला जाण्यासाठी गाडीची व्यवस्था केली. विमानाचं तिकीट, परराष्ट्र खात्याची तार आणि सी. एम. नी तयार करून ठेवलेली परिचयाची पत्रे– सारं काही लिफाप्यात तयार होतं. सी. एम.चं आपल्यावर किती लक्ष आहे आणि आपला म्हटलेल्या माणसासाठी सी. एम. किती काळजी करतात, हे लक्षात आल्यावर त्यांच्याविरुद्ध बंड वगैरे

करण्याच्या आपल्या भूमिकेचं त्याला हसू आलं. कारण त्यांनी एवढीच व्यवस्था केली होती असं नाही, तर प्रवासासाठी त्याला उबदार कपडे लागतील, हे ओळखून त्यांनी त्याचीही व्यवस्था केली होती. अगदी कारण नसताना आपल्यासाठी लक्ष ठेवून धडपड करणाऱ्या साहेबरावांबद्दलचा त्याचा बरासचा राग ओसरून गेला. खरं म्हणजे, मोहनाबद्दल जे सारं काही घडलं ते विसरून जाण्याइतकी या नव्या प्रवासाच्या कल्पनेनं त्याला एक्साईटमेंट आली. तो गाडीत बसला आणि मुंबईच्या दिशेने जेव्हा निघाला, तेव्हा सी. एम.नी तिथे खोळंबून उभ्या असलेल्या चौधरीला नुसती खूण केली आणि ते चालू असलेल्या मीटींगमध्ये भाग घेण्यास निघून गेले.

सात दिवसांच्या आपल्या दौऱ्यावरून जोशी दिल्लीला परत आला, तेव्हा कुठे त्याला मुंबईची वर्तमानपत्रे पाहायला मिळाली. ती त्याला नीट वाचता आली नाहीत. अजून तो प्रवासाच्या नशेत होता. विमानानं तो मुंबईला परतला आणि घरी गेला. आल्या-आल्याच त्याला सी. एम.ला फोन करावा, असं वाटलं. पण फिरवलेला फोन त्यानं खाली ठेवला आणि तो प्रथम शेजारच्या शिंदेच्या फ्लॅटमध्ये मोहनाला भेटावं, म्हणून गेला. स्वत:जवळ असलेल्या डुप्लिकेट किल्लीनं त्याने फ्लॅट उघडला. घरात कुणीच नव्हतं. एवढंच नव्हे, मोहनाचं कोणतंच सामान त्याला तिथे दिसेना. तो थोडा त्रासल्यासारखा झाला आणि परत आपल्या फ्लॅटमध्ये आला. त्याची आई बाहेर गेलेली होती. मात्र, त्यानं कनकगिरीच्या रेस्ट हाऊसमध्ये जाताना नेलेलं सामान त्याच्या बेडरूममध्ये त्याला दिसलं. म्हणजे, मोहना परत मुंबईला आली तर? मग येऊन कुठं गेली? ती परत माहेरी तर गेली नसेल? कसं शक्य आहे? नेमकं काय झालं असेल, हे जाणून घेण्याची उत्कंठा इतकी वाढली की, त्यानं सी. एम.ला फोन केला. सी. एम. बिझी होते. जोशीने पी. ए.ला आग्रहाने पुन्हा सांगितल्यावर शेवटी एकदाचं कनेक्शन मिळालं. सी. एम.चा 'आवाज' ऐकल्याबरोबर अधीऱ्या आवाजात तो म्हणाला, "मी परतलो साहेब. आजच, आत्ताच."

"कशी काय झाली ट्रिप."

"एक्सलंट!"

"मग केव्हा भेटतोस? येतोस आता?"

"आता नाही, पण संध्याकाळी भेटेन."

"मग संध्याकाळी कशाला– रात्री आठ वाजता ये. घरीच ये जेवायला."

"कशाला साहेब?"

"अरे, कशाला म्हणजे काय– प्रवासातल्या काही गमती-जमती सांगशील की नाही?"

"त्या सांगीन साहेब... पण–"

"मग ये आठ-साडेआठला."

साहेबरावांनी फोन बंद करायच्या आत अधीरतेने जोशी म्हणाला, "पण साहेब, मोहना कुठंय? तिचा पत्ता नाही. ती शिंदेकडे परत आलेली दिसत नाही."

फोनवर क्षणभर काहीच ऐकायला आलं नाही, तेव्हा जोशी अधिकच अधिरा झाला. त्याच्या मनात मोहनाबद्दल चिंता अधिक होती, की अभिलाषा अधिक होती– हे सांगणं कठीण. त्यामुळे फोनवरची ती स्तब्धता त्याला जीवघेणी वाटली.

"साहेब, मोहनाचं.."

"जोशी इट्स ए सॅड न्यूज. शी हॅज एक्स्पायर्ड."

"व्हॉट?"

"मोठी धक्कादायक बातमी आहे. मला तर फारच मोठा धक्का बसला. तुला माहीत आहे– तिच्यासाठी काही तरी करण्याच्या मी प्रयत्नात होतो, म्हणून तिला मी मुंबईला आणली. तिच्यासाठी खूप काही करायची इच्छा होती... पण जाऊ द्या... देवाची इच्छा नव्हती, एवढंच खरं."

"पण साहेब, काय घडलं तरी काय?"

"नेमकं सांगता येणार नाही. पोलीस रिपोर्टप्रमाणे ती पाय निसटून समुद्रात पडली; पण माझी एक समजूत आहे की, तो अपघात नसावा... ती आत्महत्या असावी."

"शक्य नाही साहेब! आत्महत्या करायचं तिला कारणच काय? माझा विश्वासच बसत नाही."

"माझासुद्धा बसत नाही. कसा बसणार? मोठी प्रेमळ मुलगी होती. माझ्यासारखा समर्थ माणूस तिच्यासाठी वाटेल ते करायला तयार असतना तिला जिवावर उदार व्हायचं कारणच काय! पण बायकांचं मन आपल्याला कळत नाही, हेच खरं. डू यू नो जोशी, शी वॉज प्रेगन्ट."

जोशी किंचाळलाच– "शक्य नाही साहेब!"

"अरे, मेडिकल रिपोर्ट तसा आहे. कदाचित त्यामुळेच तिने आत्महत्या

केली असण्याची शक्यता आहे.''

''पण साहेब, मला वाटतं- यात काही तरी गफलत आहे.''

''जोशी, उगीचच भलत्याच गोष्टीत इन्व्हॉल्व्ह होऊ नकोस.''

फोन खाली ठेवण्याचा आवाज ऐकू आला तरीसुद्धा जोशी फोन हातात धरून वेड्यासारखा बसला होता. मोहनानं आत्महत्या केली? छे, छे, अशक्य आहे! मोहना अपघातात मेली? मी जर तिच्या बरोबर नसेन, तर ती बंगल्याबाहेरसुद्धा पडणं शक्य नाही. तिला बाहेर पडण्याची हौस नाही. बाहेर पडायची तीसुद्धा आपल्या आग्रहाने. मग तिचा अपघात होईलच कसा? भरती आली की, शिवमंदिराकडे जाणारा रस्ता पाण्याखाली जाई, हे खरे. पण ती शिवमंदिरात जाणेच शक्य नाही, कारण असाच एक अपघात झाल्याची हकिगत रखवालदारानं तिला सांगितली होती. काही तरी भयंकर घडलंय, एवढं खरं. मोहनाबद्दलच्या त्याच्या आकर्षणाला आता वेगळीच धार आली. त्याची सारी गात्रेन्‌गात्रे पेटून उठली. त्यानं आपल्या मोडक्या कॅमऱ्यानं राण्यांच्या घरात ते असताना फोटो काढून घेतले होते. तिरीमिरीने तो उठला आणि ड्रॉवरमध्ये त्याचे प्रिंट्स होते, ते काढून पाहताच त्याला अगदी भडभडून आलं. घाईघाईनं आपण दौऱ्याला गेलो. त्या जाण्याचा आणि मोहनाच्या मृत्यूशी काही संबंध असेल का? संतापाची आणि वैफल्याची एक कळ त्याच्या मस्तकात चमकून गेली. उगीचच या खोलीतून- त्या खोलीत साऱ्या फ्लॅटमध्ये त्याने फेऱ्या मारल्या. जग अगदी घाणेरडे आहे. हे सारे जग- त्यातले स्वार्थी लोक यांना चुरगाळून पेकून दिलं पाहिजे, असं त्याला वाटलं. गेल्या दहा-बारा दिवसातील साऱ्या वर्तमानपत्रांचे अंक त्याच्या टेबलावर लावून ठेवले होते. त्याने झडप घातली आणि तो सारे अंक भरभर चाळू लागला आणि त्याला हवी ती बातमी दिसताच त्यानं एकदम ते वर्तमानपत्र नीट उघडलं आणि दिवाणावर बसून ते वाचायला सुरुवात केली.

'अपघात की आत्महत्या?'

अलिबाग, दि. १७. :कनकगिरीच्या नवीन सागरी विश्रामधामात काल संध्याकाळी आमदार थोरात यांच्या पत्नी मोहनाबाईं यांचे अपघाती निधन झाले. आमदार थोरात आणि त्यांच्या पत्नी विश्रांतीसाठी या विश्रामधामात येऊन राहिले होते. पती-पत्नीचे काही काळ बिनसले होते, पण अपत्यसंभवाच्या चाहुलीमुळे आमदार थोरात व त्यांच्या पत्नी यांचा बेबनाव संपुष्टात आला आणि ते पत्नीच्या प्रकृतीसाठी हवा बदलण्याकरता त्यांना घेऊन विश्रामधामात येऊन राहिले होते.

ओहोटीच्या वेळेस तेथील शिवमंदिरात जाता येते; एरवी तेथे जाणे धोक्याचे असते. छोटी बंदारे विकास मंडळाच्या बैठकीसाठी आमदार थोरात अलिबागला आलेले होते. त्या वेळेस मोहनाबाई एकट्याच शिवमंदीरातून परतताना हा अपघात झाला असावा, असे पोलिसांचे म्हणणे आहे. मात्र आमदार थोरात पती-पत्नीच्या बेबनावामुळे कदाचित ही आत्महत्या असण्याची शक्यता आहे. असेही खासगी वर्तुळातून कळते.

जोशीला मुख्यमंत्र्यांकडे जाण्याची आता इच्छा उरली नव्हती, कारण मोहनाच्या मृत्यूची ही बातमी त्याला हलवून टाकणारी होती. एखाद्या नाटकात किंवा कादंबरीत लेखकाला अखेर सुचली नाही म्हणजे तो जसा कुणाला तरी मारून टाकतो आणि अखेर करून कृतकृत्य होतो, तसेच काहीसे या प्रकरणाचे झाले होते. आजपर्यंत वेगवेगळ्या राजकारणी पुढाऱ्यांच्या संगतीत राहिल्यामुळे अनेक तऱ्हेच्या गडबड-घोटाळ्यांची त्याला सवय होती– नाही असे नाही. पण त्या वेळेस तो केवळ साक्षीदार असे या वेळेस तो एक भागीदार होता. या असल्या प्रकरणात त्याला खेचून कशासाठी आणले गेले, हेच त्याला कळत नव्हते. असल्या काही सनसनाटी प्रकरणात तो पहिल्यांदाच गुंतला होता. खऱ्या अर्थाने एखाद्या स्त्रीत गुंतण्याचाही त्याच्या आयुष्यातील हा पहिलाच योग. रिपोर्टरचे आयुष्य कितीही रोमांचकारी असले तरी बातमी देण्यापलीकडे त्या रोमाचंकारी अनुभवांशी संबंध येण्याचं कारण नसतं. वास्तविक, मोहना तिच्या छोट्या गावात सुखात राहिली होती; निदान ती सुरक्षित तरी होती. ती मुंबईला आलीच कशाला आणि आली अन् त्याच्याबरोबर एका आलिशान हॉटेलात एकांतात राहिली; विनाविरोध आपला देह तिने नजराण्यासारखा त्याच्यासारख्या सामान्य माणसाला सादर केला. या साऱ्या गोष्टीचा कार्यकारणभाव कुशाग्र समजणाऱ्या जोशीलासुद्धा लागण्यासारखा नव्हता. कनकगिरीच्या रेस्ट हाऊसमध्ये त्याने काढलेले उन्मत्त दिवस अजून त्याच्या गात्रांना जाणवत होते. हिमालयातील थंडगार प्रदेशातील दौऱ्यातसुद्धा विश्रामधामातील उबदार आठवणी अजूनही कोमट झाल्या नव्हत्या. एखादं कोडं सोपं असावं, परंतु त्याचं उत्तर मात्र आपल्या लक्षात येऊ नये म्हणजे माणूस अस्वस्थ होतो; तसंच त्याचं झालं!

शिवाय, त्या बातमीत मोहनाला दिवस गेले होते, असा उल्लेख आलेला पाहून तर त्याला धक्काच बसला. शिवाय सी. एम.नीही आपल्या संभाषणात ही गोष्ट सुचवली होती. हे कसं शक्य आहे? मोहनाच्या इतकं निकट येऊनसुद्धा आपल्याला ते जाणवलं कसं नाही? अखेरीस स्त्रीचरित्र हे गूढ असतं, एवढंच

खरं! मोहनानं आपल्याला इतकं विश्वासात घेतलं, तर दिवस गेलेत, हे तिनं आपल्याला का सांगू नये? का, ते सांगणं तिला कमीपणाचं वाटलं? आणि तिला दिवस गेले असतील ते तरी कुणापासून?

म्हणजे सी. एम.ना तिला दिवस गेलेत, हे आधीपासूनच माहीत असले पाहिजे. त्यासाठी तर त्यांनी तिला मुंबईत आणली नसेल? पण गर्भपात करून घेणं, हे या काळात कठीण थोडंच आहे? निदान सी. एम.सारख्या सत्ताधीश माणसाला! मग त्याने हा आडवातिडवा मार्ग का स्वीकारला?

–आणि आमदार थोरातांना ते माहीत असताना त्याने त्यांचे तोंड कसे गप्प ठेवले? वृत्तपत्रातील बातमी– आमदार थोरात आणि मोहनाबाई कनकगिरीला विश्रांतीसाठी गेले, असे सांगते. अशी खोटी बातमी का द्यावी? इतर वृत्तपत्रांनी ही साधी बातमीसुद्धा दिली नाही. आमदार थोरात कनकगिरीच्या जवळपासही नव्हते, त्यांचा बेबनाव मिटलेला नव्हता; मग या बाबतीत हे भारूड रचलं तरी कोणी?

जोशीचं डोकं फिरून जायची वेळ आली. या प्रकरणाच्या खोलात जायची त्याची इच्छा नव्हती. त्याला माहीत होतं की, खोलात जाणं म्हणजे स्वत:च सापळ्यात अडकणं! आपण त्यातून काय सिद्ध करू शकू? साहेबराव आणि मोहनाचे संबंध होते, हे सिद्ध करू शकू? की, मोहना आत्महत्या करणं शक्य नाही, हे सिद्ध करू शकू? एका अश्राप स्त्रीचा नाहक बळी गेलाय, ही खंत त्याच्या मनात जरूर होती; पण तिला अश्राप तरी कशी म्हणावी? कारण तसं असतं, तर निदान आपण पुरेपूर सापळ्यात अडकल्यानंतर तरी आपल्याला दिवस गेलेत, हे तिने सांगितलं नसतं का? या साऱ्या घटनेला साहेबराव जबाबदार आहेत, का आमदार थोरातांनीच संधी साधून नकोशा झालेल्या आपल्या बायकोला निकालात काढले असेल?

पण काही नाही! घटनांचा मेळ बसत नाही. ताबडतोब कनकगिरी विश्रामधामात जाऊन आपण स्वत: या प्रकरणाचा छडा लावला पाहिजे, असं त्याचं एक मन म्हणत होतं; तर दुसरं मन सावधगिरीचा इशारा देत होतं. पाताळयंत्री आणि गोडबोल्या साहेबरावांचं आपण काहीही वाकडं करू शकणार नाही, हेही त्याच्या ध्यानात आलं होतं. तेवढ्यात फोन वाजला. त्याने सावधानतेने फोन घेतला. फोनवरचा आवाज त्याने ओळखला. असा घोगरा आणि भुईनळ्यासारखा आवाज दुसऱ्या कुणाचा असेल? तो आवाज अर्थातच आचार्यांचा होता.

"केव्हा आलास?"

"हा आत्ताच येतोय आचार्य! पण तुम्हाला कसं कळलं, आज मी आलोय ते?"

"अरे, प्रेस पार्टी काल परत आली ना– हे सत्यमूर्तींकडून कळलं. तो तुमच्याबरोबर होता नं पार्टीत? ट्रिप कशी काय झाली?"

"आचार्य, तुम्हाला माहीत आहे, पत्रकारांचे असले दौरे कसे काय होतात! मी नवं काय सांगणार? बरं, ते जाऊ दे. तुम्ही फोन कशाकरता केलात? नुसती माझी चौकशी करण्याकरिता तुम्ही फोन करणं शक्य नाही!"

"ते बरोबरच आहे म्हणा! तुला ताबडतोब भेटायचंय. येतोस का आत्ता, लगेच!"

"आचार्य, अजून माझी अंघोळ वगैरेसुद्धा झाली नाही. मी कपडेही बदललेले नाहीत. शिवाय मला ऑफिसला तोंड दाखवायला पाहिजे!"

"अरे, मार गोळी! महत्त्वाचे काम असल्याशिवाय मी तुला फोन करेन की काय?"

"ते बरोबर आहे आचार्य– पण काम तरी काय?"

"अरे काय काम असणार, हे तुला कळायला पाहिजे."

"आहे, मला कल्पना आहे! पण त्या गोष्टीत मला इंटरेस्ट नाही. माझ्या लेखी ते प्रकरण संपलंय!"

"अरे, असे प्रकरण संपवू म्हटल्यानं कधी संपतं काय? तू खूप संपवशील; पण साहेबराव तुला असं सहजासहजी संपवू देणार नाहीत. तुझा तर त्यांना बकरा करायचाय!"

"ते कसं काय?"

"अरे, तू साधा-भोळा आहेस! आता हळूहळू रोज वर्तमानपत्रात मिसेस थोरातांच्या गूढ मृत्यूबद्दल बातम्या सुटायला लागतील. मग आपोआपच चौकशीची मागणी होईल, मग चौकशी सुरू होईल आणि त्या सापळ्यात तू अलगद अडकशील; म्हणून यू मस्ट ॲटॅक! एकदा आपल्याबद्दल मत कलुषित झालं की, मग आपल्या लिहिण्याची फारशी किंमत उरत नाही. मला माहीत आहे यू, आर इनोसंट! पण साहेबराव बदमाष आहे नं; तो तुला तसा सोडणार नाही."

"सॉरी! तुम्हाला काही सनसनाटी मजकूर हवा म्हणून मी प्यादं होऊ इच्छित नाही. तुम्हाला काय लिहायचं ते लिहा; तुम्ही मोकळे आहात! परंतु सांभाळून लिहा, एवढंच मी सांगतो. मला खात्री आहे की, तुमच्याजवळ लिहिण्याजोगं फारसं नाही, म्हणून तर तुम्ही माझे पाय धरता आहात!"

"तसं नाही जोशी, एरवीची गोष्ट निराळी आहे. पण साहेबरावांच्या विरुद्ध वरती फार तक्रारी गेलेल्या आहेत. कदाचित हे प्रकरणही वरून तपासलं जाण्याची शक्यता आहे. वरून साहेबरावांची चौकशी करण्यासाठी इथं माणसं आलेली आहेत. मला वाटतं, त्यांना साह्य करणं तुझ्या सुरक्षिततेसाठी तरी आवश्यक आहे आणि त्यात वेळ घालवून चालणार नाही. आत्ता माझ्या ऑफिसमध्ये ते लोक बसलेले आहेत! मला वाटतं, तू सरळ त्यांच्याशीच बोल नं–"

"नको आचार्य! एक तर मला असलं काही परवडण्यासारखं नाही आणि दुसरी गोष्ट– कदाचित साहेबराव जातील वा राहतील; मला त्याचं अजिबात सोयरसुतक नाही!"

"हे पाहा– मी तुला संधी दिली; घ्यायची की नाही, हे तुझं तू ठरव!"

"मला वाटतं, या संबंधात आपण काहीच न बोललेलं चांगलं!" जोशीनं फोन खाली ठेवला आणि तो मनातनं हादरला. या प्रकरणात तो अथपासून इतिपर्यंत होता, ही गोष्ट खरी; तरी पण त्याला या प्रकरणाची गुंतागुंत मुळीच कळली नव्हती. साहेबरावांच्या विरुद्ध जाण्यापेक्षा साहेबरावांच्याच कानांवर हे घालणं त्याला अधिक सुरक्षित वाटलं.

त्यानं झटपट सारं आन्हिक आवरलं. आई घरात नव्हती, म्हणून स्वत:चा चहा करून घेतला आणि सचिवालयाकडे मोर्चा वळवला. तिथे कळलं– साहेबराव अजून सचिवालयात आलेच नाहीत आणि आज येणारच नाहीत. आजच ते विदर्भाच्या दौऱ्यावर जाणार होते. घाईगर्दीनं त्यानं पुन्हा टॅक्सी पकडली आणि तो सी. एम.च्या बंगल्यावर आला. सी. एम. आत मीटींगमध्ये होते. उद्योगमंत्री व सहकारमंत्री काही तातडीच्या कामासाठी सी. एम.ना भेटायला आले आहेत, असं त्याला पी. ए.नं सांगितलं. पी. ए.ला त्याने आपल्याला सी. एम.ना ताबडतोब भेटलंच पाहिजे, असं सांगितल्यामुळे पी. ए. मोठ्या नाखुशीने सी. एम.कडे गेला. सी. एम. बाहेर आले. त्यांची मुद्रा थोडी उतरलेली होती. जोशीच्या गंभीर चेहऱ्याकडे पाहून त्यांनी आपल्या मागे यायला जोशीला सुचवले आणि ते त्याला त्यांच्या बेडरूममध्ये घेऊन गेले. आत जाता-जाताच हलक्या आवाजात त्यानं आचार्यांशी फोनवर झालेलं संभाषण सांगितलं. सी. एम. खूपच गंभीर झाले. ते फारसे काही बोललेच नाहीत. यावरून त्यांना आपण सांगितलेली हकिगत धक्कादायक नव्हती, हे जोशीच्या लक्षात आलं. सगळं ऐकून घेतल्यावर ते म्हणाले, "तू एक शब्दसुद्धा कुणाशी बोलू नकोस! खरं म्हणजे, तू मुंबईत राहूच नकोस! सगळं माझ्यावर सोपव आय विल मॅनेज इट!"

"पण साहेब–"

"डोन्ट वरी जोशी! याहीपेक्षा कठीण प्रसंगांतून मी बाहेर पडलो आहे. तुझ्यावर माझा विश्वास आहे. मी तुला सगळं नंतर समजावून सांगेन; पण या घटकेला तू किंवा मी काहीही बोलणं सोईस्कर नाही."

"पण माझ्यामागं हे चौकशी अधिकारी लागले, तर मी काय करू? जे खरं घडलं, ते त्यांना सांगायला काय हरकत आहे?"

"अशी उतावळी करू नकोस; हे राजकारण आहे. माझ्याविरुद्ध कट चाललाय... दे वॉन्ट टु पुल मी डाऊन! पण मला अजून त्यांनी ओळखलं नाही. फक्त तू गप्प बस! गेट आउट ऑफ सर्क्युलेशन! लक्षात ठेव– तुझ्या स्नेहाची मी किंमत देईन!"

"तसं मी म्हणालो नाही साहेब. पण मी गप्प बसलो, तर माझ्यावर गुन्हेगारीचा उगाच आळ येईल!"

"गुन्हेगारी कुणाचीच नाही. माझ्या माहितीप्रमाणे तो अपघात आहे. कारण मोहना कुणाला नकोशी झाली होती? म्हणून, बेटर वेट! मी आता जरा कामात आहे; पण मी आता अमरावतीला निघालोय! साहेबही तिथे येणार आहेत; आजच सकाळी मी बोललोय त्यांच्याशी! आपण उद्या भेटू."

जोशी हताशपणे बाहेर आला. काय करायचं, हेच त्याला समजेना. परत घरी जायची त्याला ओढ नव्हती. आचार्यांकडे जायची हिंमत नव्हती. वृत्तपत्रजगात कोणत्याही व्यक्तीची त्याला गाठ-भेट नको होती. एकदम डोक्यात काही तरी सणक आल्यासारखं झालं आणि त्याने टॅक्सीला हात वर केला.

त्याने अनेक मित्र केलेले होते की, ज्यांची गाडी त्याला केव्हाही मिळवता येणं शक्य होतं. केशवलालची त्याची चांगली जानपहचान होती. लालबागचा तो प्रसिद्ध दादा होता. अनेक बेकायदा गोष्टींत त्याचा हात होता. सी. एम.शी त्याचे संबंध चांगले होते. सी. एम.मुळेच त्याची आणि जोशीची ओळख झाली होती. पत्रकारांना खुश करायला केशवराव नेहमीच तयार असे. शिवाय सी. एम. चा माणूस म्हणून तर जोशीवर त्याची मेहेरनजर असे. कुणा पत्रकारांना खिलवायचं असेल, स्कॉच हवी असेल; तर केशवलाल हे एक हक्काचं ठिकाण होतं.

टॅक्सी केशवरावच्या गोडाऊनपाशी आली आणि केशवलालही समोर दिसला. थोड्याशा औपचारिक गप्पाटप्पा झाल्यावर आपल्याला एक दिवसासाठी गाडी हवी, आहे असं त्यानं केशवलालला सांगितलं. गाडी न मिळण्याचा प्रश्नच नव्हता. पंधरा मिनिटांच्या आत टँक फुल केलेली शोफरसह गाडी हजर

झाली आणि बघता-बघता ती कनकगिरी रेस्ट हाऊसच्या दिशेने पळू लागली.

खरं म्हणजे, साहेबरावांशी आता बोलण्यासारखं काही नव्हतं. कदाचित साहेबरावही अडचणीत असतील, कदाचित सारंच प्रकरण त्यांच्या आवाक्याबाहेर गेलेलं असेल. साहेबराव पाताळयंत्री खरे; पण त्यांच्याहून बुद्धिमान माणसं कोणाचा केव्हा गळा कापतील, हे समजणं पार कठीण होते. ह्यात मधेच भलतेच लोक भरडले जातात. किंबहुना, सुळे असलेलं बुलंद दार फोडण्यासाठी हत्ती टकरा मारतात, तेव्हा मधे निरपराध उंटाला बळी घालावं लागतंच की नाही? आपल्या नशिबी अशी ही उंटाची नगण्य भूमिका आली आहे, हे त्याच्या लक्षात आलं. यावर कोणाकडे जाऊन सल्ला मागावा, हेच त्याला कळेना. वृत्तपत्र-क्षेत्रातील सारे दिग्गज न्यायान्यायाच्या कल्पनेपेक्षा एका चटकदार बातमीचा जनक यापेक्षा आपल्याला कोणत्या दृष्टीनं पाहणार? त्याने अखेरी गांधींचे महत्तम शिष्य आचार्य बाबा बर्वे यांच्याकडे जायचा निर्णय घेतला.

आचार्य बाबा ही, म्हटलं तर तशी मोठी शक्ती होती. ते आज निवांत अशा सप्तशृंगी पायथ्यापाशी आश्रम बांधून राहिले होते. मध्यतंरी त्यांनी पाकिस्तान युद्धाच्या वेळेस शांततेचा प्रयत्न करण्यासाठी रावळपिंडीला पायी जाण्याचा निर्णय घेऊन बरीच धमाल उडवली होती. अर्थात ते रावळपिंडीलाच काय, पण दिल्लीलासुद्धा पोहोचू शकले नाहीत, हे सोडा. व्यापाऱ्यांनी, कारखानदारांनी आपली सारी संपत्ती समाजाची आहे असे मानून निरिच्छपणे तिचा स्वीकार करावा, अशी ट्रस्टीशिपची कल्पना त्यांनी मांडली होती. चार-दोन लबाड कारखानदारांनी आणि व्यापाऱ्यांनी गाजावाजा करून आपल्या संपत्तीचं विश्वस्तपत्र करून मोठेपणा मिळवला व इन्कमटॅक्सचे खटले चुकवले. संतति-नियमनाच्या साधनांपेक्षा पती-पत्नीने बहीण-भावासारखं वागून संतति-नियमन करता येईल, असंही ते सांगत असत. प्रार्थना, उपास, पदयात्रा अशा तऱ्हेचे अनेक उपक्रम करून ते एक राजकीय संत झाले होते, आणि राज्यकर्त्यांनीही आपल्या सोईसाठी बाबांचं महत्त्व वाढवलं होतं. योगायोगानं पत्रकार म्हणून नव्हे, तर साहेबरावांचा निकटवर्तीय म्हणून त्याला बाबांच्या आश्रमात अनेकदा प्रवेश मिळाला होता. आपल्या छांदिष्ट खुळांना प्रसिद्धी देणाऱ्या पत्रकारांबाबत बाबाही जास्त आपुलकी दाखवत. म्हणून जोशी तडक उठला व तो सप्तशृंगीच्या आश्रमाकडे नेणाऱ्या बसमध्ये जाऊन बसला.

तो जेव्हा आश्रमात पोहोचला, तेव्हा बरीच संध्याकाळ झाली होती.

सूर्यास्तानंतर बाबा कोणाला भेटतो नसत. अर्थात, हे नियम सर्वसामान्यांसाठी होते. बाबांचे श्रीमंत भक्त किंवा सत्ताधीश जेव्हा अवचित आश्रमात येत, तेव्हा सोयीनुसार बाबा आपले मौन सोडत किंवा नियम मोडीत. आश्रमात पोहोचल्यावर त्याने आश्रमाचे चिटणीस शिवकुमार यांची भेट घेतली. जोश्याला त्यांनी ओळखले. एक सर्वोदयी हास्य करून त्यांनी जोश्याला आश्रमातील पाहुण्यांच्या निवासस्थानात नेलं. वास्तविक, शिवकुमारसारखे अनेक कळकट आणि निरुद्योगी शिष्य बाबांच्या आश्रमात मोकाट वावरत असत. बाबांची सही-सही नक्कल करून शिवकुमारनं आपलं खास वैशिष्ट्य राखलं होतं. शिवकुमारसुद्धा कोणाला उद्देशून बोलत नसे; तो पुटपुटून बोले, आणि तेही आकाशाकडे पाहत. आपला प्रत्येक शब्द मौलिक आहे, अशी त्याची धारणा असे. ''आपण का येणं केलेत?'' अशी खरं म्हणजे तुसडी, पण खास आश्रमाची लकब दाखवीत शिवकुमारनं प्रश्न विचारला.

'साहेबरावांकडून आलो आहे. फार महत्त्वाचं काम आहे. बाबांची भेट झालीच पाहिजे.''

''बाबांची आता कुठली भेट होणार! बाबा आत्ता समाधीत गेले.''

''मला कल्पना आहे, पण दुसरा उपाय नाही. त्यांची गाठ पडायला पाहिजे– शक्य तर आत्ताच!''

''जमण्यासारखं नाही.''

''पण तुम्ही निदान माझी इच्छा तर त्यांच्याजवळ जाऊन सांगा–''

''ते आत्ता आपल्यात नाहीत.''

आश्चर्यानं जोशी म्हणाला, ''म्हणता काय?''

''आपल्यात नाहीत म्हणजे रुक्ष व्यवहारापासून ते आता फार दूर आहेत. व्यासांबरोबर त्यांचे आता मनोमीलन चालू आहे. शंका विचारणाऱ्या अर्जुनाची मन:स्थिती ते आता समजून घेत असतील.''

जोशी मनात हसला, पण ही वेळ चेहऱ्यावर हसू दाखविण्याची नव्हती. खरं तर बाबांबद्दल त्याला कधीच आदर वाटला नव्हता. विरोधी पक्षाचे एक पुढारी नेहमी म्हणत, त्याप्रमाणे महात्मा गांधींच्या या विधवांचे राज्यकर्त्यांनी फार स्तोम माजवून ठेवले होते. परंतु 'अडला हरी, गाढवाचे पाय धरी' या नियमानुसार बाबांचे पाय धरण्याची त्याच्यावर आज वेळ आली होती. एरवीच्या वेळेला तो म्हणाला असता, ''शंका विचारणारा तो अर्जुन केव्हाच स्वर्गाला पोहोचला! त्याच्या शंका फिटल्या, त्यानं युद्ध केलं, महाभारत संपलं– आता या भलत्या गोष्टीचा काथ्याकूट करण्यापेक्षा--'' पण हेसुद्धा कदाचित तो बोलू शकला

नसता. कारण बाबांनी नाना थोतांडांच्या बळावर आपल्याभोवती असं वलय निर्माण केलं होतं की, गैरसोयीची शंका विचारणारा प्रत्येक मनुष्य त्यांच्यासमोर मूर्ख ठरत असे. कधी खुणांनी, कधी एखाददुसऱ्या विक्षिप्त शब्दांनी ते आपला मनोभाव प्रकट करीत. त्यामुळे त्यांच्याबरोबर चर्चा असंभव होती. पुरेशी लाचार मुद्रा करून जोशी म्हणाला "शिवकुमारजी, आपण मनावर घेतलंत, तर येथे काहीही घडू शकतं... साहेबरावांनी तुम्हाला खास विनंती करायला सांगितली आहे."

या खुशामतीनं शिवकुमारची कळी खुलली आणि त्यानं "प्रयत्न करतो-" असं सांगितलं तो आश्रमाच्या गूढ व बंदिस्त विभागाकडे गेला.

थोडया वेळान खरं म्हणजे कोणाच्याही घरात सुखानं संसार करू शकली असती अशी, एक सात्त्विक चेहऱ्याची, संन्यस्त भाव न शोभणारी मुलगी त्याला बोलवायला आली. फाशी जाणाऱ्या कैद्यांच्या कोठडीबाहेर एखादी जुईची वेल जशी विशोभित दिसावी, तशी ही मुलगी या वातावरणात विशोभित वाटत होती. हिला कोणी या आश्रमात आणून चिणली? कोणी यज्ञकुंडाच्या धगीमध्ये ही कोवळी कळी अकारण टाकली? त्या पाठमोऱ्या शिष्येच्या मागोमाग जोशी चालू लागला. जसजसा आश्रमाच्या अंतर्भागात तो जाऊ लागला तसतसं त्याच्या लक्षात येऊ लागलं की, आश्रमाच्या आवरणाखाली सर्व सुखसोईंनी सज्ज असा हा प्रासाद आहे. बाबा बसले होते ती खोली काही विलक्षण गूढ वातावरणाने भरली होती. बाबा त्यांचा रात्रीचा आहार घेत होते. दोन देखण्या शिष्या त्यांच्याभोवती राहून त्यांच्या आहाराचं बघत होत्या. आहार सात्त्विक, फळांचा, दुध-पेढ्यांचा असल्यामुळे बाबांच्या चेहऱ्यावर एक पवित्र बालभाव होता. ते डोळे मिटून खात असल्यामुळे त्यांना आपण किती आणि काय खातो, हे कळण्यासारखं नव्हतं. आपण आल्याचं तरी त्यांना समजलंय की नाही कोण जाणे? आत्ताच्या रससमाधीत गुंतलेल्या बाबांच्या लक्षात अन्य अस्तित्व असतं का नाही, याचा जोश्याला काही अंदाज येईना.

बाबा चांगले उच्चासनावार, हरिणजिनावर आरामात बसले होते; अभ्यागतांना बसण्यासाठी मात्र कोणतेच आसन समोर नव्हते. ही बहुतांशी आश्रमातील असल्याप्रमाणे खास व्यवस्था असेल. आजवर आश्रमातील जोश्याच्या गाठी-भेटी बाबांच्या अभ्यासिकेत होत असत. इथलं सारंच वातावरण जोश्याला तसं नवं होतं. या सुभग शिष्यिणींची उपस्थितीही त्याला नवी होती. त्यांनी चेहऱ्यावर अकारण बावळा भाव आणला होता, की तेवढ्यासाठीच त्यांची निवड केली

होती– हे कळायला मार्ग नव्हता. बाबांनी सांगितल्याशिवाय खाली बसावं की नाही, हे जोश्याच्या लक्षात येईना. शिवाय बसायचं म्हटलं, तरी त्या ओलसर जमिनीवर बसायचा जोश्याला धीर होईना. आधीच प्रवासानं जोशी दमला होता, मनातून चिडला होता. त्यानं बसायचा निर्णय घेतला आणि तो बसणार एवढ्यात कोणी तरी त्याला आवाज व हालचाल न करण्याची सूचना केली. तत्क्षणीच बाबा रससमाधीतून जागे झाले. एक तृप्ती त्यांच्या चेहऱ्यावर विलसत होती. त्यांनी जोश्याकडे निरखून पाहिले आणि ते चक्क हसले. कीव वाटली म्हणून, का दया म्हणून; स्नेहभावानं, का तुच्छतेनं– हे कळायला काही मार्ग नव्हता. बाबा हसले तेव्हा अर्थातच शिष्यवर्गालाही हसणं भाग होतं– अर्थात ते हसणे त्या सर्वांना विशोभित दिसत होते. त्यांनी सर्वांना जायची खूण केली आणि जोश्यालाही बसण्याची मूक आज्ञा केली.

खरं तर चट्कन काय ते सांगून बाहेर पडावं, इतका जोशी गुदमरला होता. इथे कशासाठी आपण आलो आहोत, ह्याचा त्याला क्षणमात्र विसर पडला. काय सांगावं, कसं सांगावं– यासाठी तो शब्द गोळा करीत असताना आकाशवाणी व्हावी अशा आवाजात बाबा म्हणाले, ''तुमच्या साहेबरावाचं काही खरं नाही. तो कधी सुधारणार नाही. त्याला सांगा– आता संन्यास घे.''

''पण बाबा–''

त्याला थांबण्याची खूण करीत बाबा पुन्हा समाधिस्थ झाले. चार-दोन मिनिटं तशीच स्तब्धतेत गेली. बाबा काही बोलेचनात. जणू काही त्यांची बह्मानंदी टाळी लागली होती. काय करावं, हे जोश्याला समजेना. तो अस्वस्थ होतं चालला. तो पुरेसा अस्वस्थ झाला आहे, हे पाहून बहुश: बाबांनी डोळे उघडले आणि ते म्हणाले, ''शब्दांचा गैरवापर करू नये. शब्द म्हणजे आत्म्याचा हुंकार. आत्म्याला वेदना देऊ नयेत. दु:ख गिळून टाकावं. दुसऱ्याचा अपराध पोटात घालावा. शक्य तर तो आपलाच समजावा, म्हणजे योग्य तो रस्ता दिसतो.''

''पण बाबा–''

''बाळ, शब्दानं उलगडा होत नाही. शब्दानं नुसते भ्रम वाढतात. त्यापेक्षा जिभेवर ताबा ठेवावा. शब्द गिळून टाकावेत. कसलाच विचार करू नये. विचार करण्याची क्रिया थांबली की आनंद लाभतो, संतोष लाभतो-- परमसंतोष. तुझं भवितव्य तुझ्याच हातात आहे. तुझी उत्तरे तुझ्या ह्रदयात आहेत. आपण कोण निर्णय देणार? निर्णय झालेलेच असतात; मनुष्य नुसता निमित्त! त्यानं बघत

राहायचं, भोगत राहायचं; सारं इथल्या इथे संपवून टाकायचं. राग धरायचा नाही, लोभ ठेवायचा नाही. साहेबरावाला सांग, आता पुरे झालं! एवढं पाप-पुण्याचं ओझं पुरे झालं! बाबाचा आशीर्वाद आहे तुला! जायला तुला अनुज्ञा!''

बाबा परत समाधीत गेले. बाबांच्या शिष्यांना हे कसं काय कळलं, कोणास ठाऊक! एकदम ते सारे प्रकट झाले. बाबांची गाठ-भेट संपली. जोशीच्या मनातले संदेह तसेच होते. बाबा काय म्हणाले, त्यातला एक शब्दही त्याला कळला नव्हता. कोणी काहीही केलं तरी बाबांच्या शब्दांतून हवा तसा अनुकूल अर्थ काढून घेण्याची कुणालाही सोय आहे, हे त्याच्या लक्षात आलं. बाबांचं हे अजब मोठेपण तो प्रथमच अनुभवीत होता.

मनातल्या मनात बाबांच्या भंपकपणाला शिव्या देत दुसऱ्या दिवशी परतणाऱ्या बसमध्ये तो बसला. खरं तर वृत्तपत्राच्या स्टॉलवरून वृत्तपत्र घ्यावं, अशीसुद्धा त्याला इच्छा होत नव्हती. मनातल्या मनात तो इतका संतापला होता की इतक्या लांबवर येण्याचा गाढवपणा आपण का बरे केला? हा असलाच मूर्खपणाचा सल्ला घेण्यासाठी या देशातील सर्वोच्च राजकारणी इथे कशासाठी येतात, हा प्रश्न त्याला पडलेला होताच; आता त्यात स्वत:च्या अनुभवाची भर पडली, एवढेच.

तो मुंबईत पोहोचला तोपर्यंत अगदी आंबून गेला होता. खरं तर आता त्याची सर्वच गोष्टींवरची वासना नाहीशी झाली होती. आचार्य बाबा बर्वे, साहेबराव, थोरात, लोठे, आचार्य, चक्रवर्ती या साऱ्यांना एका पोत्यात घालून समुद्रात बुडवावंसं त्याला वाटत होतं. ही कल्पना डोक्यात आल्यावर त्याचा बराचसा शिणवटा दूर झाला. साऱ्या वर्तमानपत्रांच्या कचेऱ्यांना आग लावून टाकावी, असही त्याच्या मनात आलं.

'हे काय जग आहे?' सभ्यता, माणुसकी या साऱ्यांचा मागमूसही नसलेल्या जगात राहायला लागावं– एवढंच नव्हे, तर या जगात घडणाऱ्या लहान-मोठ्या गोष्टींना प्रसिद्धी देण्याचं कार्य आपल्याला करावं लागावं, याबद्दल शरमेनं तो व्याकुळ झाला. कसली लोकशाही! कसली फोर्थ इस्टेट! छे:, आयुष्याला काही अर्थ नाही! मुंग्यांच्या एखाद्या वारुळात असावी तशी जगण्यासाठी धडपडणारी माणसांची ही किळसवाणी गर्दी! या जगात जगण्यासारखं आहे तरी काय? एका अजस्र टोकदार विळख्यात एका जिवाची तडफड चालावी आणि हळूहळू मरत जाणाऱ्या माणसाचं रक्त तेवढं ठिबकावं– म्हणजेच का जगणं?

तो घरी आला, तेव्हा चांगलीच रात्र झाली होती. घरीसुद्धा परतायची

त्याची इच्छा नव्हती. पण जायचं कोठे? या जगात जायला जागा आहे कोठे? का मोहनाच्या मागोमाग आपणही जावं? पण ती तरी कोठे स्वेच्छेनं या जगातून गेली? तिलासुद्धा या जगात राहायचं होतं, या जगातले बरे-वाईट स्वाद भोगायचे होते... तिला आपल्या बाहूंच्या विळख्यात गुदमरून जायचं होतं आणि तिच्या नशिबी आला कनकगिरीच्या पायथ्याशी असणाऱ्या थंडगार लाटांचा विळखा!

एखाद्या ओढाळ जनावराप्रमाणे अखेरीस तो घरी आला. घरी आला, तेव्हा आई दिवाणावर जप करीत बसलेली होती. तो आलेला पाहताच तिनं डोळे उघडले आणि उठून ती म्हणाली, ''अरे, तुला झालंय तरी काय? केव्हा येतोस, केव्हा जातोस-- कळतही नाही. सगळे फोनवरून विचारतात, त्यांना सांगू तरी काय? तू कोठे गेला होतास बाबा?''

जोशी काहीच बोलला नाही, त्याला कोणाशीच बोलायची इच्छा नव्हती. त्या माऊलीला मुलाच्या विक्षिप्तपणाची कल्पना होती. ती आपली सरळ चहा करण्यासाठी आत गेली. एक-दोन क्षण असेच विमनस्क मन:स्थितीत घालविल्यानंतर जोश्यानं आळस दिला आणि शेजारच्या मेजावर पडलेला पेपर ओढून घेऊन तो डोळ्यांसमोर धरला. त्या संध्याकाळच्या वृत्तपत्रातील हेडलाईन पाहताच तो एकदम सावरून बसला.

प्रकृती अस्वास्थामुळे मुख्यमंत्र्यांचा राजीनामा

गेले काही दिवस मुख्यमंत्र्यांची प्रकृती समाधानकारक नव्हती. काल सकाळीच त्यांना अत्यंत अस्वस्थ वाटल्यामुळे सेट जॉर्जेस हॉस्पिटलमध्ये हलविण्यात आले आहे. नुकतीच त्यांची महाराष्ट्राचे प्रमुख नेते यशवंतरावजी आणि त्यांचे सहकारी मंत्री यांची चर्चा झाली होती, तेव्हाच त्यांनी राजीनामा देण्याची इच्छा प्रकट केली होती. प्रदेश कार्यकारिणीने तो राजीनामा स्वीकारावा, अशी शिफारस केली असून नवा नेता निवडण्यासाठी उद्या सकाळी बैठक बोलावली आहे. या बैठकीस दिल्लीहून वरिष्ठ नेतेही येतील, असं समजते. रंगराव गेडाम, किसनराव देशमुख या दोन्ही नेत्यांच्या मुख्यमंत्रिपदाच्या रस्सीखेचीच्या हालचाली वेगात चालू झाल्या आहेत. वरिष्ठ नेत्यांचा कल विदर्भाला

मुख्यमंत्रिपद मिळावे असा असल्यामुळे किसनराव देशमुखांचे पारडे आज तरी जड झाले आहे. मुख्यमंत्रिपदासाठी हरिजनाची नेमणूक करावी, असा आग्रहही वाढत्या प्रमाणावर आहे. त्यामुळे देवराव कांबळे दिल्लीला गेले आहेत. महाराष्ट्राच्या राजकारणातील हा अचानक होणारा बदल, बरेच नवे काही प्रश्न निर्माण करण्याची शक्यता आहे. साहेबरावांचा हा आजार राजकीय आहे किंवा काय, अशीही शंका काही जण व्यक्त करीत आहेत.

जोशी मनातून क्षणभर सुखावलाही आणि दुखावलाही. मोहना प्रकरणाची काही ना काही किंमत साहेबरावांना अखेर द्यावी लागलीच तर! साहेबरावांच्या राजीनाम्यामुळे हे प्रकरण इथेच संपणार आहे, की गुंतागुतीचे होणार आहे?

काहीही असो– आता विचार करून काहीच फायदा नव्हता. साहेबरावांना बाबांनी संन्यास घेण्याचा सल्ला दिला होता, तो अशा प्रकारे खरा झाला होता. बाबा द्रष्टे का भंपक? कावळा बसायला आणि ढापी मोडायला गाठ पडली, की नियतीने न्याय दिला?--पण ह्यात न्याय कसला अन् अन्याय तरी कसला? सगळे एकाच माळेचे मणी! प्रश्नांची उत्तरे सोडवायची नसतात; ती सुटत असतात, एवढंच उत्तर खरं! –बाबाच्या तर्कशास्त्रानुसार.

तो दिवस तसाच गेला आणि नंतरचे आठ दिवसही तसेच गेले. जोशी आळसात दिवस काढीत घरातच बसला होता. तो ऑफिसमध्येही गेला नाही किंवा त्यानं फोनही केला नाही. आलेल्या कोणाचा फोनही त्यानं घेतला नाही. फोनची घंटा वाजत राहिली आणि त्या घंटेकडे तो निर्विकार मनानं पाहत राहायचा. पडल्या-पडल्या त्याला मोहनाची अनेकदा आठवण यायची. तो सारा अल्पजीवी मधुर खेळ पुन: पुन्हा रुंजी घालत राही व साऱ्या चेतना हरवून टाकी. अफू खाल्ल्यानंतर जशी सुस्ती यावी, तशी सुस्ती त्याच्या अंगोपांगांत भरून गेली होती. रोजची वर्तमानपत्रंसुद्धा वाचण्याचा त्याला हुरूप नव्हता. आई चहा देई, तेवढा तो घेई. आई कामावर गेल्यावर स्वत:च्या हातानं तो वाढून घेई, आई घरी यायच्या आधी तो वरळीच्या समुद्राच्या किनाऱ्यावरील कट्ट्यावर जाऊन बसे व निजानीज झाली की घरी येऊन गुपचूप झोपे. तो या जगात असून नसल्यासारखा होता.

पण जग चालूच होतं आणि माणसांचे राज्यही चालूच होतं. वर्तमानपत्रांची

यंत्रं गरगरा फिरत होती. नवं काही तरी घडत होते. ते कोणी तरी छापीत होते. गव्हाणीत टाकलेल्या कोणत्याही झाडपाल्याप्रमाणे वृत्तपत्रांतील बातम्या लोक खुशीनं चघळत होते. जग थोडंच थांबणार होतं! आचार्य नवं सावजं शोधत होते. लोठे नव्या सी. एम.ची आज्ञा मान तुकवून पाळीत होते. देवकिसनशेठ आपल्या बँकेत अधिक पैसे भरत होते. मंत्र्यांचे दौरे चालूच होते. वार्ताहरांचे ताफे त्यांच्या मागोमाग धाव घेत होते. फक्त त्या जगात जोशी नव्हता. पण असं करून कसं चालेल? एखादं निरपराध हास्य चुरगळून टाकलं म्हणून हसायचं कोणी थांबतं काय? एखादे ओलावलेले डोळे कोणी बंद केले, म्हणून इतरांचे आसू ओघळायचे थोडेच थांबतात! एका मांसल देहाला पाण्यानं वाहुन नेला, म्हणून इतर जण पाण्याशी खेळायचं थोडेच सोडणार? इथे माणसांना जगलंच पाहिजे. कोणासाठी हा खेळ थांबत नाही आणि कोणी दुसऱ्यासाठी हा खेळ सोडत नाही. थांबायचं ठरवलं, तरीसुद्धा लोक त्याला ढकलत-ढकलत खेळाच्या रिंगणात आणतातच.

जोशी अजून जागा झाला नव्हता, तेवढ्यात दरवाजा वाजला– चक्रवर्ती दार उघडून आत आलासुद्धा. चक्रवर्ती हसला-- पूर्वीसारखाच! कनकगिरीच्या रेस्ट हाऊसमध्ये अलिबागला न्यायला तो आला होता, तेव्हासुद्धा तो असाच हसला होता.

"चक्रवर्ती, तुम्ही?" जोशी म्हणाला.

"काय करणार साहेब, तुम्हाला इतके फोन केले, पण तुमचा पत्ताच नव्हता! तुम्हाला नव्या सी. एम.नी भेटायला बोलावलं आहे."

"नवे सी. एम.? कोण बुवा नवे सी. एम.?"

"कमाल करता जोशीसाहेब! किसनराव देशमुख आता नवे सी. एम. झालेत! शपथविधी होऊनसुद्धा चार दिवस झाले. काल त्यांनी पहिल्यांदाच पत्रकार परिषद घेतली. तुमच्याबद्दल फारच गौरवानं बोलले हं साहेब!"

"माझ्याबद्दल? अहो काय सांगताय काय चक्रवर्ती!"

"जोशीसाहेब, तुम्हाला काय माहीत का नाही? मंत्री वरचेवर बदलतात. आपल्यासारखी माणसं कायम असतात. आपल्यावाचून त्यांचं भागत नाही. समोरचा माणूस बदलला तरी आपला सॅल्यूट कायमच! आपल्याला काय– काल साहेबराव होते; आज किसनराव आहेत. अहो, राज्य काय मंत्री चालवतात थोडेच; आपणच चालवतो! चहाला सी. एम.नी स्वतः तुम्हाला बोलावलं आहे."

"अरे, माझं काहीच अजून आवरलं नाही. आता मी हा उठतो आहे

अजून.''

"आटपा ना– वाटेल तितका वेळ लागू दे! मला दुसरं काय काम आहे! होऊ द्या सावकाश तुमचं. पण तुम्हाला घेऊन जायलाच पाहिजे हो! आणि असं करा– तुमची प्रवासी बॅग बरोबर असू द्या! साहेब कदाचित दौऱ्यावर, बाबांचा आशीर्वाद घ्यायला जाणार आहेत.''

केविलवाणेपणानं जोशी हसला. त्याला माहीत होतं की, पुन्हा एकदा हत्तीच्यामधे घालण्यासाठी एक उंट आवश्यक आहे. पण त्याची त्याला काही हरकत नव्हती. कारण या खेळात हत्तीही मरत नाहीत आणि उंटही मरत नाहीत– निदान उंट तर मरत नाहीतच नाहीत! हं, दरवाजाचे सुळे थोडे टोचतात-- नाही असे नाही. पण त्याला काय इलाज आहे! दरवाजा उघडायचा, तर हे सारं अपरिहार्य आहे.

क्षणभराने जोश्याच्या मनातलं सारं मळभ निघून गेलं. त्याच्या तोंडून शीळ उमटली. मुलाच्यात झालेल्या बदलाने आईसुद्धा हरखली. आईनं आणलेला चहा चक्रवर्ती आणि तो पिऊ लागले. चहाच्या वाफेत एक अंधुक अशी प्रतिमा त्याला दिसली. ती प्रतिमा बहुधा मोहनाचीच असेल. त्याने ती प्रतिमा निपटून पुसून टाकायचा प्रयत्न केला. अशा हळव्या आठवणी कायमच्या बरोबर बाळगण्यात काही अर्थ होता काय?

- ०- ०- ०-

चकोरी

संध्याकाळचे सहा वाजलेले आहेत. फ्लोरा फाउंटनच्या दिशेने माणसांची रीघ लागली आहे. मधले सारे वर्तुळ मधाच्या मोहोळाप्रमाणे भरून गेलेले आहे.

सायंकाळ झाली आहे. थोडा वारा आहे; वाऱ्यात थोडी आर्द्रता आहे. घामेजलेल्या कपड्यांना आणि माणसांना सुगंधित करू शकेल असा ताजेपणा, सुगंध या वाऱ्याने वाहून आणलेला आहे. त्या वायुस्पर्शाने अंगावर रोमांच उभे राहताहेत.

या माणसांना या चौकातून दूर जायची केवढी बरे घाई झाली आहे! बायकोची मिठी, मुलांच्या गोंडस हातांचा विळखा, मैत्रिणीच्या देहाचे चोरटे स्पर्श, गप्पा किंवा तसलाच कसलासा तिष्ठा, चविष्ट जेवणाचे मसालेदार सुगंध, एखाद्या चावट किंवा रंगेल कादंबरीचे अर्धे राहिलेले प्रकरण किंवा केवळ सवय— यामुळे सारेच जण चपळ झाले आहेत. एरवी काठीचा आधार घेणारे आता काठीशिवाय तुरूतरू चालत आहेत. पुरुषांच्या करांच्या आधाराशिवाय न चालणाऱ्या अर्ध-विलायती बायका आता पाहा आपली गजगती सोडून हरीणगतीने धाव घेत आहेत.

ही संध्याकाळची हवा मोठी चमत्कारिक असते. दु:खाला ती जागी करते, हर्षाला ती उत्तेजित करते, उन्मादाला ती फुलवू शकते आणि वैराग्याला ती अधिकच विरक्त करते. जे मनात स्फुरेल, त्याची जलद गतीने वाढ होते आणि त्याच्या सावल्यांनी सारे विश्व व्यापून जाते.

संध्याकाळची हवा अशी आहे. ती कवितेला जन्म देते, म्हाताऱ्याला तरुण करते, मृताला सजीव करते, अरसिकाला रसिक करते, समंजसाला खुळा बनवते.

अशा या संध्याकाळचे सहा वाजताहेत. त्यातून जूनच्या पहिल्या आठवड्यातील ही सायंकाळ ढगाळ आकाश, उग्र आर्द्रता आणि वाऱ्याचा झेपावणारा रंग पावसाला निमंत्रण करून चुकला आहे. तापलेल्या, आसुसलेल्या धरित्रीच्या मुखात हा पाऊस केव्हा कोसळेल, कोण जाणे! वरुण-वसुधेचे हे मीलन म्हणजे तृप्ततेचा एक हुंकारच. त्या हुंकाराची सारे जण वाट पाहत आहेत.

पहिल्या पावसामुळे जमिनीचा खमंग वास सुटू लागला की, वाटते— तुच्छ आहेत ते हीना - जून- या वासाने डोके नुसते वेडावते. रक्तातल्या साऱ्या यौवनाला झार मिळते आणि ते बांध फोडून बाहेर कोसळू पाहे. हेमंत हाही आता तसाच त्या लाटेत सापडलेला आहे.

हेमंत नेहमीप्रमाणे आता फाउंटनच्या ठरीव कोपऱ्यावर उभा होता. नेहमीप्रमाणे हजारांत उठून दिसतील असे त्याचे आगळे कपडे होते. त्याच्या चेहऱ्यावरून त्याचे वय अजमावणे मोठ्या धाडसाचे झाले असते. आजन्म तरुण राहू शकणाऱ्या जातीत त्याचा जन्म झाला होता. त्याला अद्यापि नळाला तोंड लावून पाणी प्यावेसे वाटे. चिंचा, बोरे, लिमलेट्स, चॉकोलेट्स यांचीही त्याला आवड होती. फुगडी, झिम्मा, सागरगोटे, ठिकरी - गलोल, पतंग या साऱ्या गोष्टींचे त्याला आकर्षण होते, आणि ते एवढे होते की, चारपाचशे रुपयांचे कमिशन मिळवायचा मोका असला तरी आझाद मैदानावर जर पतंगाची काटाकाटी रंगात आली असेल; तर तो पतंगाची काटाकाटी बघत बसे, बुढ्ढीके बाल मजेत खाई, पाळण्यात बसे, तिकिटे-पिसे जमवे! त्याच्या शैशव्याच्या सर्व खुणा त्याने अद्याप अपूर्वाईने जमवून ठेवल्या होत्या.

पुरुष या दृष्टीने पाहावे, तरी हाच अनुभव. अद्यापि ट्रॅम किंवा बस क्यूत उभे राहून गाठायची त्याची पद्धत नव्हती. ती पळतच पकडायची असते हे त्याला माहीत. गाडी चालू होईतो फलाटावर मोठमोठ्या गप्पा मारायच्या आणि मग चालत्या गाडीत सफाईदारपणे चढून सराईताकडून शाबासकी घेतली की, त्याला बरे वाटायचे.

हेमंत केव्हा येईल, केव्हा जाईल—हे कळणे फार कठीण. तो काय बरोबर आणील आणि काय घेऊन जाईल, हेही तितकेच अगम्य. ज्यापासून नफा होईल, ते विकण्याचा धंदा करणाऱ्या या त्याच्या धंद्याला ना आकार, ना

विकार. कापडबाजारापासून चोरबाजारापर्यंत त्याचा संचार. कॉटनबाजार आणि शेअरमार्केटमध्ये नित्याची खेप. फिगरचे ज्ञान अद्ययावत. मुंबईत जे सहजी मिळणे कठीण, ते त्याला सहज शक्य. जे दुर्मीळ, तेच त्याला सोपे. हेमंत ही एक प्रेक्षणीय वस्तू होती; त्याच्या हृदयात रसिकता होती डोळ्यांत नजर होती, डोक्यात तीव्र बुद्धी होती, मनगटांत शक्ती होती आणि ओठांत सरस्वती होती. मुंबईच्या चौरंगी दुनियेला एक रुपयाच्या प्लॅस्टिकच्या पाकिटात ठेवता येते, हा त्याचा नित्याचा अनुभव होता.

आणि म्हणून, हेमंत हा एक यशस्वी विक्रेता होता. हेमंत जिथे एकदा प्रवेश करी, तिथे तो कायम आठवला जाई. त्याच्या बोलण्यात धंद्याच्या-व्यवहाराच्या गोष्टी कधीच नसायच्या; पण त्याचे सर्व अवधान योजलेल्या व्यवहाराकडे अवश्य असायचे. जणू काही व्यवहाराची आपल्याला गरज नाही, अशी दुर्लक्षितता त्याच्या ठायी असे आणि जाता-जाता सहजगत्या बोलून एक भली थोरली ऑर्डर खिशात घालून तो निघून जात असे.

हेमंतचे मित्र जसे मुंबईभर पसरलेले होते, तशाच त्याच्या मैत्रिणीही सर्वत्र होत्या. स्त्रियांशी लाचारीने, फाजील अदबीने न वागता त्या कशा गटवता येतात याविषयी आदर्श ठेवायला हेमंत उपयोगी पडू शकला असता. आपल्या मित्रांसाठी वाटेल तेवढा पैसा खर्च करणे, हा त्याचा गमतीचा—करमणुकीचा खेळ होता. पण पोरी गटवण्यासाठी पैसा खर्च करणे त्याला कमीपणा वाटे, आणि तो करायची वेळ त्याच्यावर क्वचितच यायची. रात्रीचे जेवण, वाटल्यास सिनेमा, अगदी फार तर एखादे हलकेफुलके प्रेझेंट याच्या मोबदल्यात उंच मानेने चालणाऱ्या आणि आपल्या वक्षाच्या नि नितंबाच्या हालचालींनी हजारो माना फिरवू शकणाऱ्या पारशी, अँग्लो-इंडियन किंवा किरिस्तांव पोरी त्याच्या कुशीच्या उबेत येत. एरवी हजारो रुपयांनी जे काम होऊ नये, ते एक रुपयाही खर्च न करता या माणसाला एवढ्या सहजपणे कसे जमते, असा अनेक माणसांना प्रश्न पडे. थोड्या अबोल, खाल मानेच्या आणि एका मर्यादेपर्यंत अतिप्रसंग रुचणाऱ्या दक्षिणी मुलींकडून तर उलट त्यालाच अपूर्वाईने टाय, टायपिन, रुमाल, पँटचे कापड यांची भेट मिळे. या मुलींना आपण आपल्या प्रियकरावर फार मन भरून निरपेक्ष प्रेम करतो, हे दाखवण्यासाठी त्याच्याकडून पैसे घेण्याऐवजी त्याच्यासाठी खर्च करण्यात अभिमान वाटे.

हेमंतचा हा पसारा मोठा होता. शे-पन्नास कंपन्यांशी त्याचा संबंध येई. त्यांत काम करणाऱ्या टायपिस्ट्स, स्टेनोज, रिसेप्शनिस्ट्स, टेलिफोन ऑपरेटर्स,

क्लार्क्स या साऱ्या स्त्रीविश्वात तो आपुलकीने फिरत असे. महिनो न् महिने गाठ न पडली तरी तिचे नाव, रुची, तिचा आवडता सेंट, नट, फूल न चुकता तो ध्यानात ठेवू शके. नाइट आणि कंपनीतल्या माणिक वागळेला हिरव्या चाफ्याची फुले, निकल्सन जेनसनमधल्या डॉली परेरासाठी चॉकोलेट्स, ऑल इंडिया रेडिओमधल्या हेमा कुलकर्णीसाठी मोगऱ्याचा गजरा, बँक ऑफ इंडियामधील लीला राजेसाठी फॅन्सी हातरुमाल, न्यू इंडियातल्या खिलनानीसाठी चावट मासिके, एअर इंडियातल्या चेनानीसाठी सेंट्स—अशा नाना वस्तू त्याला आठवणीत वागवाव्या लागत. हा सारा 'हूज हू' त्याला तोंडपाठ होता. त्या कोणासाठी तो व्याकुळ झाला नव्हता. पण त्यांच्याशी जे जमेल ते आणि जमेल तसे खेळ खेळण्याची त्याला मोठी आवड होती. तो खेळ म्हणजे त्याच्या धंद्याचे मोठे भांडवलही होते. या मुलींकडून त्याची कामे चट्कन होत, बिले लवकर पास होत, ऑर्डर लवकर निघे अन् साहेबाच्या केबिनमध्ये लवकर प्रवेश ही मिळे.

या स्त्रीविश्वाची त्याला आता मन:पूर्वक आठवण झाली. त्याला मिळाली असती, तर माणिक वागळे हवी होती, खिलनानी हवी होती. या दोन्ही मुली त्याच्यातल्या पौरुषाला नेहमी आवडायच्या. पण त्यांना मिळवायची वेळ आता टळून गेली होती. इतक्या सहजी गुलाबाची फुले मिळत नाहीत—आणि त्याला आज अगदी रंग उधळणारे, गंध दरवळणारे फूल हवे होते. मोठ्या अचूक नजरेने त्याने पाहणी चालवली होती, पण त्याला कोणी गवसत नव्हते. उशीर झाला होता, वेळ चुकली होती आणि डाव संपल्यासारखे झाले होते. एक मनासारखे काम झाले—पैसे हाती पडले—त्याची ऊब जाणवत होती, पण मनाला रिझवायला अशा वेळी कोणी गवसण्यासारखे नव्हते. कोरी करकरीत शंभर रुपयांची नोट त्याच्या हालचालीसारखी चुरचुरत होती. आळसावलेल्या स्त्रीने कुशी बदलताना निघालेल्या पलंगाच्या करकरीप्रमाणे तो आवाज त्याच्या वासना अधिकच चेतवत होता.

हेमंतचे लक्ष कुठेच नव्हते. सहजगत्या एखाद्या मित्रासाठी थांबावे, अशा तऱ्हेने तो त्या खांबाला रेलून उभा होता. पण तसे असूनसुद्धा येणाऱ्या-जाणाऱ्या घोळक्याकडे त्याचे काळजीपूर्वक लक्ष होते. केवळ स्त्रिया जिंकण्याचा एक भाग म्हणून त्याने जरी स्त्रियांविषयी बेफिकिरी पत्करली होती, तरी स्त्रियांच्या लहानसहान गोष्टींत त्याला रस होता. त्यांच्या घरगुती भांडणांत - अडचणींत - सुखांत त्याला चव होती; आणि म्हणूनच त्याचा सहवास स्त्रियांना अधिक प्रिय होता. देहाचे कोड पुरवताना मनाचे कोड पुरवणाऱ्यालाच खरे शृंगारशास्त्र

कळते. दिसणाऱ्या क्षुल्लक गोष्टींतसुद्धा स्त्रियांचे सुखसर्वस्व असते, हे फार थोड्यांना कळते. कित्येक जणी त्यांच्या मुलांच्याबद्दल कौतुकाने बोलले तर फुलून येतात तर कित्येक त्यांच्या कपड्यांचे, रसिकतेचे, रूपाचे कौतुक केल्यानेच रसरसून येतात. काहींना आपण चतुर म्हणवून घ्यायला रुचते; तर या शृंगारशय्येवर सर्व जणींपेक्षा तू अधिक सुख देतेस, हेच कित्येकदा कानांत सांगण्याने कित्येकींची घातलेली मिठी घट्ट होते. आपली दुःखे केवळ विशेष आपुलकीने सांगितल्यामुळे जाग्या झालेल्या वात्सल्यामुळे कितीएक जणींच्या कुशीला विशेष ऊब येते. कुठे काय बोलायचे, हेच काय ते समजले पाहिजे. रंग वाढवणारे, मिठी घट्ट करणारे, ओठ ओले करणारे असे काहीसे उत्कटेतेने तोंडून उमटले पाहिजे. त्या तेवढ्या विश्वात दोघांनीच उरले पाहिजे, म्हणजे त्या मृदू वक्षांच्या पोकळीत सुखेनैव जागा मिळते. दोन हृदयांतल्या मृदुतेची खरी मौज चाखता येते.

सुख हवे असेल तर ते मिळवावे लागते, ते तुमच्या अंगावर कोसळले तर एखाद्या पुष्पगुच्छाप्रमाणे त्याला झेलावे लागते. ते तुमच्यापासून जरा दूर पळायला लागले, तर त्याला नजरेनें बोलावे लागते.

एकाच स्त्रीशी इमानेइतबारे संसार करणे चांगले की वाईट, याची चिकित्सा करणाऱ्यांना हेमंत हे एक गूढ होते. कुणाही स्त्रीला त्याने फुलसावले नाही, बिघडवले नाही. पण ज्यांनी रंग चाखला होता, त्यांना द्राक्षासवाची गोडी कळली होती; त्यांनी त्याला टाळलेही नव्हते. टाळण्याजोगी ती वस्तूच नव्हती. ज्यांना या जीविताच्या प्रवासात नावीन्य, समानता, आनंद हवा होता; त्यांनी हेमंतची सोबत कधी नाकारली नाही. या मायानगरीत फुले अनेक होती. मुद्दाम होऊन शांत शेवंतीला किंवा वाकलेल्या जुईला खुडू नये, हे खरे. पण अंगाखांद्यावर ओघळणाऱ्या नि क्षणभरापुरता खेळ खेळणाऱ्या प्राजक्ताचाही भोग घेऊ नये, हे विपरीतच मानले पाहिजे. शांत सरोवराच्या काठावर बसून त्यात दगड टाकून तरंग उठवून पाणी गढूळ करू नये, हे पाळायला हरकत नाही. पण जिथे खळाखळा पाणी खळखळते आहे आणि क्षणभरही ते स्थिर राहायला तयार नाही तिथेसुद्धा कसलाच खेळ खेळू नये, हे कोणी काय म्हणून मानावे? ज्याचे दिल मर्दाचे असेल, त्याने तर बेलगाम दर्यातही खेळ खेळायची जिद्द बाळगावी. हेमंत असाच मर्द पुरुष होता. मानिनीचा खोटा आविर्भाव आणणाऱ्या या पुरंधींच्या नाकांत वेसण घालून त्यांना नजरेच्या तालावर खेळत्या करण्यात त्याला मोठे सुख वाटे! जेवढी स्त्री नखरेल, दुरापास्त; तेवढी तिला शरण आणण्यात चतुराई. मानवी रक्ताला चटावलेल्या, रानाच्या खुल्या हवेत मस्तावलेल्या,

स्वच्छंदी वाघिणीची शिकार हा शिकाऱ्याच्या हर्षाचा खेळ असतो.

हेमंतचा खेळ जीवघेणा नव्हता; उभयपक्षांची संमती, सुख, आपुलकी यांवर तो आधारलेला होता. शेवटी हे चार दिवसांचे आयुष्य—हे मजेने घालवायचे—स्वत: सुखी होत, दुसऱ्याला सुखी करत. सुखासाठी स्त्री मिळवायला गेले, तर ती दु:खच उत्पन्न करते; पण सुख देण्यासाठी स्त्री जवळ केली की, ती सुखाची बरसात करते. हे टेक्निक हेमंतला पाठ होते. रिकामपणाचा बराच वेळ या कामी खर्ची पडला तरी त्याला हवेच असे. मात्र, त्या खेळाव्यतिरिक्तसुद्धा त्याच्या आयुष्यात पुष्कळच होते.

* * *

हेमंत ही एक अजब वल्ली होती. मित्रांकडे रात्री ९॥ वाजता जाऊन त्यांना सिनेमाला जाण्यासाठी ओढून काढणे, हे तर नित्याचेच. पण रात्री १२ वाजता चांदण्यांत हिंडण्यासाठी म्हणून झोपलेल्या मित्रांना बाहेर काढणे त्याला विशेष प्रिय. तरीसुद्धा मिठीतून उठून गेलेल्या आपल्या नवऱ्याच्या या मित्रावर फारसे कोणी संतापत नसे. मिठास वाणी, गोष्टीवेल्हाळपणा, आवर्जून जन्मदिवस, लग्नदिवस आठवून त्या दिवशी भेट देणारा हा त्यांचा दीर... त्यावर रागवायचे कुणाला जमलेच नाही. लांब सफरीला गेला तर पै-पैशाच्या का होईना, पण अपूर्व चीजा या अजागळ बायकांना न विसरता तो घेऊन येत असे. कुणाला सोनचाफ्याची फुले, कुणाला नवी लिपस्टिक, कुणाच्या जन्माला येऊ घातलेल्या युवराजासाठी खेळणे अशा नानाविध लोभस स्नेहचिन्हांमुळे हेमंतचा हा तऱ्हेवाईकपणा अगदी हसतमुखाने पत्करला जाई.

हेमंतच्या रंगेल बाजूबरोबर त्याच्या दुसऱ्या जीवनाची प्रत्येकाला कल्पना होती. या अशा छाकट्या, लग्न न झालेल्या, बारा गावांचे पाणी प्यायलेल्या, गोष्टीवेल्हाळ, स्त्रीवर्गात प्रिय असणाऱ्या मित्राच्या हवाली आपल्या तरण्याताठ्या बायका किंवा वयात आलेल्या मुलीबाळी करायला कोणालाही दिक्कत वाटली नाही. त्यांचे चारित्र्य वादग्रस्त होते, पण इमान शाबूत होते. त्याला खेळ खेळायला अफाट जग खुले होते. आपल्या जवळच्या विश्वातल्या स्त्रियांना बहिणी मानण्याइतका निर्धार आणि इमान अनेक वर्षं बाळगल्यावर मित्रांनी मोकळेपणाने आपले घर त्याच्यासाठी खुले ठेवायला हरकत नव्हती - आणि एक नव्हे, तर अनेक कुटुंबांत त्याला मोठी मानाची जागा होती. तो हवासा वाटेल अशा अनेक कुटुंबांचा स्नेह व आपुलकी त्याने मिळवलेली होती. त्यांच्या मुलाबाळांना आवडेल असा त्यांचा खेळगडी, आई-वडिलांनाही आवडेल अशा

प्रौढ विचारसरणीने वागू शकणारा पुत्रवत् स्नेही, त्यांच्या नोकरचाकरांनाही धाक व प्रेम राहील असा धनी—अशी अनेक गुंतागुंतीची नाती त्याने कमावलेली होती. त्याच्या या मित्रांनी त्याचे विश्व संपन्न केले होते.

तरुण सखीच्या सोबतीची आशा मावळत चालली त्याबरोबर बेचैन होण्याऐवजी त्याने मनाच्या दुसऱ्या कप्प्याचे दार उघडले. तत्क्षणीच त्याला त्रिवेदीची आठवण झाली. जयंतीलाल त्रिवेदी हा त्याचा अगदी निकटचा मित्र. याच क्षणाला त्याची आठवण व्हायला कारण आजच्याच एअरमेलने आलेले त्याचे पत्र बुशशर्टच्या खिशातून त्याचे त्यालाच दिसत होते. मैत्री कशी असू शकते—अमर्याद. हेमंत आणि जयंतीची गेल्या पंधरा वर्षांची मैत्री हे त्याचे प्रतीक होते. जयंतीलाल कोट्यधीश होता. हेमंत दहा घरे फिरून पोट भरू शकणारा विक्रेता होता. जयंतीलाल हिंदुस्थानात व्यवसायाच्या कामावर येई, तेव्हा रोजचे दोनशे रुपये त्याच्या एक्सपेन्स अकाउंटवर जमा होत शिवाय अन्य खर्च कंपनीच्या नांवावर; उलट हेमंत तांबेकडे रुपयाभराचे जेवण घेई. अगदी चैन म्हणजे एखादी साप्ताहिक सफर व्होल्गा अगर क्वालिटीत मारी. हेमंत उधळ्या होता, श्रीमंत होता, पण त्याच्या मित्रांच्या तुलनेने तो काहीच नव्हता; जयंतीची श्रीमंती पिढीजात होती, खानदानी होती.

त्याची आणि हेमंतची मैत्री हा संशोधनाचा एक विषय होऊ शकला असता. एकाच कुशीत जन्म पावणाऱ्या भावाभावांत असणारे असे आगळे प्रेम त्यांच्यात होते. हेमंत आणि जयंती या दोघांना पाहिले की, मन तृप्त व्हावे अशी मैत्री त्या दोघांनी घडवली होती.

जयंतीची श्रीमंती त्याची त्यालाच लखलाभ असो. हेमंत बरोबर असता जयंतीला श्रीमंती विसरावी लागे, तो म्हणेल तर तांबेकडे जेवावे लागे, बसने प्रवास करावा लागे, वन फाइव्हमध्ये सिनेमा पाहावा लागे, चौपटीच्या वाळूत शार्कस्कीनची कीझ बिघडवावी लागे, एका आण्याचा बुड्ढीका बाल खावा लागे, नॉर्थस्टँडमध्ये बसून टेस्ट मॅच बघावी लागे; आणि एखादे दिवशी लालबागला एखाद्या कौसल्या कोपरगावकरणीच्या बारीला ही जावे लागे. जयंतीला आपली इभ्रत, वैभव, श्रीमंती, व्यवसायातला दर्जा, वजन या साऱ्यांवर चक्क पाणी सोडायला लागे—केवळ दोस्तीसाठी! चर्चगेटच्या कोपऱ्यावर पाणीपुरी खाताना आपल्याला कोणी पाहील ही भीती मनात असली तरी हेमंतचे मन सांभाळण्यासाठी त्याने कधी माघार घेतली नाही. महाराष्ट्रीय काचा मारून धोतर नेसायला लावून

हेमंतने जयंतीला डर्बीला नेण्याचा विक्रम केला; तेव्हा हेमंतच्या आणि जयंतीच्या त्या अवताराला सोसायटीतील काही पुरंध्री हसतील अशी कल्पना करणारे त्या दिवशीच्या दर्शनाने थक्कच झाले. दहा-पाच फक्कड बायकांच्या घोळक्यात उभे राहिल्यामुळे संबंध उन्हात राहूनही जयंतीला चांदण्यांतल्या थंडीचा भास झाला. हेमंतची थोरवी कपड्यांत नाही, हेही त्याच्या ध्यानात त्याच दिवशी आले.

जयंतीच्या अफाट श्रीमंतीतली एक तनसडीही हेमंताच्या कामी आली नाही आणि आली नसती. मैत्रीच्या प्रारंभीच्या काळात अत्यंत कडवटपणे हेमंत या पैशाच्या व्यवहारापायी एकदा जयंतीला सोडून चालता झाला होता. तेव्हापासून जयंतीने ते दोघे एकत्र असताना आपल्या खिशातले पाकीट कधी बाहेर काढले नाही.

हेमंत आणि जयंतीच्या सामाजिक दर्जात जरी जमीन-अस्माना-एवढा फरक असला, तरी त्यांच्या मनोधर्मांत अनेक प्रकारचे साम्य होते. सुगंध हा दोघांचा वीक पॉइंट. जगात उपलब्ध असतील तेवढ्या सुगंधाच्या जाती, नावे, प्रकार आणि चव त्यांना माहीत होती. कुलाब्याला शोरॉक स्टोअर्समध्ये काही सेंट आल्याचे कळल्यावर रेस अर्धी सोडून जाणेसुद्धा क्षम्य होते. सुंदर मुली, सुंदर सेंट्स, सुंदर कपडे आणि उत्तमोत्तम ग्रंथ या चार मिनारांवर त्यांची मैत्री आधारलेली होती. फरक एवढाच होता की, जयंतीच्या भोवती पोरी असत त्या त्याच्या पैशांकडे लक्ष ठेवून. सुगंधाचे आणि कपड्याचे व्यापारी जयंतीच्या हाती सेंट-अत्तराचे बुधले आणि कपड्याचे तागे देत ते या खात्रीने की, त्यांचा मागू तो दाम केव्हाही त्याच्याकडून येणार आणि सुंदर ग्रंथ जयंती विकत घेई ते त्याच्या या गरीब मित्रासाठी. पण हेमंतला विकत घेऊन दिले, असा उणेपणा त्याला वाटू नये म्हणून ग्रंथांची आवड त्याने आपल्या रक्तात भिनवून घेतली होती.

जयंती दर वर्षी आफ्रिकेतून हिंदुस्थानात दोनदा येई. रेस सीझन सुरू व्हायच्या वेळेला आणि पुन्हा चार महिन्यांनी बंद व्हायच्या वेळेला पंधरा दिवस तो इथे राही. त्याच्या पेढ्यांचा कारभार तपासे. व्यापारी-सौदेकरी, देवघेवीही होत आणि पुनश्च तो पंधरा दिवसांनी परत जाई. इथल्या मुक्कामात त्याला राहावे लागे ताजमध्ये. पण ते रहाणे नावाचेच. त्याचा सगळा वेळ हेमंताच्या मकानी जाई. अगदी पूर्वनियोजित असत तेवढ्याच काय त्या भेटीगाठी तो घेई. बाकीची कामे तो सेक्रेटरीवरच ढकलून देई आणि हेमंतबरोबर त्याचा सर्व काळ जाई.

जयंती हाही हेमंतप्रमाणेच अविवाहित होता. सर्व नातेवाइकांचा रोष पत्करून, समवयस्क स्त्रियांचा अनुराग असूनही तो अद्याप लग्नाचा राहिला होता. कोरा राहिला होता. लग्नाचे जोखड पडेपर्यंत पुरुष कोराच असतो. कारण या

कोऱ्या कागदावर जरी कुणी काही लिहिले असले, तरी ते अदृश्य शाईतले लिखाण सर्वांनाच वाचता येत नाही. मात्र, पुरुषाचा पहिला स्पर्श होताच जी एक लखूकन चमक स्त्रीच्या कौमार्यातून सळसळते, तिने तिचे कोरेपण भंगते. मग लज्जेच्या, खालमानेच्या, शालीनतेच्या, अज्ञानाच्या बोळ्याने ती पाटी कोरी करण्यासाठी तिची धडपड चालू राहते.

जयंती आता लग्नाला आला होता. जग पाहून झाले, तेव्हा आपल्याला काय हवे ते त्याला कळायला लागले होते. तो आता हिंदुस्थानात येत होता तो लग्नाचा विचार पक्का करून. अगदी न शरमता, न लाजता त्याने हा विचार हेमंतला पत्रातून कळवला होता; आणि त्यामुळेच हेमंतच्या मनात नाना तरंग उमटत होते. आपल्या या लाडक्या मित्राला बायको कशी बरे आवडेल? गोलाकार चेहऱ्या-देहाची, गुलाबी कांतीची, ठेंगणी, ठुसकी, हसतमुख, घरादारांत रमणारी, बायकी कलांत प्रवीण असणारी, नवऱ्याबरोबर हिंडताना त्याला अभिमान वाटणारी आणि त्याचा अभिमान वाटणारी, की उंचनिंच, रूपापेक्षा डोळ्यांत तेजस्वीपणा असणारी, सावळी पण चकाकणारी, जयंतीच्या साऱ्या व्यवसायावर व पसाऱ्यावर देखरेख करणारी, त्याच्या उपस्थितीत सहकारी, अनुपस्थितीत त्याच्याहीपेक्षा व्यवस्थितपणे कारभार उरकू शकेल अशी भागीदारीण– जयंती कशाने सुखी होईल– बायकोमुळे की मैत्रिणीमुळे?

बायकांचा खूप अनुभव असूनही शेवटी कोणती बाई लग्नाची बायको म्हणून चांगली, हा एक जुगाराचाच भाग असावा, याचे हेमंतला आश्चर्य वाटले. सर्वच स्त्रियांतले सद्गुण आणि रूपवैशिष्ट्ये एकाच स्त्रीत निर्माण केली, तर ती प्रदर्शनीय वस्तू ठरेल; पण बायको म्हणून उपयुक्त ठरणार नाही– नक्कीच नाही. त्याच्या दोषांमुळेच, वैगुण्यामुळेच बायकांत गंमत आहे, चव आहे. सरबतात आंबटपणा हवा, आंब्याला रेषा हवी, मेथीला कडवटपणा हवा, अळूला खाज हवीच, बायकांसुद्धा आळसामुळे, चिरचिरेपणामुळे अनेक वेळा फार फार सुंदर दिसतात. जिच्या डोळ्यांत तृप्ती भरलेली आहे—अशी आळसलेली, पहुडलेली स्त्री, मनासारखी कोणतीही गोष्ट न घडल्यामुळे सदासर्वकाळ कुरकुरणारी स्त्री, सुखात डुंबत असतानासुद्धा कुरकुरावे कशावर आणि कुणावर याचा विचार करीत असते; आणि शेवटी फार सुखात असल्यामुळेच जेव्हा ती कुरूकुरू लागते अशी स्त्री... घोटामागोमाग घोट अमृत पिऊनसुद्धा जीभ कोरडी राहिल्यामुळे, आधाशीपणे ढुशा देत चुंबनांचा वर्षाव करणारी स्त्री... या अशाच स्त्रिया घरोघरी असतात. म्हणून सामान्य रूप, ऐपत, कुवत असूनही या स्त्रियांचे संसार

सुखाचे होतात.

जयंतीची आठवण येताच त्याला अनुरूप दिसतील अशा त्याने पाहिलेल्या चार-दोन मुलींची त्याला आठवण झाली. जयंतीच्या मामाबरोबर हिंडून त्या तीन-चार मुली त्याने गेल्या महिन्यात पाहिल्या होत्या. पण त्या त्याला साऱ्याच नापसंत होत्या. त्याच्या जातीच्या, कुल-शीलाच्या त्या मुलींतून निवड करताना त्याला अडचण भासत होती. एक तर त्या मुलींजवळ चंडोल, रंगेल जयंतीच्या रसिकतेला आवाहन करणारे, गुंतवणारे, तारुण्य-मस्ती-आकर्षण असलेच पाहिजे. पण ते असूनही ती रसिकता नि मस्ती शालीनतेत लपेटलेली पाहिजे. थोडक्यात— सर्व ढंग असलेल्या शालीन, शीलवान मुलीची निवड करणे त्याच्या तूर्त तरी आवाक्यात आले नव्हते.

जयंतीच्या पत्राबरोबर एका मुलीचा फोटोही होता. कुणी तरी परिचिताने तो फोटो जयंतीला पाठवला होता आणि हेमंतच्या संमतीसाठी व चौकशीसाठी पत्रासमवेत तो फोटो हेमंतला पाठवला होता.

फोटोतली मुलगी सुंदर होती, अगदी जयंतीला साजेशी होती; पण तिच्या डोळ्यांतली एक विचित्र चमक त्याला मुळीच पसंत नव्हती. त्या मुलीचा विचार त्याच्या डोक्यातून ताबडतोब निघूनही गेला असता. पण समोर अन्य कोणा मुलींबरोबर जी मुलगी बोलत होती ती तीच असावी, असे त्याच्या चट्कन मनात आले. तीच नसेलही; पण त्याच जातीची– प्रकारची कदाचित तिची नेसण... गुजराती पद्धतीची नव्हती. फोटोतल्याप्रमाणे ती अबोल वाटत नव्हती. ती मुलगी जवळपास पाठमोरीच उभी होती, त्यामुळे तीच ती मुलगी किंवा काय, हे कळणेही कठीण होते. चट्कन तिने मान फिरवताच त्याला कळून चुकले की, साम्य केवढेही असले तरी हा माल निराळा!

* * *

बस निघण्याच्या बेतात होती. हेमंतने चट्कन बस पकडली. बस भरलेली होती. पुढे उभ्या असणाऱ्या पाच-सहा लोकांच्या मागे तो उभा राहिला. जरा नीट, ठीकठाक उभे राहिल्यावर सहजगत्या त्याने मागे वळून पाहिले. मघाशी ज्या मुलीच्या पाठमोऱ्या दर्शनावर त्याचे डोळे अगदी खिळून राहिले होते, तीच मुलगी बसमध्ये उभी होती. तिच्या पृष्ठभागाप्रमाणेच तिचा चेहरा नि दर्शनीय भागही मोहक होता. तिच्या नितंबाला सुशोभित असाच तिचा उरोभाग होता. चापून-चोपून नेसण्यामुळे तिच्या आकर्षणाला एक प्रकारची धार आली होती. तिच्या अंगावर दागिने नव्हते, पण भारी किमतीचे वाटावे असे एक मनगटी

घड्याळ तिने घातले होते. केसांचे चक्कर अगदी संपूर्ण शिरोभागावर पुरून उरले होते आणि त्या केसांना पिंगट वर्ण होता. तिच्या सर्वांगावर मुंबईची झळाळी होती. ओठांवर मृदू रंग होता. अंगावर परीटघडी उंची वस्त्रे होती. तिची भरगच्च काया आणि उंची तिला देखण्या स्त्रियांच्या वर्गात ढकलीत होती. अंगावर सारखे लक्ष फिरवावे, असा कामुक गव्हाळी वर्ण आणि पुष्ट देह यायोगे चवताळलेल्या हेमंतची नजर तिच्या अंगावर पुन्हा पुन्हा फिरली.

पण पुन्हा पुन्हा मागे पाहणे काही खरे नाही. बाई चांगली होती, पण अगदी न गवसेल अशी दुर्मिळ खचित नव्हती. माल कलमीच होता. निदान सराईत नजरेला कळण्याजोगा होता. नेसणं, उभे राहण्याची पद्धत, वस्त्रांची निवड, कुंकू, पावडर, रंगरोपण यांची पद्धत—यांच्या सूक्ष्म पाहणीवरून ही काही खानदानी चीज खास नसावी. पण अलीकडे बऱ्या आणि वाईट अशी अलग, अलग विभागणी करणे फार कठीण आहे. कपड्यालत्त्यांवरून शेकडा ऐंशी टक्के बायका वारयोषिता वाटाव्यात अशी भडक, उत्तान वेषभूषा करू लागल्या आहेत. लाघवी हास्य, बसमध्ये चोरट्या स्पर्शाबद्दल बेफिकिरी, क्वचित आवडही, घसरणारे पदर, रंगरंगोटी हे सारे काही पाहिले की वाटते; गिऱ्हाइकांची वाट पाहायची सोडून त्या बायका इकडे का आल्यात?

हेमंतने स्त्रियांचे विश्व खोलवर पाहिलेले होते. स्त्रीची पारख करण्याचे शास्त्र आहे. सामान्य माणूस पारदर्शक वस्त्रे, घट्ट काचोळी, रंगरोपण यांनीच भुलतो. वेळावलेल्या माना, पदराचा चाळा, घसरते पदर यांनी तर तो पुरताच घसरतो. पण हा सारा कापडबाजार आणि स्टोअर्स हलक्या किमतीचे असते. त्यावर जाणता माणूस विश्वास ठेवत नाही आणि तिकडे लक्षही टाकत नाही. रूझच्या आतली लाली आणि पावडरच्या थराखालील त्वचेचे गोरेपण ओळखायला बायकांना चांगलेच हाताळावे लागते. पॅडिंग किती आणि अंगचे किती, हे हात न फिरवता केवळ नजरेला कळले पाहिजे. केसांचे चक्कर बाईचे किती आणि वनगाईचे किती, हे कळण्यासाठी सकाळच्या प्रहरी केस पिंजारलेल्या स्थितीत बाई पाहावी लागत नाही. बाई पाहिली, तिच्या नजरेला नजर दिली की, कळले पाहिजे की माल कसा आहे! वास घेतल्यावर, चाचपल्यावर आंबा कोणता, हे कोणीही सांगेल. पण नुसती दृष्टी टाकताच जात, प्रकार आणि दर्जा नेमका सांगणाऱ्यालाच दर्दी समजतात.

हेमंत हा या कामी दर्दी होता आणि म्हणूनच मुलगी डोळ्यांत भरली तरी त्याने पुन्हा तिच्यावरून नजर फिरवली नाही. विकत मिळणाऱ्या सौंदर्याकडे

त्याने केव्हाच लक्ष दिले नाही. त्याच्या हिशेबाने हा कपाटात ठेवलेला माल नव्हता, हातगाडीवरचा माल होता.

हेमंतने सर्व बसवरून दृष्टी फिरवली. बस गच्च भरली होती आणि रेंगाळत चालू लागली होती. चार-दोन लठ्ठ पारशिणींच्या एका जुडीतून हास्य-कल्लोळ, गप्पा—अगदी दुसऱ्याला उपद्रव होईल एवढ्या मोठ्याने ऐकू येत होत्या. उभट चेहरा करून नाकासमोर बसणारी, नेहमी भेटणारी एक दक्षिणी मुलगी त्याच्या दृष्टीला वाटेत भेटली. याव्यतिरिक्त बसमध्ये पाहण्याजोगे काहीच नव्हते. हेमंतने पुन्हा एकवार दृष्टी फिरवली, पण काही डोळ्यांना थांबवील असे भेटेना आणि मोठ्या नाइलाजाने त्याने पुनश्च या सुंदरीकडे दृष्टी वळवली.

* * *

तिच्यावरून नजर फिरता-फिरता चट्‌कन तिच्या वक्षांवर ती स्थिर झाली. एक बाहुगोल वरच्या दांडीकडे उंच झाल्याने आपल्याबरोबर वक्षाचा उंचवटाही त्याने ओढून नेला होता. त्यामुळे तिच्या वक्षभागाचा तोल बिघडून त्यांना एक निराळेच सौंदर्य प्राप्त झाले होते. अनेक आधाशी नजरा तिकडे रोखलेल्या होत्या आणि त्याची बोचरी जाणीव त्या मुलीच्या अस्वस्थ चेहऱ्यावर होती. बसचे धक्के-गचके आणि गती यांच्याशी सांभाळून घेण्यासाठी कसला तरी आधार घेणे आवश्यक होते. तेवढ्यात तिने हेमंतकडे पाहिले. बाणाला बाण घासून जावा, तलवारीला तलवार भिडावी, गज आणि वनराज यांच्या शक्तींची भेट व्हावी, सूर्याची आणि अग्नीची टक्कर व्हावी, पौर्णिमेच्या सागराची आणि जोग फॉल्सने उफाळणाऱ्या शरावतीची गाठ पडावी, असा मामला घडला. मोठ्या बनेलपणे तिने नजरेला नजर दिली. तयार असूनही क्षणभर हेमंत सुन्न झाला आणि त्यानेच नजर फिरवली. त्या नजरेचे वैभव त्याला कळून गेले. आगीचा चटका लागून गेला.

हेमंत शरमला. आक्रीत झाले. स्त्री-पुरुषांच्या त्या खेळात हेमंत प्रथमच बावरला असेल—तिच्या नको त्या भागावर नजर ठरताना पकडल्यामुळे खचित नव्हे; पण सामान्य म्हणून गणलेल्या तिच्या डोळ्यांनी घायाळ झाला, म्हणूनही नव्हे; तर त्या डोळ्यांत दिसणाऱ्या आक्रमक आगीने हेमंत जिंकला गेल्यासारखा झाला. नजरेची भूक फिटली.

आपल्या कमकुवतपणाचा त्याने धिक्कार केला आणि पुन्हा तिच्या नजरेला नजर न देण्याचा त्याने निश्चय केला—भिऊन नव्हे; पण सावध राहावे म्हणून. वास्तविक, अशा प्रसंगी त्याच्यातल्या रक्ताने उडी घ्यायची, झुंज म्हटल्यावर पाऊल पुढे पडायचे, हाताला हात भिडायला हवा... पण आपण या भलत्याच

ठिकाणी हरलो, या विषादाने त्याने पुढे पाहायला आरंभ केला.

मार्केटच्या स्टॉपवर त्याच्या नजीक जागा झाली आणि ती त्याने चपळपणे हस्तगत करून टाकली.

एरवी ही जागा त्या मुलीला मिळाली असती. पण या मस्तवाल कारटीच्या डोळ्यांतल्या अंगाराला उत्तर देण्याइतकी हेमंतची मनोवृत्ती युयुत्सु नव्हती. त्याला हवा तसा खेळ मिळण्याचा संभव असूनही त्याला झेप घ्यावी असे वाटेना. का? त्याला सांगता आले नसते. पण जयंतीच्या पत्रातील मुलीत आणि या मुलीत साम्य होते, म्हणून तर नसेल? असेल. या आडवाटेला जायचे नाही, असे ठरवले आणि खिशातून 'मोती वधारो' काढून रविवारच्या शर्यतीतील घोड्यांची तो पाहणी करू लागला.

* * *

बस पुढे जात होती. बसमध्ये अती अपुरा प्रकाश होता. इतका की, त्याला वाचणे सुचण्याजोगे नव्हते. तेवढ्यात प्रकाशच अजिबात बंद झाला.

आता ती मुलगी सरकत-सरकत त्याच्या अगदी शेजारीच आली होती. तेवढ्यात अकस्मात धक्का बसला आणि ती त्याच्या अंगावर कोसळली. इतकी की, त्या वजनाने तो थोडाफार गुदमरला.

"एक्स्युज मी—" उभे राहिलेल्या दहा-पंधरा जणांनी तरी एकाच वेळेला म्हटले असेल. त्या बसच्या धक्क्याने सर्वच जण, जरा चिडल्यासारखे झाले होते. बेस्ट कंपनीला शिव्या मोजत होते. ड्रायव्हर्सना जबाबदार धरत होते. पण त्यातही ज्यांना हेमंतसारखा गोड आणि सुखद धक्का बसला, ते खुशीत असावेत.

पण हेमंत खुशीत नव्हता. ही मुलगी एवढ्या जोराने आपल्या बाजूला कलली कशी, याचा तो क्षणभर विचार करीत होता. धक्का मोठा होता खरा, पण धक्क्याने पुढे जायला हवे होते; बाजूला कलण्याचे आणि मिठी मारण्याइतके कलण्याचे कारण नव्हते. का, ही पोरगी बनेल आहे? आपल्यासारख्या सुखवस्तू माणसाशी लगट करू पाहते आहे? कितीही बनेल आणि चावट असली, तरी भरल्या बसमध्ये ही लगट होणे शक्य नाही. बसमधून उतरल्यावर लगट करता येईल. हातातली छत्री सांभाळण्याच्या निमित्ताने तिला बोलता आले असते. परिचय वाढवता आला असता.

मुलीच्या त्या मिठीने वेडावून जायला हेमंत या कामी नवशिका नव्हता; आणि म्हणूनच माथे फिरवून न घेता त्या गोड धक्क्याची छाननी करीत होता.

त्या मुलीची मिठी तर घट्ट होतीच, पण अगदी आपल्या छातीवर पडावी आणि जाणवावी, असे काय होते त्या मिठीत?

तो एकदम चमकला. जॉन्सन आणि जॉन्सनमधून बाहेर पडताना कॅशिअरकडून त्याने ॲडव्हान्सदाखल घेतलेली शंभर रुपयांची नोट त्याने डॅकरॉनच्या बुशशर्टच्या बाहेरच्या खिशात ठेवली होती. आजवर हेमंतच्या अंगचटीला जाण्याचा कोणी—अगदी प्रख्यात पाकिट-मारांनीही—यत्न केला नव्हता. किंबहुना, पारदर्शक कापडातून दिसू शकतील, दुसऱ्याच्या नजरेला भुलावतील अशा तऱ्हेने पैसे ठेवण्याचा हेमंतला शौक होता. पण आजवर जे घडले नाही; ते इथे चालत्या बसमध्ये, शे-पन्नास लोकांसमोर– मुलीकडून असे बसच्या धक्क्याच्या वेळी घडावे आणि त्याला आश्चर्य वाटले.

नोट गेली, हे खरे. अगदी उगीचच त्याने पँटचे खिसे चाचपले.

खचितच या पोरीने आपल्याला गंडवले यात शंका नाही. आपण दुर्लक्ष करणार होतो; पण आता बोलून-चालून या मुलीने आव्हान दिले आहे, तर ठीक आहे. साधीसुरती दिसणारी ही इब्लिस कार्टी एवढी धाडसी असेल हे आपल्याला समजले नाही? आश्चर्य आहे!

हेमंत सावरून बसला. एखाद्या योद्धयाने द्वंद्वयुद्धाला उभे राहण्यापूर्वी सावरून घ्यावे, आयुधे पारखावीत, त्यातलाच प्रकार. ती मुलगी आता किंचित पुढे सरकलेली होती. त्यामुळे तिचा पृष्ठभागच त्याच्या नजरेला अगदी खेचून उभा होता.

उंच असणाऱ्या त्या पृष्ठभागावरून हेमंत हलके-हलके हेमंत नजर फिरवत होता. मघा वाटली त्यापेक्षा ही पोरगी सुंदर आहे—असली पाहिजे. दिसतो त्यापेक्षा न दिसणारा भाग अधिकच खुमासदार असला पाहिजे—खव्याच्या करंजीसारखा.

हेमंतचे मन जागे झाले. ताजे झाले. त्याने मनातून उपटून टाकलेल्या वासना जाग्या झाल्या. मनाची मरगळ संपली. तो वाट पाहू लागला—केव्हा आणि कसा वार करू?

* * *

शिवाजी पार्कला बस थांबताच ती मुलगी खाली उतरली आणि समुद्राच्या रोखाने चालू लागली. हेमंतही पाठोपाठ उतरला होता. तोही चालू लागला. आपल्या पाठीवर कोण आहे याची पुरेपूर जाणीव त्या मुलीला होती आणि म्हणूनच मागे न वळता अगदी सुसाटपणे पार्कमधून पुढे-पुढे चालली होती.

दहा-वीस पावलांतच अंतर हरपले आणि एका दमदार हाताची पकड तिच्या खांद्यावर बसली.

आश्चर्याचा मोठा आव आणून संतापाने ती म्हणाली,

"यू ब्रूट! हाऊ कॅन् यू डेअर? यू शेमलेस क्रीचर!"

हेमंत हसला.

"सावकाश! गर्दी जमवू नका. सावकाश चालू द्या तुमचं बोलणं. लोक जमायला लागले, म्हणजे बरं नाही."

"व्हॉट डु यू मीन?"

"आय मीन—लेट अस टॉक विथ इच अदर, ॲन्ड ओन्ली विथ इच अदर. गर्दी नको."

"मला तुमच्याशी बोलण्याचं कारण काय?"

"मला आहे."

"आय डोन्ट केअर."

"आय डू."

"आय ॲम गोईंग."

"नो."

"विचित्र दिसता तुम्ही! एखाद्या अनोळखी मुलीला दमदाटी देता?"

"विनंती करतो."

"मला मान्य नाही."

"तर मग आज्ञा करतो."

"तीही मला मान्य नाही."

"बघू या." तिच्या डाव्या बाहुगोलावर आपली पक्कड घट्ट करत तो म्हणाला.

"हे काय चालवलंय काय तुम्ही? वाह्यातपणा... संध्याकाळच्या अंधारात माझ्या अंगावर हात टाकता—"

"हो."

"तुम्हाला हवंय तरी काय?"

"तुम्ही."

"काय? शरम नाही वाटतं? मी काय तसले धंदे करणारी बाई वाटले की काय?"

"तसले म्हणजे कसले?"

"मी काही हलकट बाई नाही—पैशासाठी विकून घेणाऱ्या घाणेरड्या हलकट बायकांसारखी."

"नुसतेच पैसे घेणाऱ्या बायका कशा असतात?"

"म्हणजे?"

"एखाद्याचे फुकटचे पैसे लाटणाऱ्या बायका तुमच्या मते कशा असतात?"

"मला समजला नाही तुमचा प्रश्न?"

"दुसऱ्या पुरुषाचे पैसे घेऊन काहीच मोबदला न देणाऱ्या चंट बायका कमी हलकट असतात की काय?"

"असतील किंवा नसतील—"

"त्याचंच उत्तर हवंय मला. ते मिळालं की—तुम्ही तुमच्या रस्त्याने, मी माझ्या रस्त्यानं जाणार आहोत."

"मी देणार नाही."

"तुम्हाला द्यावं लागेल."

"मुळीच देणार नाही. मला असल्या मूर्ख प्रश्नाला उत्तर देण्याची गरजच नाही."

"ठीक आहे— तर मग तुम्हाला पोलीस चौकीवर यावं लागेल."

"पोलीस चौकीवर?"

"चोराला शिक्षा करण्याचा अधिकार सरकारचा आहे. तेव्हा पोलीस चौकीवरच आलं पाहिजे."

"पण चोर आहे कोण इथे?"

"स्वतःच्या मनाला विचारा."

एक क्षणभर ती स्तब्ध झाली. तिच्या चेहऱ्यावर थोडी काळजी, विचार पसरलेला त्या अर्धप्रकाशात दिसला. आवाज मंदावून ती म्हणाली, "मी खरोखरच तसली मुलगी नाही. माझ्याबद्दल तुमचा गैरसमज झालेला दिसतोय..."

"मुळीच नाही. उलट, तुमच्याबद्दलचा माझा गैरसमज तुमच्या कृतीमुळे दूर झाला. थँक्स! मी आपला उगाच तुम्हाला चांगली मुलगी समजून सोडून देणार होतो."

"नाही—खरंच मी चांगल्या खानदानी घरातली मुलगी आहे."

"अच्छा! तर मग फारच चांगली गोष्ट झाली. मीसुद्धा फार चांगला तरुण आहे, खचित आवडेन तुम्हाला."

"असे काय करता हो? मला उशीर झाला आहे अगोदरच; अंधार

झालाय. मला जाऊ द्या.''

"अंधाराची तुम्हाला भीती वाटते?''

"नाही. पण घरी जायला नको का?''

"कुठे राहता तुम्ही.''

"तुम्हाला काय करायचंय?''

"कुठं राहता तुम्ही?''

"माहीमला.''

"नाही खारला राहता तुम्ही.''

"तुम्हाला काय ठाऊक?''

"राहता की नाही?''

"राहते. तुम्हाला कसे कळले?''

"बायकांना नाही कळायचे. ते अंतर्ज्ञान आहे म्हणा ना! पण काय हो, खारचं तिकीट काढून शिवाजी पार्कला का उतरलात?''

"म्हणजे?''

"आठवा एखादी सबब.''

"नाही... इथे मला एका मैत्रिणीला भेटायचे होते—''

"अस्सं, अस्सं! म्हणजे तुम्हाला घरी परतायची घाई नाही तर?''

"नाही, तसं नाही.''

"किती वेड्या आहात! अहो, खोटं बोलायचं एवढं सोपं नाही.''

"काय झाले?''

"माझ्या खिशातली शंभराची नोट सफाईनं उडवल्यानंतर तुम्हाला बसमधून खारपर्यंत जाणं धोक्याचं वाटलं, म्हणून तुम्ही शिवाजी पार्कला उतरलात. होय ना?''

"कसली नोट?''

"हे पाहा—तुम्ही शहाण्या असाल, बनेल असाल; पण हे अडाणीपणाचं सोंग आणू नका. माझ्या खिशातली नोट तुमच्याजवळ आहे. काढून दाखवू?''

"दाखवा की, माझ्याजवळ नाहीच तर दाखवाल कुठून? ही घ्या पर्स.''

"दाखवू?''

"हो—हो, जरूर. नाही तर माझा विनयभंग केल्याची मीच तक्रार करीन पोलिसांत.''

"विनयभंग राहू द्या हो—नोट काढू म्हणता? पाहा हं—''

“उगीच दम काय देता -- दाखवाच!”

तो तिच्याकडे पाहत राहिला. ती अगदी त्याच्या निकट उभी होती. संभाषण अगदी हळूहळूच चालले होते. ते कोणी ऐकू नये, याविषयी दोघंही दक्षता घेत होते आणि वर्दळही फारशी नव्हती. जिमखान्याच्या टेनिस कोर्टाच्या आड हा सारा मामला घडत होता आणि त्यामुळे प्रकाश अडला होता. केवळ निकटपणामुळेच एकमेकाला पाहणे शक्य होते. तिच्या खांद्यावरची पकड एका हाताने घट्ट करीत तो म्हणाला, “या दोन उंचवट्यांच्या मधे हा तिसरा उंचवटा कसला आहे, सांगाल?”

“काही का असेनो—”

“तुम्ही म्हणालात काढून दाखवा, हात घालून काढून दाखवू काय... बोला, तुम्ही बाहेर काढता की मी काढू?”

“काऽय!” ती तर हतबुद्धच झाली. तिचे सर्व अवसान गळाले. वर्मावरच घाव पडावा, अशी तिची स्थिती झाली आणि त्याचा हात खांद्यावरून काढण्याच्या मिशाने तिने तो हाती घेतला आणि ती म्हणाली, “माफ करा, क्षमा करा... मी घेतला तो फो... नाही... ती नोट मला हवी आहे. अगदी गरजू आहे मी—आई आजारी आहे. पैसे मिळाले नाहीत म्हणून हतबुद्ध होऊन अगदी वेडेपणाने वागले मी...या पारदर्शक बुशशर्टमधून ती नोट खुपायला लागली माझ्या डोळ्यांना... मोह सुटेना...मी घेतली. क्षमा करा—आपली बहीण समजा मला आणि मजजवळ राहू देत ते पैसे. केव्हा तरी परत करीन मी... चालेल ना?”

“तुमचं नाव काय?”

“चकोरी.”

“छान नाव आहे.”

“आवडले ना?”

“फारच! आणि तूसुद्धा.”

“राहू देत ना ते पैसे माझ्याजवळ?”

“मला किनई फारच बहिणी आहेत. नवीन एखादी बहीण मिळवायची इच्छा नाही मला.”

“बहीण म्हणून नाही.— कोणत्या का नात्याने होईना, पण पैसे देणार ना मला?”

“फुकट?”

“म्हणजे?”

"उगीचच शंभर रुपये असे वाऱ्यावर उधळायला मी कोणी नबाब नाही.''

"पण मला पैसे हवे आहेत हो आज—''

"आणि मलासुद्धा तू हवी आहेस... आता–या क्षणी! कधी वाटली नाही एवढ्या तीव्रतेनं. कुणासाठी असे पैसे खर्च करण्याची मला सवयच नाही, पण तुला पैसे हवे आहेत आणि मला तू हवी आहेस; तेव्हा नाही म्हणून कसे चालेल? चल चकोरी, पैसे दिले तुला.''

"नाही, नाही—मी तसली मुलगी नाही हो!''

"मीसुद्धा तसला मुलगा नाही गं!''

"कृपा करा—''

"तीच करणार आहे— थोडीथोडकी नाही, शंभर रुपयांची!''

"नकोते—अशा तऱ्हेने मला पैसे नकोत.''

"पण कशाही तऱ्हेने तू मला हवी आहेस. माझ्या वासना आणखी चेतवू नकोस; नाही तर स्थळकाळाचेही बंधन मी पाळणार नाही. मला हवी होती एक सुंदर मैत्रीण. ती मिळत नाही, म्हणून मी नाखूश होतो. पण 'पुरुषस्य भाग्यम स्त्रियश्चरित्रम्'... शंभर रुपयांची ती काय गोष्ट! मिळतील उद्या-परवा. पण ही सायंकाळ पुन्हा येणार नाही.''

"नको हो—खरंच मी त्यातली नाही.''

"मग आजच दीक्षा देतो तुला—चल.'' हाताचा रेटा देऊन त्याने तिला चालती केली.

तिचा प्रतिकार चालू होता. लोकांची वर्दळ जवळ येईल असे वाटताच तो तिच्या कानात म्हणाला, "पोलीस चौकीवर जायचं का माझ्याबरोबर यायचं ते तूच ठरव.''

"असं काय करता?''

"वेडी!''

त्याने टॅक्सीला खूण केली व बोलता-बोलता दोघे टॅक्सीत चढली.

टॅक्सीवाल्याला पत्ता मिळाला आणि टॅक्सीला गती मिळाली.

हेमंत तिच्याकडे बघत नसल्याचे सोंग करीत होता पण त्याचे तिच्याकडे लक्ष होते. तिने ब्लाऊजमध्ये हात घालून नोट काढण्याचा यत्न करताच त्याने तिचा हात घट्ट धरला आणि हलक्या आवाजात तिच्या कानात तो म्हणाला, "इथे नको, मीच काढीन ती गुंतलेली नोट बाजूबंद सोडेन तेव्हा—राहू दे.''

तिच्या चेहऱ्यावरची नाखुशी त्याला दिसली. सापळ्यातून ती सुटण्याचा

यत्न करीत होती—निदान तसे दाखवीत होती.

"हे पाहा, चोरीचा माल तुझ्याजवळ आहे, तो तसाच राहू दे. नोटेचा नंबर मजजवळ आहे. ती नोट जिथून मला मिळाली, तिथंही तो नंबर आहे. ही नोट तुझ्याकडे कशी आली आणि अशी भलत्याच ठिकाणी कशी गेली, हे कसं सांगणार तू?"

ती काही बोलली नाही. तिने त्वेषाने ओठ आवळले. तिचा तो आविर्भाव पाहून हेमंत मनात खूष झाला. तिला काही आगळेच स्वरूप प्राप्त झाले होते. नुसत्या नजरेत मागणी दिसल्यावर आडव्या होणाऱ्या थंड स्त्रियांत कसली गंमत? स्त्रिया-स्त्रियांत फरक असायचाच. लज्जा असावी, पण काचोळी सुटेपर्यंत. विरोध असावा तो तोंडे बंद होईपर्यंत. 'नको-नको, चा पुकारा हवा, पण केव्हा तरी 'पुरे-पुरे, असेही तोंडून उमटणार असेल तर. शालीनता हवी, लज्जा हवी, विनय हवा, सात्त्विकता हवी ती दिवसाढवळ्या वडीलधाऱ्या माणसांदेखत, चव्हाट्यावर. रात्रीचा एकांत आहे, चांदणे खिडकीतून चोरून डोकावते आहे... हवेत थंडाई आहे ऊब हवी आहे, आपला प्रियतम जवळ आहे. अशा वेळेस त्याला वाटेल ते करू द्यावे आणि त्यातच सुख मानावे, यात अर्थ आहे, विरोध हवा—नको हवे. वासना चेतवण्यासाठी सारे काही हवे. पण सतत बर्फाच्या थंड तुकड्याप्रमाणे किंवा काष्ठपुतळीप्रमाणे निर्विकार राहाणाऱ्या स्त्रियांत काही अर्थ नाही. मग केवळ नाइलाजाने देहधर्म म्हणूनच त्या दगडी पुतळीला मिठी घालायची.

कधीच साद मिळणार नसेल, तर अनंगाला जागेच कशाला करायचे? जो दोघांचा खेळ, तो एकानेच कसा खेळायचा? जिथे हात मिळणार नाही, तिथे हात पुढे कशाला करायचा? जिथे दाद मिळणार नाही, तिथे सूर कशाला छेडायचा? जिथे वाहवा मिळणार नाही, तिथे सम कशाला गाठायची? आपल्या सवंगड्याबरोबरच्या एकांतात ज्या स्त्रीला सम साधता येत असेल तिचा संसार दारिद्र्याचा असेल, पण सुखाचा असणार आणि ती दीर्घकाळ टिकवल्यावाचून राहणार नाही.

हेमंत मनातून खूश झाला तिच्या ढंगाने, वागण्याने, रोषाने अन् अशाही परिस्थितीत मात करावयाच्या तिच्या ईर्षेने.

रात्रीचे अकरा वाजले होते आणि हेमंत आपल्या घरी परतला होता—तृप्त मनाने, उत्तेजित शरीराने, प्रसन्न हृदयाने. दु:ख असलेच; तर आयुष्यात

कधी नव्हे ती जबरदस्ती झाली, जोर झाला, म्हणून. अर्थात तसा अभिनय तरी होता. कुणास ठाऊक; बाहेर नापसंती असली, तरी आत खुशी होती की नाही ते. एकदा खेळाला आरंभ झाल्यावर मग विरोध मावळत चालला. पुढाकार नव्हता, तरी स्वीकार होता.

अबोला होता, धुसफुस होती, चळवळ होती, डिवचलेल्या नागिणीची, पण मांत्रिकाच्या बळकट मनगटाला नमणारी, पुंगी वाजली जाताच डुलणारी. वाटला तसा माल सामान्य नव्हता. यत्न करावा असाच होता. नागिणीचा डंखसुद्धा आनंददायी वाटावा, अशीच होती ही नागीण. दहाचा आकडाच काय शंभराचा आकडा तिच्यावर खुशीने फेकावा, अशीच इच्छा होती.

स्त्रीच्या उपभोगानंतर आपली अवनती झाली, आत्म्याचा नाश झाला— असेच समजणारे जास्त. सुखे भोगायची आणि त्यांचा तिरस्कार करायचा. पण यात आत्म्याचा नाश कसा काय होतो, हे मात्र हेमंतला कळत नसे. कोणताही खेळ खेळताना त्यात तो रंगून जाई, वीरश्रीने, जिंकलेच पाहिजे या ईर्षेने खेळे. तसा कामिनीच्या सहवासाचा उपभोग रमत-रमत, चाळवत, खेळवत, रंगत वाढवत, सहचारिणीला फुलवत, गप्पागोष्टी करत तो मिळवे. जे मिळवण्यासाठी धडपडायचे, ते मिळाल्यावर त्यात रंगले पाहिजे. प्रेम कुणावरही असो, कितीही क्षण टिकणारे असो; त्यात सर्वस्व ओतले पाहिजे, ब्रह्मानंदी टाळी लागली पाहिजे. तरच ते सुख देते. अपराध्यासारखे, चोरटेपणाने, घाईगर्दीने, सवय म्हणून हे सुख मिळवण्यासारखे पाप कोणतेच नाही.

घरी येऊन अंथरुणावर पडल्या-पडल्या तो तिला आठवीत होता. तिला पुन्हा पाहावीशी वाटली, म्हणून त्याने पँटच्या खिशात हात घालून जयंतीचे पत्र नि पत्रासोबत असलेला फोटो काढायचा यत्न केला. दोन्ही खिशांत तो गवसेना; तेव्हा त्याच्या ध्यानात आले की, ते पत्र नि फोटो संध्याकाळच्या मस्तीत गहाळ झाला असणार. पत्र महत्त्वाचे नव्हते आणि फोटो तर नव्हताच नव्हता—पण तो फोटो नाहीसा व्हावा तशी चकोरीची आठवण नाहीशी झाली नाही. तिच्या गुलाबी, कोवळ्या, गिर्रेबाज उरोजांचा स्पर्श बोटांना, अद्यापि जाणवत होता... तिच्या उभट, फुगीर गालांचा स्पर्श ओठांना आणि दातांना जाणवत होता... आणि भरगच्च देहाचा स्पर्श साऱ्या अंगोपांगाला जाणवत होता. अशा वेळी चकोरीला विसरणे शक्य कसे होते?

* * *

चकोरी आपल्या अंथरुणात तळमळत पडली होती. तिच्या डोळ्यांत

अश्रू नव्हते; झाल्या कृत्याचा अर्थ काय लावायचा, इतकाच काय तो विचार चालला होता. आज संध्याकाळी सहा वाजता आपण बसमध्ये चढलो आणि रात्री ११ वाजता परत अंथरुणावर येऊन पडलो. या एवढ्या अवधीत काय काय घडले! चांगले की वाईट?

पलीकडच्या खोलीत तिची बहीण चंचला झोपली होती आणि वरच्या मजल्यावर आई झोपली होती. ज्या अर्थी दारात हिरवी फ्रेझर अजून उभी होती, त्या अर्थी अजून राया महिपतराय वरच होते. चकोरीला आपल्या जन्माबद्दल, जन्मदात्या रायाबद्दल, आईबद्दल तिरस्कार होता, राग होता. एवढे असूनही ती हे घर सोडू शकत नव्हती. दहावीत असताना शाळा सुटली. अभ्यासात चांगली गती असूनही शाळेतल्या मुलांच्या चावटपणाला कंटाळून तिला शाळा सोडावी लागली. घर सोडायचे आणि काय करायचे?

तिची आई केसर ही एके काळची एक नामांकित गायिका होती. तिच्या ऐन उमेदीतल्या बैठकी ऐकलेले त्या जुन्या आठवणी आवर्जून काढत. ठुमरी ऐकावी तर ती केशर मंगेशकरची! आणि तिच्यात शृंगाराचा जो एक बाज होता, त्याने तर लोक वेडे होऊन जात. महिपतराय जोशी व्यापारात नुकता कुठे स्थिर होत होता. त्याने तिला ठेवली होती, असे म्हणण्यात फारसा अर्थ नव्हता. कारण तिची तिच्या व्यवसायातली कीर्ती आणि पैसा यांची तो बरोबरी करू शकत नव्हता. तरी पण मनाने रसिक, वृत्तीने सरळ आणि त्याहीपेक्षा एक उदयोन्मुख महत्त्वाकांक्षी तरुण—या दृष्टीने केसरने त्याला जवळ येऊ दिले. अनेक मातब्बर श्रीमंतांना दूर सारून. हळूहळू रायाचे वैभव जसजसे वाढत गेले तसतसे हक्काने आणि सर्वस्वाने केसर त्याला चिकटून राहिली, आणि तिचे जुने वैभव, मोठेपण हे ध्यानी घेऊन रायाने तिला ठेवलेल्या बाईप्रमाणे न मानता बायकोप्रमाणेच– शांतीप्रमाणेच सन्मानाने वागवले आणि तिनेही त्याला सतत साथ दिली होती. खेतवाडीच्या घाणेरड्या वातावरणातून महिपतने केसरला आपल्या खारच्या बंगल्यात नेऊन ठेवल्यापासून केसर ही ठेवलेली बाई, आहे हे सांगावेच लागले असते.

केसरला दोन मुली होत्या—चंचला आणि चकोरी. चंचला वयात येताच एका चित्रपटव्यवसायातल्या नवोदित दिग्दर्शकाच्या हाती लागली आणि दुय्यम—तिय्यम दर्जाची कामे करू लागली. थोड्याच दिवसांत चकोरीच्या लक्षात आले की, नटी झाली म्हणून चंचलेचा धंदा आपल्या आईहून फारसा निराळा नाही. इतकेच की, अगदीच वाटेवरच्या वाटसरूऐवजी काही निवडक माणसांचा लोभ

तिथे संपादावा लागे.

सिनेमाच्या धंद्यात एव्हाना चकोरी कुठे तरी उच्च पदाला गेली असती. आईचा पूर्वलौकिक, बहिणीच्या ओळखी, स्वत:चे रूप व शरीरसौष्ठव आणि महिपतरायांचे व्यापारी मोठेपण यांच्या जोरावर आज तिला अगदी वरच्या स्थानी जाता आले असते. चंचलेपेक्षा ती देखणी होती. सुशिक्षित होती. पण जे चंचलेला ठाऊक होते; ते चकोरीला कळले नाही, हेच खरे. यश ही देवाण-घेवाण असते. कुणी पैसा, कुणी परिश्रम, कुणी प्रतिभा, कुणी असामान्य कला यांच्या जोरावर यश आणि पैसा पावतात. ज्यांच्या ठायी केवळ देहसौंदर्य - तारुण्य याच्याशिवाय काही नाही, त्यांनी काय विकावे? अर्थप्राप्तीसाठी देह, सौंदर्य व तारुण्यच विकावे लागते त्यांना. त्यात लाजण्याजोगे काही नाही. बोलून-चालून हा सौदा आहे.

चकोरीला हे कधी कळले नसते, आणि कळून घ्यायची तिची इच्छाही नव्हती.

* * *

कळायला लागल्याबरोबर चकोरीने शिक्षणाचा हट्ट केला. पण पुढे शाळेतली चटोर मुले तिच्या नाना चेष्टा करू लागली, तेव्हा तिने शाळा सोडली. शाळा सोडल्यावर तिने चित्रकलेचा छंद घेतला. घरी कुणी अडवणारे नाही. मग चित्रकलेच्या छंदाला रंग भरू लागला. हाताला वळण लागू लागले. चार जाणत्या लोकांत बरी वाईट चित्रे काढणारी मुलगी म्हणून तिचे नाव घेतले जाऊ लागले. नावीन्याचा हव्यास असणाऱ्यांनी तिच्यातली प्रतिभा ओळखली. पण या वेड्या किशोरीला हे कळले नाही की, ही सर्व प्रशंसा केवळ तिच्या कला-गुणाचीच नव्हती. ती सुंदर स्त्री होती, हे लोकांच्या नजरेसमोर होते. ती महिपतरायासारख्या माणसाची अवलाद होती, हे तिचे नावच सांगत होते. मग तिच्या कलेचे कौतुक लोकांनी का न करावे? तिचे जन्मरहस्य माहीत असणारे थोडे आणि ज्यांना माहीत, त्यांनी खासगीत म्हणून सांगितले तर पटू नये अशी तिची, तिच्या आईची, घरची वागणूक.

आपल्या आयुष्याचे काय करायचे, हे तिचे ठरू शकत नव्हते. पुरुषजातीवर मनस्वी रोष. नाच, गाणे यांविषयी तीव्र चीड. एवढेच काय ते ढोबळ दिसणारे तिचे स्वरूप.

पण तिचे अंतर्याम मात्र पहाडावरून दिसणाऱ्या क्षितिजासारखे विस्तीर्ण होते. आपला जन्म अकुलीन आहे म्हणून आपण आपल्या शीलाला जास्तच

जपले पाहिजे; जे पुरुष आपल्या देहाची किंमत रुपये आणि पैशात करू पाहतात, त्या पुरुषांना आपण सदैव ठोकरले पाहिजे आणि त्यासाठी वाटेल ते करायला तयार असले पाहिजे, असे तिने ठाम ठरविले. बारा-चौदा वर्षांची असताना एकदा अहमद ड्रायव्हरने तिचा मुका घेतला. निर्हेतुकतेने की विकृतीने, कुणास ठाऊक! तिने त्याचा ओठ असा चावून काढला की, पुन्हा त्याने कुठल्याही ओठांशी लगट करू नये! रघुवीर साळगावकर या सुप्रसिद्ध चित्रकार गुरुजींनी शाबासकी देण्याच्या निमित्ताने तिच्या पाठीवरून हात फिरवला आणि तशीच तिला मिठीत ओढली. मास्तरांच्या गालावर चिरकाल टिकणारे चित्र तिने क्षणार्धात काढले; असे चित्र सारी हयात घालवून तिच्या गुरुजींना काढता आले नसते.

पण पुरुषाबद्दलची ही घृणा सदैव टिकली नव्हती. ती तरुण होती. वय वाढले होते आणि आणखी वाढू पाहत होते. मूळचे अंगपिंड मोठे होते आणि सुखासीनतेमुळे ते चांगले भरगच्च झाले होते. देहाच्या नाना गरजा उद्भवू लागल्या होत्या. रक्त तापत चालले होते आणि ते वाट पाहत होते.

पुरुषांविषयी तीव्र चीड असणाऱ्या तिला हे कळून चुकले की, आपले रक्त पुरुषांची चीड करून निवणारे नाही. आपले लग्न व्हावे, अशी कोणालाच हौस नाही. उलट; आपण नाच, गाणे शिकावे, गायिका म्हणून नाव काढावे, अशीच आईची आणि रायांचीसुद्धा इच्छा दिसली. लग्नाचे कोणी नावच काढत नव्हते. लग्नाशिवाय राहायचे आणि ते ही या घरात म्हणजे, तर फारच धोक्याचे.

—आणि अशा या मन:स्थितीत तिची अविनाश मुजुमदारशी ओळख झाली. थोड्या-फार निरीक्षणानंतर, त्यांच्या परिचयानंतर व तिच्या चित्रकलेबद्दलचा त्याचा आदर समजल्यानंतर तिने त्याच्याशी संघटन वाढू दिले. प्रेमाचे दहिवर पडू लागले. ऊब हवी वाटू लागली. आपल्या मनासारखे सारे काही घडते आहे याचा आनंद तिच्या मनात मावेनासा झाला. कुल-शीलवान चांगल्या उच्च गुजराती कुटुंबातला, धनवान आणि रसिक जोडीदार मिळाल्याच्या उन्मादात आपण ठरविलेल्या मर्यादा आटोपेनात... त्या वेळेला बरे-वाईट असे ठरविण्याइतका दोघांना वेळ नव्हता. आपखुशीने, विश्वासाने, अविनाशच्या आग्रहामुळे एके दिवशी तिने त्याला सर्वस्व देऊन टाकले. दोघेही नवरा-बायकोप्रमाणे हक्काने वागू लागली होती. वडीलमाणसांच्या औपचारिक संमतीखेरीज काही राहिले नव्हते. प्रवास थोडा उरला होता. काटेसुद्धा आता सुखाचे वाटत होते. मधात पोहावे, दुधाने न्हावे, असे काही तरी गुलगुलीत-मधुर घडत होते.

एके दिवशी भल्या पहाटे शोधत-शोधत अविनाश खारच्या बंगल्यावर आला. सारे घर झोपेत होते. अविनाश आला आहे, असे कळताच आनंदून आश्चर्यचकित होऊन चकोरी बाहेर आली.

"अरे वा! आश्चर्य आहे!''

"का?''

"का, तू लपवलंस म्हणून काय सापडायचं राहील?''

"मी कशाला लपवू? अरे वा रे वा! माझं घर इथंच आहे!''

"पण मला कधी आणलं नाहीस?''

"मला यायचं आहे असं तू म्हटल्याशिवाय तुझं घर तरी कुठं दाखवलं आहेस तू मला?''

"तुला माहीत आहे—मी होस्टेलमध्ये राहतो.''

"मागणी घालायला येशील, तेव्हाच तुला आणायचं ठरवलं होतं.''

"म्हणजे कधीच आणायचं नाही, असंच ठरवलं होतं म्हणेनास!''

"ते का? तुझी परीक्षा झाली, तू वडिलांची परवानगी मिळवलीस की मग मी तुला आणणारच होते. उगीच चेष्टेचा विषय कशाला होऊ?''

"तू कशी होशील; मी मात्र झालो आहे!''

"अशी आज निराळीच चाल का लावली आहेस? असं अगदी खटकेबाज बोलतो आहेस ते.''

तरीही अविनाश बोलेना तेव्हा मात्र चकोरी बेचैन झाली.

"अवीं, इतक्या सकाळी उठून तू जो आलास—घर हुडकत—ते असं नाटकातल्या संवादासारखं असंबद्ध बोलायला की काय?''

"नाही. मला कसं सांगावं, ते कळत नाही.''

"काय? कशाबद्दल? काही वाईट बातमी तर नाही सुरतेहून?''

"नाही.''

"काय ते सांग ना, असं आडवळणानं बोलू नकोस.''

"चकोरी, तू मला फार आवडतेस. तुझ्याशी लग्न करणार याचा मला अभिमान होता. तू अशी खोटेपणानं का वागलीस?''

"मी-मी—मी खोटेपणानं वागले? काय म्हणतोस काय? काय खोटेपणानं वागले?''

"सारंच - सारंच. सारा माझा तुझा स्नेहच खोटेपणाचा— एखाद्या कुलवती चांगल्या घराण्यात जन्म घेतल्याचा तुझा अभिनय हासुद्धा खोटा... तुझा गुजराती

वेष नेसणं, भाषा—सारं खोटं. तू माझ्या जातीची नव्हतीस, पण कुठल्या तरी जातीची का नव्हतीस? जात नसलेली कडू अवलाद तू—तू गोवेकरीण—एका रंडीची मुलगी! गरीब असतीस तरी चाललं असतं, परजातीची असतीस तरी चाललं असतं; पण रंडीची मुलगी– खरंच! माझ्यावर काय प्रसंग आणलास!''

क्षणभर कोणीही बोललं नाही.

''तुझ्यावर कसला प्रसंग आलाय; प्रसंग माझ्यावर आलाय! लग्नाच्या आणा-शपथा झाल्या, म्हणून मी तुला सर्वस्व दिलं. तेव्हा मी कोण, कुठची याची तुला आठवण झाली नाही. तेव्हा माझा सुंदर देह-तारुण्य—गंमत तुला हवी झाली... रंडीची मुलगी का गरतीची मुलगी, हा विचार तेव्हा मनात आला नाही तुझ्या; आणि आता बोहल्यावर पोहोचल्यावर माझी जातकुळी काय ती पाहायची आठवण झाली तुला? तू प्रेम केलंस ते माझ्यावर, माझ्या आईवर नाही, माझ्या या साडेपाच फूट उंचीच्या जिवंत मुलीवर. मी रंडी नाही ना—मी शीलवान आहे ना—मी तुझ्या लायकीला शोभेशी आहे ना; मग मी एकाएकी तुला नकोशी कशी झाले?''

पुढच्या संभाषणात तसा अर्थ नव्हता. त्यातून केवळ कटुताच वाढत गेली. अशी भलतीच परिस्थिती असेल, असा अदमास नसल्यामुळे अविनाशला जात -कूळ शोधण्याची गरज वाटली नव्हती आणि या जगात प्रेमाच्या, त्यागाच्या वाङ्मयीन प्रमेयामुळे आपली जातकुळी कळली तरी देखील अविनाश हा सुखाचा आरसा फोडून टाकील, हे तिला कळले नाही—होती फसवणूकच–दोघांची.

* * *

पण यामुळे चकोरीचे आयुष्य उद्ध्वस्त झाले. तिला आधाराला जागा उरली नाही. कुणाचा स्नेह नाही, कुणाची माया नाही; अशा परिस्थितीत हे पाखरू नुसतेच भिरभिरू लागले.

रागाच्या सपाट्यात ती रायांना टाकून बोलली. एक शब्द उलटा ऐकून घ्यायची सवय नसलेल्या महिपतरायांनी शांतपणे सारे ऐकून घेतले. तिच्या पाठीवर हात फिरवीत ते म्हणाले, ''चकोरी, जगानं काही म्हटलं तरी तू माझीच मुलगी आहेस—मृदुलेसारखीच, चंद्रकांतसारखीच. उलट, तुझ्या परिस्थितीमुळं तर तू मला जास्तच प्यारी आहेस. पण झाल्या गोष्टीचा खेद मानून स्वतःवर, माझ्यावर आणि तुझ्या आईवर राग काढू नकोस. या परिस्थितीला कोणी जबाबदार नाही. तुला हवे ते खानदान जन्मानं नाही, तरी मी माझ्या या संपत्तीनं मिळवून

देईन. थोडं थांब. मृदुलेचं लग्न होऊ दे, चंद्रकांतची सगाई होऊ दे. तू माझी मुलगीच आहेस आणि राहणार आहेस. सारी जिंदगी एका बाजूला आणि तू एका बाजूला—असा सवाल आला तर मी—मी तुझ्याकडं असेन, एवढंच लक्षात ठेव.''

रायांचे अंत:करण तिला आयुष्यात प्रथमच कळले. त्यांच्याबद्दल सर्व राग मावळला. त्यांनी आपल्या आईला केवढ्या निष्ठेने साथ दिली, ते आठवले आणि रायांच्या गळ्यात गळा घालून ती आयुष्यात प्रथमच रडली.

रायांना चकोरीचे दु:ख समजले होते, कारण त्यांनी सारे जग पाहिले होते. दुसऱ्याच्या दु:खाचे स्वरूप कळायला बऱ्या-वाईट सर्व अवस्थांतून जावे लागते. पण मृदुला आणि चंद्रकांत यांनी मात्र चकोरीची सतत अवहेलनाच केली. रायांसमोर आणि म्हणून शांतीसमोर चकोरीला बहिणीप्रमाणे वागवावे लागे; पण आपल्या मित्र-मैत्रिणींत मात्र चकोरीला शक्यतो दोघेही येऊ देत नसत.

दुपारी चित्रशाळेतून रायांना भेटावे म्हणून फोर्टात त्यांच्या ऑफिसमध्ये चकोरी गेली. तब्येत बरी नाही, म्हणून ते लवकर घरी गेल्याचे कळले. म्हणून ती मृदुलेच्या घरी मरिन लाइन्सला गेली. शांतिबेनने हसून स्वागत केले. राया अजून घरी आले नसल्याचे सांगितले. राया आता खारला असणार, यात शंका नव्हती. रायांच्या स्टडीतून काही पुस्तके न्यावीत, असे ठरवून ती स्टडीत गेली.

* * *

स्टडीतल्या कंगोरेदार टेबलावर रायांनी खरीदलेल्या नव्या गुजराती-इंग्रजी पुस्तकांची चवड पडली होती. रायांचा तो आपला शौक होता. त्या पुस्तकांतले एखादेच पुस्तक ते वाचीत असत. पुस्तके घ्यायची ती केवळ वाचण्यासाठीच नव्हेत, तर आपल्या श्रीमंतीचा थोडासा ओघ वाङ्मयाकडे वळवावा म्हणून. बरीच पुस्तके साचली की ते ती एखाद्या शाळेला किंवा कॉलेजला बक्षीस देऊन टाकीत.

पुस्तकांच्या त्या चवडीवरचे पहिलेच पुस्तक 'दि वर्ल्ड ऑफ सूझी वाँग' होते. या पुस्तकाची तिच्याजवळ कोणी तरी प्रशंसा केली होती. एका धंदेवाईक गणिकेच्या निर्मळ आणि पवित्र प्रेमाची ती गोष्ट होती. तिने सहज उघडून पाहिले तो, पुस्तक वाचून त्यावर कोणी तरी खुणा केल्या होत्या. रायांनीच वाचले असावे. आणखी काय काय खुणा केल्या आहेत?

पाने चाळता-चाळता त्यातून एक लिफाफा बाहेर पडला. कुतूहलाने तिने तो उघडला व ती वाचू लागली-

महिपतराय जोशी,
शांती सदन, मरिन लाईन्स, मुंबई यांसी
जयंतीलाल त्रिवेदी यांच्याकडून

जयंती नगर, डिकीमारू
न्यासालँड, ब्रि. इ. आफ्रिका.

जय गोपाळ!

तुमचे पत्र तुमचे मावसभाऊ जसवंतलाल मेहता, मु. कंपाला यांच्याकडून मिळाले. तुमच्या मुलीचा फोटोही मिळाला. यंदा लग्न करण्याचा माझा विचार असून वडीलधारे असे कोणी महत्त्वाचे माझ्या नात्यात नाही. सबब, मीच पत्र लिहीत आहे.

माझी सर्व माहिती तुमच्या-आमच्या व्यापारी संबंधामुळे आहेच. तरी पण आपले बंधू श्री. जसवंतलाल मेहता त्याबाबतीत सर्व माहिती कळविणार आहेत. तुमच्या मुलीला आवश्यक ती माहिती द्यावी व माझा फोटो दाखवावा.

हे सर्व केल्यानंतर जर माझे स्थळ तुम्हाला व तुमच्या मुलीला पसंत असेल, तरच माझी पसंती तुम्हाला कळविण्याची मी तसदी घेईन. कारण माझी पसंती माझ्यावर अवलंबून नसून माझे एक निकटचे, बंधुतुल्य स्नेही याबाबत सर्वस्वी निर्णय घेतील. त्यांचे नाव व पत्ता खाली देत आहे. त्यांचे व माझे प्रेम किती निकटचे आहे, हे मला तुम्हाला पत्रातून कळवता येणार नाही. त्यांच्या गरिबी-श्रीमंतीकडे बघून त्यांच्याबद्दल मत करून घेऊ नये.

माझे सदरहू स्नेही यांनी आपली मुलगी नाकारली, तर प्रश्नच नाही. पण जर त्यांना आपली मुलगी पसंत पडली, तर मात्र माझीही पसंती आपण गृहीत धरून पुढील तयारीस लागावे. मी पुढील महिन्यात हिंदुस्थानात येत आहे. पंधरा दिवसच माझा मुक्काम तेथे असेल. माझे स्नेही श्री. हेमंत मराठे बाकीची सर्व व्यवस्था करतील. कारण लग्न उरकून तेवढ्या मुदतीत मला परतावे लागेल. लग्नाचा समारंभ केवळ आपल्या नातेवाइकांपुरता मर्यादित, एक-दोन दिवसांत आटोपणारा असावा.

श्री. हेमंत मराठे तुमच्याकडे येणार नाहीत. तुम्ही त्यांच्याकडे जावे. त्यांना सन्मानाने वागवावे. ते माझ्या ठिकाणी आहेत, यात काय ते समजा.

हेमंत मराठे
८, नप्पू रोड, मुंबई - १४

आपला,
जयंतीलाल त्रिवेदी

पत्र पुरेसे बोलके होते. पत्राबरोबरच जयंतीचा फोटो होता. या सुंदर, श्रीमंत तरुणाबरोबर मृदुलाचे लग्न होणार, या कल्पनेने मत्सराची एक तीव्र चमक तिच्या अंत:करणातून चमकून गेली.

ती तशीच हातात पुस्तक, पुस्तकात पत्र ठेवून - त्याकडे लक्ष देऊन उभी होती. तो मागून मृदुला म्हणाली,

''काय दीदी - काय चाललंय?''

''काही नाही.''

''ते काय वाचत होतीस वाटतं काही तरी— ''

''नाही गं, सहज चाळत होते.''

''बघू तरी.''

''काही तरीच.''

तरीसुद्धा मृदुलाने तिच्या हातून ते पुस्तक काढून घेतले.

''आता काय वेश्यांच्या जीवनाचा साग्रसंगीत अभ्यास करायचा विचार आहे की काय बाईसाहेबांचा?''

''म्हणजे काय?''

''नाही, चिनी वेश्येच्या जीवनातले सर्व बारकावे दिलेत म्हणे या पुस्तकात. वेश्याव्यवसायाचा अभ्यास करायला हे चांगलं पुस्तक आहे, नाही? बाकी तुला काय म्हणा, तूसुद्धा एखादं चांगलं पुस्तक लिहिशील.''

''शट अप!''

''का, राग आला?''

''यू ब्रूट! सारखं मला हिणवून तुला काय मिळतं मृदुला? मीही तुझ्या बापाच्या पोटचीच आहे—तुझी बहीणच आहे.''

"कोण मानतंय तुला बहीण? उकिरड्यात तुझा जन्म झाला आणि तिथंच जन्म जायचा तुझा. अविनाशनं नाही का तुला गचांडी दिली! चालायचंच, भलतीच हाव धरावी कशाला माणसानं? लग्न करायचंच नाही का तुला? त्यापेक्षा नुसतीच का नाही राहिलीस त्याच्याबरोबर? त्यानं ठेवली असती तुला."

"मृदुला, मी तुझी जेवढी गय करते आहे तेवढी तुझी जीभ बेफाट बनत चालली आहे. मी तुझा मान ठेवते तो रायांच्याकडे पाहून, शांतिबेनकडे पाहून तुझ्या-माझ्यात काय फरक आहे?"

"फार फरक आहे. हे बघ, माझी सगाई कशी वाजत-गाजत होणार आहे. नाना लोक जमतील. एखादा खानदानीचा वर माझ्यासाठी वरात घेऊन येईल. माझे आई-वडील अभिमानानं माझं देवक बसवतील. देवाब्राह्मणांसमक्ष माझं लग्न होईल." हातात पुस्तकातून निघालेले जयंतीचे ते पत्र आणि फोटो फडकवीत म्हणाली, "आणि तू—त्या रात्री गाण्याची मैफिल होईल ना नायिकिणींची—तिथं असशील. शे-पन्नास रुपयांच्या बिदागीची वाट पाहत. मी पडद्याआड असेन. तुझ्या नखऱ्यावर खूश होऊन माझ्याकडे पडद्यात पाहून माझे पतिराज तुझ्या अंगावर शंभर रुपयांची एक नोट भिरकावून देतील—तेवढीच तुझी किंमत."

किंचित नाटकीपणाने छद्मीपणाने हसत आणि ते पुस्तक, ते पत्र आणि तो फोटो चकोरीच्या अंगावर फेकीत मृदुला निघून गेली.

* * *

चकोरीला एरवी रडेच कोसळले असते, पण तिच्यातले अश्रू आटत आलेले होते. तिला जे विश्व दिसले होते, त्यात खरोखरीच तिच्यासाठी कोणते स्थान राखून ठेवले आहे, याची तिला कल्पना नव्हती. मृदुलेने तिचा जेवढा अपमान करायचा तेवढा केला होता. तरीही तिच्यातली बंडखोर वृत्ती चवताळून उठली नाही. गळून गेल्यासारखे- पराभूत झाल्यासारखे तिला वाटले.

तिला मृदुलेची कीव वाटत होती. बापाच्या संपत्तीवर आणि लग्नाच्या बायकोच्या पोटी आल्याच्या दैवी चमत्कारावर ही सामान्य रूपाची अर्धशिक्षित मुलगी आपला एवढा अपमान करू शकते? पण तिला माहीत नसेल की, प्रसंग आला तर मी स्वतंत्र जीवन जगू शकेन. हिचाच नवरा माझ्या सौंदर्यापायी माझा गुलाम होऊ शकेल. त्याची सर्व संपत्ती माझ्या पायांवर लोळण घेईल. माझ्या इच्छे-अनिच्छेवर हिने कोणते वस्त्र नेसावे, तेही ठरू शकेल. मला भोगून घरी गेल्यावर त्याच्या सुखावलेल्या, पण कष्टावलेल्या देहाची सेवा हिला करावी

लागेल. आपल्या या भयंकर कल्पनाशक्तीचे तिलाच भय वाटले. पण त्याच क्षणी तिला आपल्या जन्माचे शल्य बोचण्याऐवजी एकदम ते शस्त्र असल्यासारखे वाटू लागले. जगात काय वाटेल ते होऊ शकेल!

दैवाने आपल्यासाठी काय योजिले आहे? निदान आपण मृदुलेप्रमाणे केवळ दैवाधीन नाही. मनात आणू तसे दैवाला आपल्या-भोवती आपण फिरायला लावू.

तो फोटो—ते पत्र—ते पुस्तक जरी तिने पर्समध्ये बंद केले होते, तरी त्याचे गूढ गुंजन मनात चालले होते. जयंती - हेमंत - मृदुला - शंभर रुपये - उकिरडा - सूझी वाँग...हे सारे शब्द तिच्या डोक्यात भिरभिरत होते. क्षणभर तिला अविनाशची मूर्ती आठवली. त्याच्याशी आपले लग्न झाले असते तर...

तर मग मृदुलेला असे घालून-पाडून बोलायला जागा मिळाली असती काय?

आता हा देह जपायचा कशासाठी? कुणासाठी? मन मारायचे ते कशासाठी? आपण कसेही वागलो तरी कोण बोलणार आहे आपल्याला?

आपल्याला देवाने दिलेली शस्त्रे आपण कधी वापरलीच नाहीत, वापरणार नव्हतो. पण समजा, आपण यत्न केला तर कोणाकोणाला घायाळ करता येईल? या जयंतीला– या हेमंताला—येईल! जरूर येईल. या मार्गाने नाही, तर त्या मार्गानें!

मरिन लाइन्सच्या 'शांती सदन'पासून फाउंटनपर्यंत ती आली ती अशा भ्रमिष्ट मनोवृत्तीत. मधेच कोणी तरी मैत्रीण भेटली. तिलाही वाटेला लावून बस पकडण्यासाठी ती चट्कन स्टॉपकडे वळली.

बस गच्च भरली होती. पण रायांना भेटायचे, तर लवकर जायला पाहिजे. म्हणून ती उभी राहिली. बस चालू झाली, तेव्हा तिने समोर पाहिले तो एक देखणा पुरुष तिच्याकडे टक लावून पाहत होता.

नाना पुरुषांच्या दृष्टीला तोंड देता-देता तिच्या नजरेला धार आली होती. उफाड्याच्या, अंगापेराने मजबूत अशा स्त्रिया अगोदर दुर्मीळ होत चाललेल्या आहेत आणि त्यांत ज्या थोड्याफार असतील, त्या पोट सुटल्यामुळे किंवा सुखासीन राहणीमुळे माजून गेलेल्या. प्रमाणबद्धता, सौंदर्य व नेटकेपणा यांनी सुशोभित असणाऱ्या मुली आपल्या समाजातून लुप्त होत चालल्या आहेत. किडक्या, खुज्या, हडकुळ्या, खुरटलेल्या या मुली पाहून कंटाळलेल्या दृष्टीत जो आश्चर्याचा, आनंदाचा भाव दिसेल; तो त्या तरुणाच्या डोळ्यांत तिला दिसला आणि म्हणून तिने अधिकच निरखून त्याच्याकडे पाहिले. ऐटबाज

ठेवण, रसिक नजर, सुंदर कपडे, उंच, पोसलेली पण व्यायामाने सुदृढ आणि प्रमाणात राहिलेली देहयष्टी, बेफिकीर केसांची झुलपे यांमुळे पुरुषांनीसुद्धा बघत राहावे असाच फाकडा तरुण होता तो. हातात दोन-तीन चावट इंग्रजी मासिके असावीत. खिशांतून शंभराची हिरवी नोट आव्हान देत आहे, आणि हो, त्या नोटेआडून एका तरुण मुलीचा फोटो दिसतो आहे.

मोठी भाग्यवान असली पाहिजे ती मुलगी. पण काय—नजरेला नजर द्यायची सोडून त्या तरुणाने मान खाली का घातली?

त्या तरुणाकडे पुन: पुन्हा मन वळते आहे.

हे काही खरे नाही, कुठे तरी गुंतलेला हा तरुण– त्याचा आपल्याला काय उपयोग? आणि हे काय—मधून मधून दिसणारा हा फोटो पहिल्यासारखा वाटतो आहे. हा पाहा त्याने फोटो बाहेर काढला, पुन्हा एकदा चोरून माझ्याकडे पाहिले.

हा फोटो कुणाचा असेल?

खरेच, मृदुलेचा फोटो तर नसेल? म्हणजे हा तो हेमंत तर नसेल– अरे वा! एवढा फाकडा मित्र करणारा जयंती तर इस्सेभी जादा असला पाहिजे–

हाच हेमंत असला पाहिजे. हा फोटो मृदुलेचाच असला पाहिजे. ही नोट, हा फोटो, हा तरुण—आपल्याला मिळवायला काय केले पाहिजे? काय केले पाहिजे या प्रश्नाचे चक्र तिच्या मनात फिरत होते; तोच बसला धक्का बसला, त्या तरुणाच्या अंगावर तोल गेला आणि गेला तो थोडा तिनेही जाऊ दिला. त्याच्या वक्षावर असेच दीर्घकाल रेलावे, असे तिला वाटले. पण, पण हा चव्हाटा होता... मान उचलताना त्या नोटेने आव्हान दिले, त्या फोटोने पुन्हा आग पेटवली आणि काही तरी तिरीमिरीत तो फोटो, ते पत्र अन् ती नोट हाती आली.

* * *

रात्री अकरा वाजता चकोरी टॅक्सीतून खाली उतरली आणि हेमंत त्याच टॅक्सीने परतून गेला. कोणी कुणाशी बोलले नाही. चकोरीला बोलावेसे वाटत होते, पण तिला शरमेने बोलता आले नाही. आपण या पुरुषाचा तिरस्कार केला नाही, विरोध केला नाही, याचीच तिला शरम होती. खुशी असो की नाखुशी असो; आता आपल्या तारुण्याला खरी जाग आली, ही गोष्ट खरी. मनाविरुद्ध गोष्ट घडत असूनही शरीराने विरोध केला नव्हता, संताप येत असूनही चीड वाटत नव्हती; अन्यायाविरुद्ध शरीर बंड करीत नव्हते.

चकोरी हे काही अनाघ्रात फळ नव्हते. ऊबदार स्पर्शाने एकदा ते रंगले होते. जिथे एकदा अनंगाचा प्रवेश झाला, तिथली आग विझते फक्त तृप्तीने. एकदाच नव्हे तर पुन: पुन्हा: त्या आठवणींनी, त्या रोमांचांनी, त्या स्पर्शांनी धगधगीत निखाऱ्याची आग पैदा होते. त्या स्पर्शांना देहाने एकदा जो जबाब दिलेला असतो तो पुन: पुन्हा: चवताळून उठतो. चकोरीचे असेच झाले होते. वय तरुण होते. शरीराचे स्नायून् स्नायू एकदा पाझरले होते, सुखावले होते, मोकळे मोकळे-झाले होते; ते पुनश्च त्या सुखाची अपेक्षा करीत होते. एकदा मिळालेल्या सुखाची देहाला एवढी चटक लागते की, पावसाची वाट पाहणाऱ्या तप्त धरित्रीप्रमाणे ते सुखाच्या बरसातीची वाट पाहते.

त्या उमद्या पुरुषाने केलेला साराच आक्रस्ताळेपणाचा प्रकार क्षम्य आहे काय? मी कोण, कुठची याचा विधिनिषेध न बाळगता केवळ शंभर रुपयांच्या चोरीसाठी माझ्या तारुण्यावर तुटून पडणारा हा पुरुष उमदा होता, का हलकट होता; दुष्ट होता की ख्यालीखुशालीत रमणारा होता? मी काय करायला हवे होते? शीलासाठी त्याच्याबरोबर झुंज घ्यायला हवी होती, की रडून-भेकून शीलासाठी माफी मागायला हवी होती? झुंज घ्यावी, असे मन म्हणत होते. पण झुंजीत निभाव लागेल, अशी खात्री नव्हती. स्वतःच्या अब्रूचा प्रश्न नव्हता. ती गेली तरी काय किंवा नाही तरी काय; पण रायांच्या अब्रूचा प्रश्न होता. त्या शंभर रुपयांच्या नोटेची चोरी कोणत्या मोहापायी झाली, हे आपल्याला तरी सांगता आले असते काय? काय विचित्र तऱ्हेने आपल्या हातात ती नोट आली. ते पत्र, तो फोटो... निदान रडून-भेकून आपल्याला तो प्रसंग टाळता आला असता. तो उमदा युवक दारू प्यायलेला नव्हता; चांगला सुसंस्कृत होता, खुशीत होता. त्याने एखादे वेळेस पुढचा प्रकार केला नसता—त्याला अश्रूंनी खचित थांबवणे शक्य होते. मग माझ्या डोळ्यांतले अश्रू गेले कोठे? त्याने मिठीत जेव्हा मला चुरगळले, तेव्हासुद्धा मी अंग अधिकच का नाही चोरले? त्याने माझ्या ओठांवर ओठ घासले, तेव्हा तरी चावून त्याच्या जिभेचा तुकडा का काढला नाही? माझ्या अंगावर त्याचे हात फिरताना किळस यायच्याऐवजी रोमांच का येत गेले? त्याने घाई केली नाही, धांदल केली नाही. एखाद्या बांधीव चीजेप्रमाणे धीराने मंद्र सप्तकात ख्यालाला त्याने सुरुवात केली. सुरांत सूर मिसळू दिले. स्वराच्या विस्ताराला अवधी दिला. स्वर जमल्यावर द्रुत गतीत चीज नेली आणि चीज संपली केव्हा, हेसुद्धा जरा वेळ कळले नाही—असे गाढ, अद्भुत, दिव्य वातावरण तयार केले. हलक्याफुलक्या गोष्टी सांगितल्या. बळजबरीचा विसर

पडला. चेहऱ्यावर हसू फुटेतो त्याने आक्रमण केले नाही. एखादा नजरबंदीचा खेळ व्हावा तसाच तो जादूगार मला हरवून गेला. रागावू कुणावर अन् कशासाठी?

हे स्वप्न होते का सत्य? पण अंग तर दुखत होते, ओठांची आग होत होती. गालावरचे व्रण अजून सुस्पष्ट होते. अंगोपांगांवर त्याने केलेले स्पर्श अजून फिरत होते. कानांच्या पाळ्यांची, डोळ्यांची, कपाळाची, बाहुगोलावरची, मानेची, स्तनाग्रांची, पोटाची—सर्वांची त्याने शेकडो चुंबने घेतली. पुन्हा मिळणार नाहीत म्हणून तर त्याने तो अधाशीपणा केला नसेल? पण पुन्हा का मिळणार नाहीत?

मी त्याला उद्या भेटणार, परवा भेटणार, रोज भेटणार! सुखाची एक-एक लहर तिच्या अंगावरून जात होती. कोणीतरी तिला झोपवीत होते. हळूहळू ती गाढ झोपली. मधून-मधून ती चाळवल्यासारखी होई. जणू काही तोच मिठीत आहे, असे समजून उशीला पोटाशी ओढी पुन्हा अन् झोपी जाई.

कधी नव्हे ती आज इतक्या पहाटे चकोरी उठून वर आली, हे पाहून केसरला आश्चर्य वाटले. वास्तविक, सातच्या सुमारास गाणे बंद व्हायच्या वेळेला शेवटची दहा पंधरा मिनिटे तंबोरा घेऊन चकोरी आईच्या मागे बसे. तेसुद्धा बऱ्याचशा अर्थाने उपचार म्हणूनच. आज अनेक वर्षे केसरच्या सकाळच्या रियाजात खंड पडला नव्हता. वास्तविक, आता हिरव्या माडीतील नाण्यांच्या झंकाराचे संगीत सरले होते. रसिक श्रोत्यांच्या गाण्याच्या मैफलीही उरल्या नव्हत्या. पण केसरने पहाटेच्या रामप्रहरातील आपल्या उपास्य देवतेची आराधना कधी चुकवली नाही. थंड वाऱ्याच्या मंद-मंद झुळकी, मंद लयीत गायिलेल्या रागिण्यांचे धुंद स्वर, ज्या मुलायम हरकतींनी व शब्दफेकींनी केशरच्या ठुमऱ्यांची आठवण रसिक काढत त्या हरकती, उदबत्त्यांची सुगंधित धूम्रवलये यांनी केसर थोडा वेळ तरी एका दिव्य सृष्टीत जात असे. हे गाणे ऐकायला महिपतरायांनासुद्धा याच वेळेला यावे लागे. ती एका योगिनीची तपस्या होती.

नुकताच कोठे केसरने रामकलीला आरंभ केला होता. शास्त्राच्या बौद्धिक कसरतीपेक्षा तिच्या शब्दोच्चारात एक मुलायम गोडवा होता. "चैन न आवेऽऽरात गईऽऽ पर नींद न आवेऽऽ" या एवढ्याच शब्दांत प्रियकराच्या रात्रीच्या विरहाचे सारे विश्व ती उभे करीत होती... मधेच चकोरीचा कोवळा आवाज त्यात मिसळला. क्षणभर केसरला तो आपलाच आवाज वाटला—पंचवीस वर्षांपूर्वीचा! पण तिचा स्वर थांबला तरी तो मधुर स्वर तरळत तिच्या कर्णरंध्रांत शिरला,

तेव्हा ती गानसमाधीतून जागी झाली.

"बेटा, आज लवकर आलीस?"

"झोप उडाली. तुझ्या या ठुमरीने कसली तरी हुरहूर वाटायला लागली. आले झाले तुझ्या कुशीत!"

तंबोरा तसाच हाती ठेवून केसरने मुलीला जवळ ओढून घेतले. चकोरीचे रात्री उशिरा येणे, सकाळी लवकर येऊन बसणे, हळुवार होणे, आईच्या कुशीत शिरणे या साऱ्या गोष्टींचा अर्थ आपल्या आईला समजला आहे, हे केवळ तिच्या एका स्पर्शातून चकोरीला समजले. आनंदित होऊन केसरने दुसरी चीज छेडायला आरंभ केला.

"पिया मिलनके जाऊऽऽ"

* * *

चांगले पण साधे कपडे घालून चकोरी हेमंतच्या घरी जायला निघाली. पाऊस झिमझिमत होता. पडत होता, थांबत होता. पावसाळ्याला आरंभ होत होता. सृष्टी भिजून चिंब होणार होती. तणांना अकुंर फुटणार होते आणि चकोरीचे मन अन् शरीरसुद्धा त्या अमृतधारांनी तृप्त होत होते. तिच्या देहावर आता तिची सत्ता उरली नव्हती. कालपर्यंत तिने ज्याला कधी पाहिलेच नव्हते, अशा एका मोहक कृष्णाने एका रात्रीत तिच्या मनाचे आणि देहाचे गोकुळ केले होते!

आपण अशा विक्षिप्तपणे, आकस्मिकपणे स्वत्व सोडून का चालल्लो आहोत, हे तिचे तिलाच कळत नव्हते. तिला तिच्या राघवाचा पत्ता माहीत होता आणि ती शबरी बनून त्याला भेटायला चालली होती.

हेमंत अद्यापि झोपला होता. रात्री असा उशीर झाला की, तो नेहमीच उशीरा उठे.

पेपरवाला पेपर टाकून गेला. दुधाच्या बाटल्या ठेवून घर आवरून मारुती गेला, तरीसुद्धा त्याच्या अंगाची सुस्ती गेली नव्हती. तो खरोखरीच सुखावला होता. पुन: पुन्हा तो नव्याने डोळे मिटून घेऊन कसल्याशा आठवणीत गुंग होऊन झोपी जात होता.

अद्यापि त्याच सुखाच्या आठवणींत तो शिणला होत—सुखावला होता. तेवढ्यात घंटा वाजली.

"कोण आहे?"

यावर नुसती बांगड्यांची किणकिण ऐकू आली.

बायकी आवाजाने हेमंतची झोप ताड्कन उडाली. अंगावर नाईट गाऊन घेऊन तो चट्कन दाराशी आला नि त्याने दार उघडले.

"तुम्ही?"

कालच्याच चकोरीच्या दर्शनाने विस्मित होत तो अस्फुटला.

"आश्चर्य वाटलं?"

"अर्थातच! तुम्ही इथं?"

"आत आले, तर चालेल ना?"

"या—या, जरूर या."

"तुमची नोट परत करायला आले आहे." आत प्रवेश करून टेबलावर नोट ठेवीत ती म्हणाली.

"तुम्हाला माहीत आहे—दिलं दान, घेतलं दान, पुढच्या जन्मी..."

"मुसलमान!" हलक्या आवाजात संमिश्र आवाजांतले दोघांचे हास्य.

"खरंच, मी परत घेऊ शकणार नाही ती नोट."

"मलाही ठेवता यायची नाही. या पैशाच्या आशेनं मी तुम्हाला माझं सर्वस्व दिलं असं वाटलंय तुम्हाला."

"अर्थात!"

"साफ चूक आहे. मला तुम्ही आवडलात. साहस करायची इच्छा झाली. अंगावर कलले तेव्हा सहज नोट हातात आली, म्हणून उचलली. मला वाटलं होतं की, मर्द नसाल तर नोट हरवल्याचं कळूनही मी बाईमाणूस म्हणून गप्प बसाल; निदान मागोमाग येणार नाही. आलात तरी अंगावर हात टाकणार नाही, आणि निदान शेवटची पायरी गाठणार नाही."

"तुम्ही विरोध केला असतात तर मला वाटतं, मीही इतका पुढे गेलो नसतो."

"मी विरोध केला—"

"तो खोटा होता."

"तर मग काय, माझी संमती होती?"

"अर्थात्!"

"म्हणजे तुम्हाला असं म्हणायचंय की, मी राजीखुशीनं तुमच्या साऱ्या इच्छा पुरवल्या?"

"मला काहीच म्हणायचं नाही. माझ्या दृष्टीनं सर्व हिशेब चुकता झाला आहे. मला अगदी उत्कटतेनं एक स्त्री हवी होती—खेळ खेळायला, गप्पा मारायला आणि अनिच्छा नसेल तर कुशीत घ्यायला! उशीर झाला होता...

माझ्या मैत्रिणी अगोदरच दुसऱ्यांच्या मिठीत शिरल्या होत्या. एरवी मला तुमच्यासारख्या स्त्रीची शिकार होण्याचं कारण नव्हतं. पण काहीही असो—शंभर रुपयाला काही महाग पडला नाही सौदा.''

"हिशेब संपला नाही अजून.''

"तो कसा?''

"पैशानं फक्त स्त्रीचा देह विकत घेता येतो.''

"मग मला तरी काय हवं होतं?''

"नुसता देह?''

"अगदी नुसता देह– बाजारच्या बायकांची मनं त्यांच्या देहात नसतात.''

"मला तुम्ही समजता तरी कोण?''

"कुणीच नाही. कालची रात्र संपली, तुमचं खातं संपलं. शंभर रुपये जमा, शंभर रुपये खर्च! आता काय उपयोग या चर्चेचा? मी काही तुमच्या मागे लागलो नाही. आधी तुम्ही पैसे उचललेत; मग मी मोबदला मिळवला.'

"मी ती नोट उचलली, त्याला काही कारणे असू शकतील.''

"असतील. पण मीही तोच मोबदला घेतला, यालाही काही कारणं होती.''

चकोरी अगतिक झाली. तिला वाटले होते पाणी वळणावळणाने वाहत आहे. केव्हा ना केव्हा तरी त्याला मैदानावर नेता येईल. पण उलट हे पाणी डोंगरावर वरच धावत निघाले होते!

"मला वाटतं, तुमची माझ्याबद्दलची समजूत फार निराळी झाली आहे.''

"नाही. माणसं फार लवकर ओळखता येतात मला. बायका तर ताबडतोब! खोटं कशाला सांगू? तुमच्यासारख्या शेकडो बायकांशी संबंध आलाय माझा. कोणती बाई कशी, हे ताबडतोब सांगता येईल मला.''

"पण दृष्टी कधी कधी दगा देते. दिसतात तशी माणसं असतातच, असं नाही.''

"शक्य आहे. पण माणसं असतात तशीच वागतात, हे मात्र नक्कीच.''

"पुन: पुन्हा जीव तोडून सांगते आहे की, मी कुणी देह विकणारी हलकट मुलगी नाही. मी एका फार मोठ्या माणसाची मुलगी आहे.''

"त्यामुळे काय झालं?''

"हेच की, मला तुम्ही समजता तशी मी नाही.''

"तुमची आई कोण?''

"का—का, असा प्रश्न का विचारलात?''

"उत्तर द्या."

"कोणी का असेना—"

"हेच ते. बापाचं मोठेपण सांगितलंत, तर आईचं मोठेपण मी विचारलं; त्यात काही चुकलं काय?"

"अर्थातच. मुलं जातकुळी लावतात ती बापाची, की आईची?"

"लग्नसंबंधांमुळे झालेली मुलं—बापाची आणि लग्नबाह्य संबंधापासून झालेली मुलं—आईची."

पुन्हा एकदा या बिनतोड प्रश्नाने चकोरीला चपराक बसली.

"हेमंतऽऽ"

"मला नावानं हाक मारायला जरा घाई करता तुम्ही. तुमचा व माझा थोडाफार संबंध आलाय– अगदी निकटचा आलाय– तरीसुद्धा मला वाटतं, त्या अवस्थेप्रत आपण आलो नाही अजून."

"आपण येऊ शकू का? जर तुम्ही मला नावानं हाक मारलीत, तर मला आवडेल. तुमचं नाव लावता आलं, तर अभिमान वाटेल. कशाही निमित्तानं तुम्ही माझ्यावर आक्रमण केलंत, ते करण्याचा कायदेशीर परवाना जर तुम्ही घेतलात, तर माझ्यासारखी सुखी मीच!"

"तो परवाना माझ्याजवळ या घटकेलाही आहे."

"कसा?"

"हे पाहा—शंभर रुपयांची ही नोट पुन्हा तुमच्या हातात फेकली की, पुन्हा तुम्ही माझ्या व्हाल."

"नाही, कधीच नाही. हीच काय, पण अशा हजारो नोटा तुम्ही माझ्या अंगावर फेकल्यात तरी मी तुम्हाला मिळणार नाही. मी विकत घेता येणारी मुलगी नाही. तुम्ही म्हणालात, तेच खरं आहे. काल मी तुम्हाला खऱ्या अंत:करणाने विरोध केला नाही. एखाद्या मांत्रिकाला वश व्हावं तशी तुम्हाला वश झाले आणि आज कालचा तुमचा अपराध विसरून आज एखाद्या भारलेल्या झाडाप्रमाणे तुमचा शोध काढत फिरत आले. हेमंत... तुमच्यासाठीच मी जन्माला आले आहे, माझा स्वीकार करा."

"तुमच्या या साऱ्या बोलण्याचा अर्थ कळण्याची पात्रता माझ्या बुद्धीत नाही. दिवसाढवळ्या परपुरुषाच्या खिशातून पैसे चोरणाऱ्या आणि केवळ सामान्य धमकीनं भेदरून जाऊन स्त्रीत्वाच्या अखेरच्या पवित्र गोष्टी सुखासुखी दुसऱ्याला देणाऱ्या स्त्रीच्या शीलाची कदर करावी, इतका मी अंध झालो नाही. तुम्ही कशा

आहात, कोण आहात, काल असं का वागलात, आज अशा का वागता—याविषयी मी विवंचना कशाला करू? मी मनाशी एवढाच विचार करीन—माझी एक रात्र सुखाची गेली. जिनं ती सुखाची केली, तिची किंमत तिला मिळाली की नाही? माझ्या दृष्टीनं हिशेब फिटला. बस्स.''

चकोरीला काय बोलावे, आपले म्हणणे कसे मांडावे—हेच कळेना. आपल्या रूपाला तो बळी पडणार नाही– विनवणीला नाही आणि सत्य परिस्थितीलाही नाही. त्याचे म्हणणे तर्कशुद्ध आहे; पण कित्येक वेळा तर्कापेक्षा सत्य अधिक विस्मयकारक असते, ते सत्य त्याला कसे पटवता येईल?

तिच्यात जशा नाजूक भावना होत्या तशीच युयुत्सु अशी वीरताही होती. ती आजवर जगाशी भांडत आली होती. आपल्याला आवडलेला हा पुरुष मिळवायला अश्रू उपयोगी नाहीत, हे तिच्या ध्यानात आले, आणि एक क्षणभरातच तिच्या अंतर्यामातून एका मागोमाग अनेक गोष्टी सरकन फिरून गेल्या.

''ठीक आहे. श्री. मराठे, तुमच्या दृष्टीनं हिशेब फिटला; माझ्या दृष्टीने अजून बाकी आहे. कोणत्याही हिशेबाच्या अखेरीस चूक-भूल द्यावी, घ्यावी, असे म्हणतात. तेवढंही तुम्ही मानायला तयार नाहीत. पण या हिशेबातली ही राहिलेली बाकी मी अवश्यमेव वसूल करीन. आज मी तुमच्याकडे आले होते मोठ्या हुरुपानं, आशेनं. ज्यानं माझ्या देहाचा उपभोग घेतला, त्यालाच तो कायमचा द्यावा—या लालसेनं. पण त्याचा हिशेब चुकलेला आहे हे त्याच्या ध्यानात आलेले नाही. माझ्या आलेलं आहे. आज मी तुमचा अनुनय करायला आले होते. तुमच्या पायांजवळ याचना करणार होते, तुमच्या हुंकारांत जीवनाचं सार्थक मानणार होते. पण केव्हा ना केव्हा वेळ येईल—आज जशी मी तुमच्याकडे आले तसं तुम्ही याल माझ्या प्राप्तीच्या आशेनं, माझ्या स्वीकाराच्या स्वप्नानं. माझी खात्री आहे. लक्षात एवढंच ठेवा की, चूक-भूल द्यावी घ्यावी.''

उत्तराची अपेक्षा न करता उंच मानेने चकोरीने बाहेर पाऊल ठेवले आणि लॅच-कीचे दार मागे बंद झाले.

* * *

चकोरी बाहेर पडली, तेव्हा एरवी कधी नव्हे ते तेज तिच्या चेहऱ्यावर विलसत होते. तिच्या प्रत्येक भाग्योदयाच्या वेळी तिच्या जन्माचे शल्य आड आले होते. तिची मानहानी, अवहेलना व्हावी—अशी नियतीने योजना केली होती. आजवरच्या या मानहानीने तिचा संताप जागा होत होता. कालच्या मृदुलेच्या नि आजच्या हेमंतच्या मुलाखतीने तिला कळून चुकले की, आपली

अवहेलना करण्याचा जगाचा प्रयत्न स्वत:चे दुबळेपण झाकण्यासाठी आहे. सत्याची कडवी गोळी नुसती स्वीकारण्याची तयारी नसल्याने जगाला ती पिष्टलेपित करून घ्यावी लागते; नाही तर सत्य पत्करण्याऐवजी त्यापासून पळून जाण्याची सर्वांची तयारी असते, आणि म्हणूनच आपल्याला कसले तरी नवे सामर्थ्य लाभले असल्याची चकोरीची खात्री झाली. आपण मनाशी योजलेला बेत पार पाडण्याच्या योजनेला रायांची संमती मिळेल किंवा काय, एवढीच तिची भीती होती.

रायांशी झालेल्या प्रदीर्घ मुलाखतीनंतर चकोरीला जर कोणी पाहिले असते तर त्याची खात्री पटली असती की, चकोरी कोणते तरी युद्धच जिंकून आली आहे. चकोरीच्या मनात काय आहे याचा अन्य कोणाला तर राहोच, पण रायांनाही बोध झाला नाही. पण आपल्या कन्येच्या समाधानार्थ तिच्या बेताला त्यांनी संमती दिली व तो बेत गुप्त ठेवण्याचे अभिवचन दिले.

* * *

हेमंतच्या नित्यक्रमात खंड पडला नव्हता. पण आता प्रत्येक वेळी त्याला चकोरीची आठवण झाल्याशिवाय राहत नसे. तो फाउंटनच्या ठरावीक जागेवर उभा राही. ठुमकत-ठुमकत जाणारी डॉली परेरा कधी त्याच्या वाटेत येई आणि मग कुशीत येई. उंच, सडपातळ आणि फुलांचा—विशेषत: हिरव्या चाफ्याचा शौक असणारी माणिक वागळे थिएटरमध्ये उत्तेजित होऊन त्याला खेटून बसे; त्याच्या स्वाधीन होई. खिलनानीचा शौक अजब होता. तिचे भडक कपडे, आखूड केस, रंगरंगोटी, कमरेतली अकारण लचक आणि आकारमानाने जबरदस्त असणारी भूक... पोटभर जेवल्याशिवाय आणि चावट, कामोत्सुक गोष्टी ऐकल्याशिवाय ती कामाला लागत नसे. सारे ठीक चालले होते. या सर्वच मुली चांगल्या मिळवत्या होत्या. लग्नाच्या काचापेक्षा दुसऱ्याच्या खर्चाने किंवा प्रसंगी स्वत:च्याही चांगले-चुंगले जेवावे, सुबक कपडे पेहरावेत, चावट कादंबऱ्या स्वप्नाळू दृष्टीने वाचाव्यात आणि प्रत्यक्ष शरीरभोगापेक्षाही या काल्पनिक भोगानेच सुस्त व्हावे, प्रसंगी मनासारखा जोडीदार गवसला तर अनंगाला शीळ घालावी—आठ-पंधरा दिवसांचा शिणवटा त्या धुंदीत विसरून जावा... हसावे-गावे-खिदळावे, तो संसार - कचकच - मुलेबाळे—पैशापायी कुतरओढ– रेशनिंग-स्वयंपाक-बाळंतपणे... यापेक्षा हे आयुष्य निर्विवादपणे सुखाचे होते. त्यात पुन्हा वैचित्र्य होते. पुरुषांना नाना तऱ्हेच्या बायका हव्या असतात आणि बायकांना दरेक पुरुषाचे वैशिष्ट्य भोगता येत नाही, असे थोडेच आहे? स्त्रियांच्या दृष्टीने पाहिले तर, पुरुषापुरुषांतसुद्धा केवढे फरक असतात. सर्वांचा शेवट एकच; पण त्या शेवटाला पोहोचण्याच्या

प्रत्येकाच्या रीती कशा निरनिराळ्या! बायका एकनिष्ठ राहतात त्या केवळ सोय म्हणून; होणाऱ्या मुलाबाळांना जोपासणारे घरटे उभे करावयाचे म्हणून. पण ज्यांना घरटेच उभे करायचे नसते, त्यांची निष्ठा भलत्याच गोष्टींत अडकलेली असते.

हेमंतवर ज्या स्त्रिया खूश होत्या, त्या केवळ याच गोष्टीमुळे. दरेक स्त्रीच्या मनोधर्मानुसार वागणे त्याला जमत असे. काही स्त्रियांना एकान्त मिळताक्षणीच पुरुषाच्या मिठीत शिरायची घाई झालेली असते, तर काही स्त्रिया थंड असतात. त्यांना उत्तेजक काही तरी लागते. चावट गोष्टी, सिनेमा—मग केव्हा तरी थोडी चाळवाचाळव. काहींची तृप्ती अशी होतच नाही. पुन्हा पुन्हा तेच ते सुख मिळाल्यावर केवळ थकण्यानेच त्या शांत होतात. कोणी केवळ सुखाच्या कल्पनेनेच तृप्त झालेल्या असतात आणि पुढल्या गोष्टीला केवळ सवयीमुळेच जबाब देतात. काही स्त्रियांच्या बुद्धीला आवाहन करावे लागते. शरीरभोग तुच्छ मानण्याची त्यांना खोड असते. त्यामुळे त्यांना प्रथम भलत्याच मार्गाने नेऊन मग सरळमार्गी करावे लागते. तर, काहींना शरीरभोगाचीच घृणा असते. पुरुष-सहवास हवा असतो, अनुनय हवा असतो मदनाला जागे करून घ्यायला हवे असते, उत्तेजित व्हायला हवे असते आणि पुरुषस्पर्शाने उत्तेजित झाल्यावर मात्र त्या पुरुषाला दूर लोटून टाकतात.

या अशा स्त्रियांच्या विश्वात हेमंत मश्गूल होता. पण चकोरीने काही निराळीच जात दाखवली. चकोरी ही खरी कोणत्या जातीची मुलगी आहे, हेच त्याला कळू शकले नाही.

डोक्याला फारसा त्रास करून न घ्यायच्या त्याच्या स्वभावामुळे तो हळूहळू चकोरीला विसरायचा यत्न करू लागला.

सुमारे पंधरा दिवसांनी जयंतीचे पत्र आले. ते वाचून त्याला अतिशय बरे वाटले, कारण त्याच्या गेल्या पत्राप्रमाणे कोणीच इसम त्यांच्याकडे जयंतीसाठी मुलगी दाखविण्यास्तव आलेला नव्हता. पाहिलेल्या इतर मुलींतही कोणतीही मुलगी हेमंतला तशी पसंतही नव्हती. जयंती येण्यापूर्वीच्या थोड्या अवधीत मुलगी पसंत करून, तिच्या घरादाराची चौकशी करून, तिचे फोटो जयंतीकडे पाठवून लग्नाची सिद्धता करणे दुरापास्त होते. त्यामुळे जयंतीने लिहिलेल्या पत्रातला त्याबाबतचा परिच्छेद वाचून त्याला बरे वाटले.

आणि हेमू, तुझ्यावरचं ते जबाबदारीचं काम आपोआपच कमी

झालेलं आहे. तुला आठवत असेल की, माझ्या मागल्या पत्रात मी फोटो पाठवला होता. महिपतराव जोशी यांचं नाव तू ऐकलंच असशील. मुंबईच्या कापडबाजारातलं ते मोठं प्रस्थ आहे. त्यांच्या फर्मचा व माझा बराच व्यवहार चालू असतो. त्यांची—माझी तशी पत्रोपत्री ओळख होतीच. त्यांचाच एक मावसभाऊ जसवंतलाल, इथं न्यासालँडमध्ये डिपार्टमेंटल स्टोअर्स चालवतो. त्याची-माझी अर्थातच चांगली पहेचान आहे. आपल्या पुतणीबद्दल तो वारंवार सांगत असे आणि त्यानं गेल्या पंधरवड्यात मला तिचा फोटो आणि पत्रिका दिली होती. फोटो तुझ्याकडे पाठवून दिला आणि पत्रिका भटजीकडे. तुझ्याकडून काहीच उत्तर नाही, त्यावरून मला असं वाटू लागलं होतं की, तुला ती मुलगी पसंत नाही.

काल जेव्हा ती मुलगी प्रत्यक्ष माझ्यापुढे उभी राहिली, तेव्हा मात्र मी चांगलाच आश्चर्यचकित झालो. फोटोवरून माणसाची परीक्षा होत नाही, हेच खरं. मला वाटलं त्यापेक्षा मुलगी खूपच सुंदर आहे, गोड आहे. हिला नाकारायला कारणसुद्धा सापडेल की नाही, कोणास ठाऊक!

आमच्या बोर्डाच्या मीटिंगसाठी मी कपाल्याला नुकताच गेलो होतो, तिथं मेहता मला भेटले. मीटिंग संपल्यावर ते आवर्जून मला घरी घेऊन गेले. घरी जाईतो मला कल्पना नव्हती की, मृदुला– मृदुला हे त्या मुलीचं नाव—मला भेटणार आहे. तुला कळवायला हरकत नाही— मृदुला मला पसंत आहे. बाकीचा व्यवहार तू पुरा करशील, ही खात्री आहे.

मी अद्याप कपाला इथंच आहे. जावंसंच वाटत नाही. मोटारीतून खूप-खूप फिरतो आहे. आफ्रिकेच्या जंगलांची मृदुलाला पहेचान करून देतो आहे, शिकार खेळतो आहे - आणि 'मृदुला'ची शिकार होतो आहे. तिला तपासून घेण्याचा यत्न करतो आहे. तिच्या सौंदर्याविषयी मी लिहिण्यात अर्थ नाही. तिला तू पाहिलीस की, चकितच होशील. पण तिच्या वृत्तीमधील मार्दव, शालीनता, सुसंस्कृतपणा यामुळं तर मी वेडावून गेलो आहे.

आयुष्यात इतकी वर्षं थांबल्यासरशी योग्य जोडीदार मिळणार, असं वाटतं आहे. फक्त तू इथं नाहीस, मस्करी करायला—याचाच खेद. तुझ्याशिवाय आजपावेतो कोणतीही सुखं आयुष्यात मी एकट्यानं भोगली नाहीत. पण दोस्त, आता मला माफ कर. तुझा नि माझा रस्ता जरा अलग होणार आहे. मी लग्न करणार आहे. सुख-दु:ख, चैन, आनंद यांत

तुझ्याबरोबरीनं आणखीन कोणी वाटेकरी होणार आहे, याचा खेद मानू नकोस. तुझी जागा कोणीच घेऊ शकणार नाही. पण आता तुझ्याइतका मी स्वतंत्र राहू शकणार नाही, इतकंच.

मी ठरल्याप्रमाणं बहुधा पुढील महिन्यात हिंदुस्थानात येईन. तोपर्यंत आमची इथं प्रगती काय होते ते पाहतो नि कळवतोच.

तुझा,
जयंत.

* * *

प्रिय हेमू,

काल आम्ही पिकनिकसाठी ल्यासा सरोवरावर गेलो होतो. आम्ही दोघंच होतो. वास्तविक, मेहता यायचे होते. पण अकस्मात काही कारणामुळं ते येऊ शकले नाहीत. आफ्रिकेतल्या जंगलांबद्दल पुस्तकांतून वाचून काही कळणार नाही; ते समक्षच पाहिलं पाहिजे. झाडी किती दाट असू शकते, रानटी जनावरं किती जवळून जातात—हे वर्णनानं कळण्यासारखं नाही.

सकाळपासून संध्याकाळपर्यंत आम्ही बोललो नाही असा विषयच नाही. तुझ्याविषयी तर मला वाटतं, मी नको इतकं बोललो. शेवटी अति झालं, तेव्हा मृदुला हसून म्हणाली, ''एवढं जर तुमचं प्रेम आहे तुमच्या मित्रावर, तर त्यालाच इथं आणून ठेवा; तुम्ही लग्नच कशाला करता?''

यावर उत्तर काय देणार? कारण मलासुद्धा प्रश्न पडतो की, या लग्नामुळं तुझ्या प्रेमात अंतराय तर येणार नाही. जगातल्या कोणत्याही आमिषानं—हेम्या, तुला मी सोडणार नाही.

या अलीकडच्या जगात मृदुलासारख्या मुली दुर्मिळ मानल्या पाहिजेत. तिचं-माझं लग्न सर्वसाधारणपणे ठरल्यातच जमा आहे. तिला मी आवडलो असावा. मला तर ती आवडलीच आहे. पण या मुलीला मोटारीतून उतरायच्या निमित्तानं हात दिला, तर ती मागं सरते; मग पुढची पायरी तर दूरच. काल पिकनिकला आम्ही दोघंच होतो. माझ्या आग्रहास्तव तिनं मद्याचाही एक घोट घेतला. पण तरीही तिनं मला अंगाला हात लावू दिला नाही. मी चावट गोष्ट बोलत होतो, हसवत होतो. तीही मोठ्या रसिकतेने त्या ऐकत होती, हसत होती; पण तेवढंच. आपणहून तिनं त्यात भाग घेतला नाही आणि मला झिडकारूनही टाकलं

नाही. अगदी राखीव बीभत्स गोष्टी सांगायला लागलो, तेव्हा ती एवढंच म्हणाली, ''चलू या आपण.''

मी काय समजायचं ते समजलो.

तिच्या डोळ्याला डोळा देणं म्हणजे मोठंच काम आहे. मला अनेकदा वाटतं—तिला घट्ट धरावी, कुस्करावी. अगदी मखमाली सशाचं पिल्लू जसं अगदी छातीशी आपण दाबून धरू तसंच तिला धरावं असं वाटतं आहे. अरे, काय सांगू दोस्त,.उद्या ती माझी बायको व्हायचीय म्हणून; नाही तर तिच्या प्रत्येक अवयवावर महाभारत रचून पाठवलं असतं—अर्थात चार फूट अंतरावरून पाहिलेल्या! माझी प्रगती आता तिच्याकडे टक लावून बघण्याइतपत झाली आहे.

दोस्ता, आता तूही लग्न करून टाक. अरे, चार पैसे टाकून बायका मिळतात, खुणावलं की आडव्या होतात, काम झालं की पदर सावरून चालत्या होतात; उरतो फक्त शिणवटा, आणि रिकामं मन. काही गोष्टींची वाट पाहण्यात सुख काही कमी नाही. भोगण्यापेक्षा अपेक्षा करण्यात जरा उच्च प्रकारचं सुख आहे. सुख आपल्या हाताच्या आवाक्यात असावं. हात शिवशिवत असावेत, रक्त तापून उठलेलं असावं. स्पर्श केला तर रसाची कारंजी फुटतील असं पिकलेलं फळ, रंगलेलं फळ डोळ्याला खुपत जातं. मला वाटतं, त्या वेळेला आपल्या इच्छाशक्ती अगदी परमोच्च बिंदूला पोहोचलेल्या असतात. दोनच मिनिटांनी जे निवणार असतं, जे मंद होणार असतं; दोनच मिनिटांनी जे फिकं होणार असतं, असं ते सुख... त्या वेळेला असं वाटतं की, झाकून ठेवलेल्या उकळत्या पाण्यालासुद्धा एक वेळ बाहेर पडावंच लागतं... आणि हे सुख तर...

पण उपभोगात जेवढं सुख आहे तेवढंच ते योग्य काळासाठी राखून ठेवण्यात आहे, असा शोध मला लागला आहे. रक्त तापत ठेवण्यात आहे– थांबण्यात आहे. असली श्रीमंती-तारुण्य - सत्ता-एकांत—या साऱ्या अनुकूलतेलासुद्धा स्पर्श लाभू न शकणारं सुख केवढं मोलाचं आहे! मग एवढ्या मोलाच्या वस्तूसाठी थांबणंही तेवढंच सुखाचं.

मला म्हातारपण आलंय, असं वाटेल तुला. पण मला तर उलट अधिकच लहान झाल्यागत वाटतंय. पोहावंसं वाटतं, गावंसं वाटतं,

खेळावंसं वाटतं. नवनवीन स्थळी, नवनव्या वेळी मृदुलेच्या आसपास हिंडताना माझा नवा जन्म होत आहे, असं वाटतं. शिळेपणा वाटतच नाही. खरंच, प्रेम माणसाला सदैवतरुण ठेवणारं औषध आहे.

ते असो. हे सारं मृदुला अंघोळीला गेली आहे, म्हणून लिहिता आले.

तुझा,
जयंती.

हेच जयंतीचे शेवटचे पत्र.

रोज जयंतीच्या पत्राची वाट पाहावी आणि आश्चर्यचकित व्हावे. जयंती हिंदुस्थानात यायची वेळ नजीक आली तरीही पत्र नाही, तयारीची सूचना नाही; त्यामुळे हेमंत पंचाइतीत पडला.

लालाला– जयंतीच्या पेढीच्या मुनिमाला फोन करून पाहिले—तर त्यांच्याकडे लग्नाच्या तयारीची सर्व सूचना! आमंत्रणे पाठवायची त्या लोकांची यादी– कार्यालये—सामानसुमान—यासंबंधीच्या आज्ञा... जवाहीर, दागदागिने करण्यासाठी लागणाऱ्या पैशासाठी अनुज्ञा झालेली व त्या सूचनांनुसार कामाला आरंभ झालेला! जयंती यायला आता अवघे आठ-दहा दिवस उरले होते.

असे असता आपल्याला अकस्मात या सर्व तयारीतून का वगळले आहे, हेच त्याला कळेना. लालालाही आश्चर्य वाटत असल्याचे त्याने सांगितले. एवढेच नव्हे, तर हेमंतभाईंना या लग्नाच्या तयारीच्या दगदगीची काहीही तकलीफ देऊ नये, अशी आपल्याला सक्त ताकीद खुद्द मालकाच्या सहीने आली असल्याचे त्याने हताश मुद्रेने सांगितले.

हेमंतला आश्चर्यापेक्षाही काही तरी चमत्कारिक धक्का बसला. आपल्याला येणारे जयंतीचे पत्र गहाळ झाले म्हटले, तरी लालांच्या पत्रातही आपला उल्लेख नसावा आणि आहे तो असा असावा, हे पाहून मात्र तो विलक्षण बेचैन झाला.

"लालाजी, जयंतीनं असं का केलं असावं, असं तुम्हाला वाटतं?"

"साहेब, आम्हालासुद्धा आश्चर्य वाटलंय. वास्तविक, ही सारी कामं मानानं तुमच्या हातून व्हायची. मी काल महिदापूरच्या खाणीसंबंधी आफ्रिकेला फोन घेतला होता, तेव्हा तुमच्या नावाचा उल्लेख केला; पण साहेबांनी दुर्लक्ष केलं."

"अस्सं! पण लग्न केव्हा आहे?"

"पुढल्या बुधवारी संध्याकाळी सात वाजता—वैदिक पद्धतीनं."

"म्हणजे, नऊ दिवस उरले. लग्नसमारंभ कुठं आहे?"

"केकीभाईंची धर्मशाळा घेतलीय."

"पत्रिका बघू. हे काय, फोटो का नाही छापले?"

"साहेबांची ऑर्डर होती तशी साहेब."

"बाकी सर्व व्यवस्था झाली आहे?"

"होय हुजूर, माफी करावी, या दासावर राग धरू नये."

"नाही लाला, तुमची काय चूक? तुम्ही दिल्या हुकमाचे चाकर."

"मृदुलाबेन आफ्रिकेहून परत आल्या?"

"परवा सकाळच्या विमानानं येणार आहेत."

"आणि जयंतीभाई?"

"ते सोमवारी रात्री येणार आहेत."

"कुठं उतरणार?"

"ताजमध्ये नाही. कारण मी रिझर्वेशन करू का असं विचारलं, तेव्हा नको म्हणाले."

"मी जयंतीला विमानतळावर भेटलो, तर काय होईल लाला?"

"भेटा साहेब, चांगली खरड काढा. ही काय तुमच्याशी वागायची रीत झाली? रक्ताच्या नात्यापेक्षा तुमचं त्यांच्यावर प्रेम आणि अधिकार. काय झालंय, कोणास ठाऊक."

"देव जाणे! लाला, आयुष्यात मला एवढा चमत्कार पाहायला मिळाला नाही अजून. मला वाटतं, तुम्हीच त्याच्याकडून काय हकिगत आहे, ती काढून घ्या. मी विमानतळावर जाण्यात अर्थ नाही. आज एक पत्र मात्र टाकतो त्याला."

तिथेच बसून जयंतीला त्याने एक तातडीचे म्हणून पत्र लिहिले. त्यात अखेरीस लिहिलं...

तुझ्या वर्तनात असा एकाएकी फरक झालेला पाहून मी काय समजावं, हे मला कळत नाही. माझी काही चूक झाली म्हणावं, तर तू तिथं अन् मी इथं. तू पाठविलेल्या पत्रांना उत्तरे न पाठवण्याची प्रथा काही आजची नव्हे. तुझ्या दृष्टीनं गुन्हा असलाच, तर तू मला पाठविलेलं तुझ्या वाग्दत्त वधूचा फोटो असलेलं एक पत्र मी गहाळ केलं आणि त्यामुळं तेवढ्या तातडीनं तिच्या वडिलांना मला भेटता आलं नाही. पण तूच नंतरच्या पत्रात लिहिलं होतंस की, मी श्री. महिपतराय जोशी

यांच्याकडे जाण्याची गरज नाही; तेच मजकडे चौकशी करीत येतील, आणि म्हणून मी गेलो नाही. आता तुझं त्याच मुलीशी लग्न ठरल्यामुळं तिच्या वडिलांच्या सन्मानाची तुला काळजी लागली असेल आणि म्हणून मी त्यांना भेटलो नाही, याबद्दल तुला माझा राग आला असेल तर खुशाल असो. बरं, फोटो नि पत्र हरवलं; तर खुद्द त्या फोटोची मालकीण तुझ्या मिठीत आहे.

तुझ्या मनात कसलं किल्मिष उद्‌भवलं आहे, हे कळणं शक्य नसल्यामुळं मला खुलासेवार काही लिहिता येत नाही आणि इच्छाही नाही. सभ्य रीत अशी की, कुणाच्याही पदरी गुन्हा घालावा आणि मग शिक्षा करावी; पण तुला ती मंजूर नाही. तू मला कसलाही सुगावा लागू न देता आधीच शिक्षा करून चुकला आहेस.

तू कसाही वागलास तरी मी लग्नाला येणार, माझ्या वहिनीला आशीर्वाद देणार. तुझ्या बोलावण्याची मला काडीचीही आवश्यकता नाही. ज्यावर माझा जन्मजात हक्क आहे, ते तुझं हृदय कोणाच्याही स्वामित्वाखाली गेलं तरी माझे हक्क आणि कर्तव्य यांना ते च्युत करू शकणार नाही.

तुझाच,
हेमंत.

* * *

हे पत्र लिहिले तरी मनाची भ्रमंती थांबली नव्हती नि समाधान झालेलं नव्हतं. एकदम त्याला विचार सुचला की, आपण श्री. महिपतरायांनाच भेटलो तर...?

लालांकडून महिपतरायांच्या घरचा नि ऑफिसचा पत्ता नि फोन मिळवून त्याने महिपतरायांच्या ऑफिसला फोन केला. महिपतराय घरी गेल्याचे कळल्यामुळे फोन करण्याऐवजी तो सरळ घरी निघाला.

* * *

महिपतराय यांची शांती-सदन ही आलिशान इमारत पाहून हेमंतला बरे वाटले. निदान सासरा जयंतीला शोभेसा आहे, व्यापारी लोकांतले सोयरसंबंध मुला-मुलीच्या रूपाचा किंवा कर्तृत्वाचा विचार करून होण्यापेक्षा बँक बॅलन्स, स्थावर मिळकती, व्यापारी वजन नि पत यांकडे पाहूनच व्हायचे आणि त्यात

आश्चर्य ते काय!

शांती-सदनच्या पाचव्या मजल्यावरील महिपतरायांच्या भव्य प्रासादतुल्य निवासस्थानात प्रवेश केल्यावर तिथली सौंदर्यदृष्टी, रसिकता, रंगसंगतीतला सौम्यपणा पाहिल्यावर त्या वास्तूतला निवासी केवळ वाणिज्य वृत्तीचा लक्ष्मीलोभी नाही, हे त्याच्या ध्यानात आले. फर्निचर केवळ महागडे नव्हते, सुबक होते. अन्कन्व्हेन्शनल होते. पुस्तकांची कपाटे नवनव्या पुस्तकांनी भरलेली होती.

आत प्रवेश करताच घरचा नोकर पुढे आला व त्याने विचारले,

"कोण पाहिजे? धाकटे साहेब, का थोरले?"

"महिपतराय जोशी."

"म्हणजे, थोरले साहेब म्हणा."

"आहेत?"

"या वक्ताला कोण भेटणार साहेब? थोरले साहेब आता फोर्टात भेटतील आणि धाकटे साहेब गिरणीवर भेटतील."

"अरेरे!"

"पाहिजे तर फोन जोडून देतो."

"नाही. घरात कोणीच नाहीत?"

"आहेत, धाकट्या बाईसाहेब आहेत."

"बोलाव त्यांनाच. त्यांनाच सांगून ठेवतो माझं काम."

थोड्याच वेळात एक तरुण मुलगी पडदा सारून दिवाणखान्यात आली. तिला पाहताच हेमंत चमकला. हुबेहूब चकोरी—चकोरीच दुसरी! पण जरा शांत- मंद, खालच्या मानेची, थोडा उजळ वर्ण– काय हे साम्य!

हेमंतला काय बोलावे, हेच कळेना. क्षणभर तो हतबुद्धच झाला. तीच मुलगी पुढे होऊन म्हणाली.

"काय काम आहे आपलं?"

"मी आलो होतो महिपतरायांना भेटायला. ते नाहीत असं कळलं तेव्हा म्हटलं की, आपल्यालाच भेटावं."

"बोला ना—"

"आपण महिपतरायांच्या कोण?"

"मी मुलगी. माझं नाव मृदुला."

"काय!" अक्षरशः जमिनीवरून थोडेसे अधांतरी उडाल्याप्रमाणे हेमंतची स्थिती झाली.

"होय, माझं नाव मृदुला! का आश्चर्यसं वाटलं?"

"तुम्ही आफ्रिकेहून? परत केव्हा आलात?"

"आफ्रिकेहून! काय बोलता काय? मी कधी आफ्रिकेला गेलेय?"

"दुसरी एखादी मृदुला नावाची मुलगी आहे काय महिपतरायांना?"

"नाही."

"मग जयंतीलाल त्रिवेदी यांच्याशी ठरलेलं तुमचं लग्न तरी खरं की नाही?"

"लग्न कुणाचं माझं?"

"हो."

"जयंतीलाल त्रिवेदी नावाच्या कोणी तरी आफ्रिकेतल्या व्यापारी गृहस्थाशी माझ्या वडिलांचा पत्रव्यवहार चालू होता. मला वाटतं, महिना-पंधरा दिवसांपूर्वी त्यांचं एक पत्रही आलं होतं. राया कुणाला तरी– मला वाटतं—हेमंत... हो, हेमंत नावाच्या कुणाला तरी त्याबाबतीत भेटणार होते मला दाखविण्यासाठी."

"तोच, तोच मी हेमंत मराठे! मलाच तुमचे वडील भेटणार होते."

"बसा, बसा ना—" किंचित जिव्हाळ्याने मृदुलाने उभ्याने चाललेल्या संभाषणाला बसते केले.

"हे पाहा, तुमचे वडील मला भेटणार होते. तुम्हाला मला दाखविणार होते. मला तुम्ही माझ्या मित्रासाठी पसंत पडलात, तर लग्नाची व्यवस्था करायची होती. पण यातलं काहीच घडलं नाही. मला आज समजलं की, तुमचं आणि जयंतीभाईचं लग्न पुढल्या बुधवारी होणार आहे म्हणून."

"काय? पुढल्या बुधवारी. माझं लग्न! काही मस्करी तर करीत नाही तुम्ही माझी?"

"कुणी तरी माझीच मस्करी करतंय, असं मला वाटतंय! आताच मी त्रिवेदीच्या फर्ममधून मुनीमजी लालांना भेटून आलो. तिथं तर केवढी लग्नाची तयारी चालू आहे... तुमच्या नावाच्या, तुमच्या वडिलांच्या सहीच्या पत्रिका छापल्या आहेत!"

"हे पाहा मि. हेमंत, हे घर लग्नघर तरी वाटतंय का? मला विचारल्याशिवाय, माहिती असल्याशिवाय हे लग्न होईल, असं तुम्हाला वाटतंय तरी कसं?"

"मला वाटलं होतं की, तुम्हाला भेटून माझ्या मनाचं कोडं सुटेल. पण मला वाटतं, तुम्हाला भेटून मी अधिकच बुचकळ्यात पडलो आहे. ठीक आहे. मी घेतो रजा."

"बसा - बसा. मी रायांना सांगू तरी काय? तुम्ही काय म्हणताय, तेच

अजून मला समजलं नाही.''

"हे पाहा, जयंतीनं मला पत्रात लिहिलं की, ज्या मुलीचा फोटो मजकडे पाठवला होता ती मुलगी, तिचे काका– मेहता म्हणून कुणी काका आहेत कंपाल्याला—तिथं आली आहे. तिची-आपली गाठ पडली, ती आवडली—ती मुलगी म्हणजे तुम्ही. महिपतराय जोशी यांची मुलगी! आणि तुम्ही... तुम्ही तर सांगता की, आपण आफ्रिकेला गेलोच नाही! तेव्हा तुम्हाला जयंती पाहणार केव्हा नि प्रेमात पडणार केव्हा? भुताटकी तर झाली नाही? तुमच्या परोक्ष तुम्ही जयंतीवर प्रेम केलं आहे— बोला आता.''

"आणि तुम्ही म्हणता, आता तर तिचं लग्नही होणार आहे त्याच्याशी.''

"हं.''

"हं काय?''

"मृदुलाबेन, तुम्हाला कोणी चुलत बहीण, सावत्र बहीण—कोणी आहे काय?''

"हो. चुलतबहीण काही नाही... पण-पण दोन सावत्र बहिणी आहेत.''

"सावत्र बहिणी? कुठं आहेत त्या?''

"त्या इथं राहत नाहीत, खारला राहतात.''

"कुठं?''

"खारला दहाव्या रस्त्यावर आमची बंगली आहे—'पर्णकुटी' म्हणून.''

"नावं काय त्यांची.''

"चंचला आणि चकोरी.''

हेमंत उठून उभा राहिला. त्याच्या डोळ्यांसमोर काजवे चमकले. चकोरी हिची बहीण– चकोरी... मग चकोरीच मृदुला बनून आफ्रिकेला गेली असणार आणि जयंती तिलाच मृदुला समजून तिच्याभोवती पिंगा घालत असणार.

चकोरी– तीच तेजस्वी—आक्रमक मुलगी! जी जाताना धमकी देऊन गेली ती... तिचाच हा डाव असला पाहिजे. जयंती तिची शिकार बनला असला पाहिजे.

"चकोरी कुठं आहे आता?''

"मुंबईत नसावी. अजिंठ्याच्या ट्रीपला गेली आहे, असं कळलं मला.''

"खारच्या बंगलीत आणखी कोण राहतं?''

"केसरबाई, चंचला आणि चकोरी.''

"केसरबाई चकोरीची आई काय?''

“हो.”

“रायांची दुसरी बायको, की पहिली–”

“कुठलीच नाही– केसरबाई गोव्यातल्या आहेत–”

“केसरबाई– म्हणजे त्या केसरबाई मंगेशकर का?”

“होय–”

“अस्सं—अस्सं. आलं लक्षात, सारंच लक्षात आलं. ठीक आहे. मी घेतो रजा.”

“पण रायांना आपण एकदा जरूर भेटावं.”

“भेटेन नाही, भेटावंच लागेल. त्यांना सांगा—हेमंत मराठे येऊन गेले. पुन्हा येईन म्हणावं.”

“आताच भेटायंच असेल, तर खारला भेटतील.”

“बघतो.”

हेमंत उठला नि चालू लागला.

* * *

बाहेर पडताच तो कोपऱ्यावर क्षणभर उभा राहिला. युद्ध सुरू तर झाले... पुढे काय?

ज्या प्रतिस्पर्ध्याशी युद्ध करावयाचे; त्याच्याजवळ ईर्षा आहे, मदनबाण आहे, आगळे रूपसौंदर्य आहे, युयुत्सु वृत्ती आहे, धडाडी आहे आणि एक मोठी बौद्धिक झेप आहे.

जे एरवी कोणी करणार नाही, असा पवित्रा घेतलेला आहे.

ज्याचा भेद करायला आत जावे, तो आतच अडकून पडावे लागेल, असा चक्रव्यूह आहे.

शत्रूचे मर्मस्थान शोधणे, हा तर वीरांचा पहिला डाव असतो...

—आणि आपले मर्मस्थान तर शत्रूच्या तावडीत सापडले आहे! पण जयंतीला हे सारे माहीत असेल काय?

आपण मृदुला आहोत, हे सोंग अखेरपर्यंत चकोरी कसे वठवू शकेल? या तिच्या साहसात तिचे सहभागी कोण असतील?

महिपतराय जोशी - केसरबाई - मृदुला! जयंतीपुढे हे सर्व गुपित उघड केल्यावर तरी तो चकोरीच्या पाशातून सुटू शकेल काय?—आणि चकोरीने जयंतीला कोणत्या मर्यादेपर्यंत गुंतवले असेल?

या प्रश्नापर्यंत येताच हेमंतला गांभीर्याची कल्पना आली. चकोरीसारखी

बुद्धिमान मुलगी आपला फासा असा अर्धाकच्चा सोडणार नाही. तिच्या बाबतीत आपल्या चारित्र्याबद्दल काहीना काही किंतु जयंतीच्या मनात तिने उत्पन्न केला असल्याशिवाय असा दिलाचा दोस्त आपल्यावर फिरणार नाही. थोडे काल्पनिक, थोडे सत्य असे काहीसे भ्रमिष्ट सत्य काव्यमय प्रसंगी तिने जयंतीच्या मनी उतरवले असले पाहिजे. त्यावर उतारा...

त्यावर उतारा हाच की, चकोरीच्या बाबतीत आपल्या हातून जे-जे घडले, ते जयंतीला कळवले पाहिजे. फाउंटनवरील गाठ... फोटोंतले साम्य-वैधर्म्य... शंभर रुपयांची नोट... शिवाजी पार्कवरील झटापट... वरळीच्या लोला हॉटेलमधला एकान्त... नाखुशीखुशी... सकाळची विनवणी... नकार आणि त्यापुढील आव्हान.

समजा, एवढे करूनही त्याचा उपयोग न झाला– जयंतीचा विश्वास न पटला—आणि न पटण्याचाच संभव जास्त—दारूबाजापेक्षा प्रेमिक जास्त कैफी असतो. वाघिणीच्या पंज्यातून, अजगराच्या पोटातून, सुसरीच्या कराल दाढेतून दैवयोगे सुटका होऊ शकते; पण स्त्रीच्या इवल्याशा मिठीतून सुटका करणे फार कठीण. लोखंडाच्या शराला घणाने फोडता येते; बकुळीची माळ मात्र अभंग राहते.

आपल्या सर्व पवित्र्यांना तोंड देण्याची तयारी चकोरीने केलेली असणार... आणि त्यात जर मृदुला, महिपतराय, केसरबाई यांनी साह्य केले असले तर मात्र सापळा पक्का झाला.

रस्त्यावरून हळूहळू चालताना हे सारे विचार त्याच्या डोक्यात येऊन गेले आणि जयंतीची सुटका जयंतीच्या हाती नाही; चकोरीच्या हाती आहे, हे त्याच्या ध्यानात येऊन चुकले. चकोरी कशीही असो; ती शक्तिमान आहे, या विषयी त्याला, कबुली द्यावी लागली. या ठिकाणी झुंज देण्यापेक्षा शरणागतीच योग्य, या निर्णयाप्रत तो येऊन पोहोचला.

* * *

सकाळी चकोरीला विमानतळावर पाहताच तिच्याशी झुंज घेण्याचा विचार न केला हेच बरे झाले, असेच त्याला वाटले. दुधातून न्हाऊन आल्याप्रमाणे तिचा वर्ण अकारण उजळला होता. प्रसन्न - निर्मळ - ताजीतवानी...

...समोर विमानातून एखाद्या खळखळणाऱ्या प्रपाताप्रमाणे हास्यवदन चकोरी उतरत होती.

एखाद्या लोहचुंबकाप्रमाणे तो चकोरीला सामोरा गेला. बोलण्याची आवश्यकता

उरलेली नव्हती. हेमंतला समोर पाहताच सारे काही बोलणे झाले. तेच हास्य–त्यात विजय होता, पण अहंता नव्हती. अपेक्षित अस्मिता होती, पण दर्प नव्हता. मंद अग्निदीपांचे तेज होते, झगमगाट नव्हता. हेमंतनेही हेमंतच्याचप्रमाणे तिच्याशी हस्तांदोलन केले.

"प्रवास कसा झाला?"

"कसा वाटतो?"

"उत्तम."

"बरोबर."

"गाडी आली असणार?"

"आली असणार—पण आमची, तुमच्या मित्राची नाही."

"आता ही काय नि ती काय—आज ना उद्या तुमचीच होणार ती पण!"

एकदम पेट घ्यावा आणि कापराने जळू लागावे असे तिचे डोळे धगधगले.

"काय?"

"माफ कर! मी असं बोलायला नको होतं."

कस्टम्सच्या सव्यापसव्यातून बाहेर पडून रायांच्या फ्रेझरमध्ये येऊन बसताच हेमंत म्हणाला,

"मी हरलो, तू जिंकलीस."

एकदम मघाच्या धगधगत्या निखाऱ्यांची जुईची फुले झाली. "दॅट इज गुड. तुमच्याकडून मी हीच अपेक्षा केली होती."

"तू म्हणालीस तो हिशेब मला कबूल आहे."

"आवश्यकता आहे—" ती हसून म्हणाली.

"हं."

"प्रॉमिस?"

"प्रॉमिस."

"जंटलमन्स वर्ड?"

"ऑफ कोर्स!"

"मग रायांच्याकडे जाऊ या. चालेल ना?"

"आवडेल."

"दॅट इज गुड."

त्याने तिचा हात हाती घेण्यासाठी हात पुढे केले. क्षमादर्शक मुद्रेने तिने ते त्याला मागे घ्यायला लावले.

गाडी हळूहळू धावत होती.

हेमंत विचार करीत होता.

जयंतीची सोडवणूक करण्यासाठी आपण जरी चकोरीशी लग्न केले, तरीसुद्धा जयंतीचे मन साफ होणार नाही.

तो एकदम म्हणाला, ''जयंती कसा आहे?''

''छान. तुमची आठवण काढत होते.''

''शिव्या—दुसरं काय?''

''मुळीच नाही.''

''मग त्याचं पत्र का नाही?''

''मग सांगेन.''

''तुझं-माझं ठीक आहे. पण आपल्या या बेतामुळं जयंतीचं मन मोडलं जाईल, याची कल्पना आहे तुला?''

''आहे.''

''जयंतीला जाळ्यात पकडताना तू केवळ माझ्या प्राप्तीचा विचार केलास; जयंतीच्या मनाचा केला नाहीस.''

''केला.''

''आणि तरीही तू त्याच्या हृदयाच्या चिंधड्या उडवल्यास?''

''तुम्ही जेव्हा मला लाथाडून दिलंत, तेव्हा माझ्या हृदयाची थोडी तरी पर्वा केलीत का?''

''ज्या परिस्थितीत ते सारं घडलं, त्या परिस्थितीत मला वाटतं—माझी काहीही चूक नव्हती. ज्या मुलीशी ओळख होऊन बारा तासही उलटले नाहीत, त्या मुलीनं लग्नाची माळ घेऊन पुढं येताच मी मान पुढं करायला हवी होती, असं तर तुझं म्हणणं नाही?''

''पण अनोळखी मुलीशी लगट करायला हरकत नाही?''

''तो एक सौदा होता.''

''—आणि हाही एक सौदाच आहे.''

''होय, हाही एक सौदाच आहे—जयंतीच्या हितासाठी केलेला सौदा.''

''माझं नि जयंतीचं लग्न झालं, तर जयंतीचं काय अहित होईल?''

''माझ्याशी रत झालेल्या स्त्रीशी जयंतीचं लग्न? नॉनसेन्स!''

''काय नॉनसेन्स? मृदुलाशी जर लग्न झालं असतं, तर तिच्या चारित्र्याची

तुम्ही ग्वाही देणार होता?''

''निदान त्या गोष्टीला मी जबाबदार असता कामा नये.''

''हा शुद्ध पळपुटेपणा आहे. हित-अहिताच्या गोष्टीच हास्यास्पद आहेत. मी एक हलकट, दुष्ट आहे; म्हणून जयंतीला वाचवण्यासाठी तुम्ही तडफड करत असाल, तर त्याला काही तरी अर्थ आहे... नाही तर केवळ मी आणि तुम्ही एकत्र आलो, म्हणून मी कुणाशीही लग्न करायला अपात्र समजता तुम्ही? तुमच्या सहवासात आलेल्या मुली साऱ्याच अविवाहीत राहणार आहेत?''

''त्यांच्याशी मला कर्तव्य नाही. जयंती साधाभोळा आहे. त्याला कोणी फसवता कामा नये, तो फशी पाडता कामा नये. त्याच्यासारख्या श्रीमंत माणसावर माणसं प्रेम करत नाहीत; पैशावर करतात. त्याच्या लग्नाची जिम्मेदारी एवढ्यासाठीच मी घेतली आहे.''

''पण आता तुमची जिम्मेदारी संपली आहे. त्यानं तर लग्न परस्पर ठरवलं आहे.''

''मी ते मोडलं असतं.''

''मग?''

''फार हळुवार हातांनी त्याला अडकवलं गेलं. मृदुला या नावाशी अगोदर त्याच्या भावना जोडल्या गेल्या होत्या. माझी संमती गृहीत धरली होती. तरुणीच्या मादक कटाक्षांना बळी पडण्याइतका तो भोळसर असेल, असं मला वाटत नव्हतं. फारच झटपट गुंडाळलंत तुम्ही त्याला. समक्ष भेटल्यावर त्याचा भ्रमनिरास दूर केला तर—''

''करून पाहा. जयंती माझ्या जाळ्यात सापडला तो केवळ मी सुंदर आहे म्हणून नव्हे, केवळ मी स्त्री म्हणून नव्हे, केवळ मी त्याच्या तोडीच्या गुजराती शेटियाची मुलगी आहे म्हणूनही नव्हे...''

''मग?''

''तुम्ही माझ्यावर हात टाकलात म्हणून, त्याचे मित्र म्हणून मला भेटलात म्हणून, त्याच्या नावानं ओळख वाढवून माझ्यापुढं भलत्याच इच्छा प्रकट केल्यात म्हणून, थोडक्यात—मित्रद्रोह केलात म्हणून! प्रथमत: परिचय झाल्यावर मोठ्या हलक्या हातानं तुमचा दुष्टावा मी त्याच्या कानांत ओतला आणि विष भिनायला वेळ लागला नाही. त्याला दु:ख झालं ते मी मिळाले नसते म्हणून नव्हे—कारण मी—म्हणजे मृदुला त्यांच्या लेखी कोणीच नव्हते. हेमंतसाठी एकच नव्हे, पण अशा हजारो मृदुला त्याने लाथाडल्या असत्या. पण आता तो

हेमंत त्याच्या मनात उरलेला नाही. आपल्या मित्रासाठी पाहायला गेलेल्या मुलीची ओळख वाढवणं, तिच्याकडे वाकड्या नजरेनं पाहणं आणि प्रसंगी अंगावर हात टाकण्याचा अयशस्वी केलेला प्रयत्न, हे गुन्हे केलेला एक सामान्य दर्जाचा एक परिचित, एवढीच किंमत तिथं उरली आहे.''

''आमची एवढ्या दिवसांची मैत्री केवळ या साऱ्या नाटकामुळं कोसळेल, असं कसं वाटतं तुम्हाला?''

''म्हणून म्हणते, तुम्ही प्रयत्न करून पाहाच. एक खाली मान घालणारी विनयशील, चारित्र्यवान, खानदानी कुटुंबांतली श्रीमंत बापाची, सुंदर, संगीताची रुची असणारी, चित्रकला समजणारी, नाजूक प्रेमचेष्टितांनी उद्दीपित करणारी मुलगी एका बाजूला आहे; आणि मैत्रीच्या नावाखाली मित्राच्या वाग्दत्त वधूपाशीदेखील शरीरसुख मागणारा एक खुजा, हलक्या मनाचा मनुष्य दुसऱ्या बाजूला आहे. करूनच पाहा तुम्ही प्रयत्न—भेटाच त्याला.''

''नाही. तो धोका मी पत्करू शकत नाही. आणि मला वाटतं, मी जयंतीच्या समोर जावं, असंही मला वाटत नाही. जेव्हा केव्हा त्याच्या समोरील हा गैरसमजाचा पडदा दूर होईल, तेव्हा तोच आपणहून मला भेटायला येईल.''

* * *

गाडी घरी पोहोचली नि राया व्हरांड्यातच बसले होते, ते पुढे आले. त्या दोघांना एकत्र आलेले पाहून तर त्यांच्या चेहऱ्यावर समाधान नाचू लागले.

बोलणे कसे व कोणी सुरू करावयाचे, हा अवघड प्रश्न होता. पण रायांना असे कोंदट वातावरण परवडण्यासारखे नव्हते, ते म्हणाले,

''हेच हेमंत मराठे असतील?''

''हं, मीच. मी आज तुमच्या मुलीला मागणी घालायला आलोय.''

''चकोरीला?''

''हं.''

''पण ती आताच येते आहे आफ्रिकेहून. एवढी घाई काय?''

''घाईच आहे.''

''आपण बोलू संध्याकाळी. आता मला जायला हवं श्री. मराठे.''

* * *

त्यानंतर संध्याकाळीच नव्हे, तर जयंती येण्याची वेळ येऊन ठेपली; तरीही त्याची, चकोरीची आणि रायांची गाठ पडू शकली नाही. लग्नाची तयारी चालू होती. जवाहीर तयार होत होते. पत्रिका रवाना होत होत्या. जेवणावळीचे

बेत चालले होते. हनीमूनसाठी दार्जिलिंगला बंगला ठरवला गेला होता. लग्न रद्द झाल्याची कोणतीही खूण हेमंतला लालाजींच्या वागण्यात आढळली नाही. उलट, त्रिवेदीची मुंबईची पेढी लग्नाच्या तयारीत गुंग होती. चकोरी - राया - जयंती ही सारी माणसे अदृश्यच झाली होती. चकोरीला लग्नाचे वचन देऊनही तिने असे का वागावे?

हेमंतच्या पुढे हे प्रश्नचिन्ह होते.

चकोरीचा आपल्यावर भरवसा नाही काय?

आपल्याशी विवाहबद्ध व्हावे, अशी इच्छा तिच्या मनात उरली नाही काय?

का, केवळ आपल्याला मूर्ख ठरविण्यासाठी हा सारा खेळ मांडला आहे तिने?

* * *

हेमंतने आयुष्यात कधीही केला नसेल एवढा या विषयावर विचार केला. जयंतीचे मन या मुलीने एवढे जिंकावे, हेच आश्चर्याचे! शतजन्मांची संगत असणारा हा जिवाचा मैतर आपल्याला असा परका का व्हावा? केवळ त्याच्यासाठीच म्हणून आपण या लग्नाला तयार झालो आणि त्याला मात्र आपल्या स्नेहाची, प्रेमाची एवढीसुद्धा कदर वाटू नये?

आश्चर्य!

याच्यासाठी चकोरीशी आपण विवाहबद्ध व्हायला तयार झालो—हे तरी खरे का? चकोरीशी लग्न करायला कोणी जबरदस्ती कशाला करायला पाहिजे? ज्याच्या पाकळ्यांत भृंग बनून सापडावे असे वाटावे, अशा या रसपूर्ण कमलपुष्पाला कोण ठोकरणार? ती रंगीत सायंकाळ... ती ढगाळ हवा... ती अनोळखी लगट...

ज्या वेळेस आपण तिला प्रथम मिठीत घेतली, तेव्हा तिच्या डोळ्यांत क्षणभर जागा झालेला अंगार त्याच्या अंगाला आतादेखील जाळत होता. त्या एरवी शांत, निर्मळ दिसणाऱ्या मीनसागरात एक झेपावणारी लाट उठली न उठली– त्या लाटेवर स्वार व्हायला मिळेल, की त्या लाटेखाली चुरडले जाईल— अशी शंका मनात येत होती न होती तोच ती लाट दिसेनाशी झाली.

आपल्या अंगावर फिस्कारून आलेल्या मांजरीच्या पंज्यांची नखे एकदम आत खेचली गेली... अंगावर आलेल्या श्वापदाचा चोळामोळा करून टाकण्यासाठी उभारलेल्या गजराजाच्या सोंडेचा उलट प्रेमाचा विळखाच पडला...

युद्धाचा रंग संपला आणि समरांगणाचे क्रीडांगण झाले. विरोध होता तो

लज्जेचा; नको होते ते हवे असण्यासाठी—नकळत स्वत:ने सुचवले म्हणून—

काय झाले, त्याचे वर्णन करणेच कठीण आहे. जबरदस्ती करायला गेला तो खुशी झाली, सुख चोरायला गेलो तो ते स्वाधीन झाले.

चकोरीचा देहन् देह त्याच्यापुढे साकार उभा राहिला. वस्त्रविरहित निळ्या प्रकाशाने मादक दिसणारा- लज्जेनं मान वळवलेला, खुशीनं सुखावलेला, व्रणांनी दुखावलेला, यौवनाने रसरसलेला- जाणिवेने अवघडलेला- नियतीचा फेरा पुरा करता यावा अशी ही आनंदाची ठेव त्या तिथे गवसली.

तिचा स्वीकार करण्यास आपले मन तयार झाले ते खुशीने, का जबरदस्तीने? आपल्या जबरदस्तीतूनच तिची खुशी झाली तशीच तिच्या त्या जबरदस्तीतून तर आपली खुशी झाली नसेल?

काहीही असो—लग्नाला तयार होऊनही आपण मात्र असे बाहेर फेकलो गेलो, हे कसले तरी अशुभ चिन्ह आहे, हे कळण्याइतके त्याचे मन जागे होते. हे सारे मला कळल्यावर शेवटी निदान त्या क्षणाला तरी मुंबईतून दूर जावे, म्हणून त्याने पुण्याला मावशीकडे जायचे ठरवले.

पण पुण्याला येण्याचा पळपुटेपणा केल्यावर लग्नघटिका जवळ येऊ लागली तसतशी त्याच्या जिवाची घालमेल अधिकच होऊ लागली. जयंतीला आपण येनकेनप्रकारेण भेटायला हवे होते. हे लग्न घडणे म्हणजे जयंतीच्या सुखाची-प्रेमाची प्रेतयात्राच होती. जयंतीला भ्रमात अडकवून या मुलीने फसवले असेल, तर त्याला सावध केलेच पाहिजे. एरवी तर तो मनाने दुरावलाच आहे; मग हे सारे कळल्याने काय बिघडणार आहे?

मनाला सारे काही असह्य होऊ लागले. समरांगणातून पळून आल्याप्रमाणे आपण जयंतीच्या लग्नाच्या वेळी हजर राहून ते लग्न थांबवायला हवे होते. येण्याऐवजी आपण पळून आलो. हा पराभव, हे शल्य त्याला लागून राहिले आणि त्या मनस्तापातच तो परत मुंबईला परतला.

पण जाऊन करायचे काय?

लग्न सायंकाळीच लागले असेल!

आता रात्री दहा वाजता कोण भेटणार तिथे?

—आणि आता भेटून तरी काय करणार?

कोणत्या चमत्कारिक क्षणाला चकोरी आपल्याला भेटली आणि आपले जीवन सर्वांगांनी उद्ध्वस्त करून गेली...!

दादर स्टेशनवर उतरायच्या ऐवजी व्ही. टी. वर गाडी थांबली, तेव्हा तो

भानावर आला. क्षणभर बावचळला तरी त्याला वाटले, बरे झाले—आपण रायांच्या घरी जाऊ या.

* * *

रायांचे घर दिसू लागले. रात्र अंधारली होती, समुद्र खवळला होता. अगदी मरिन लाइन्सच्या धक्क्यावर पाण्याच्या धडकांचे तुषार उडत होते आणि त्या जलबिंदूंतून नाना रंग उतरत होते. आकाश ढगाळले होते. नको ते जिणे, असे वाटत होते.

रायांच्या घरी टॅक्सी थांबताच त्याने पाहिले, तो घर उजळले होते. केळीचे खांब लागले होते, तोरणे उभी होती, आनंद ओसंडत होता.

या घरात आता जाण्यात काय अर्थ होता? नि आपली शय्यासखी दुसऱ्याची झालेली पाहण्यात अर्थ होता काय? आपला जन्माचा दोस्त आता जन्माचा दावेदार झालेला पाहण्यात सुख होते काय? केवळ शंभर रुपयांचा हिशेब पुरा करता-करता एका कोवळ्या कळीचा आपण कुस्करा केला आणि त्या कोवळ्या कळीच्या काट्यांनी आपण मात्र रक्तबंबाळ झालो.

समजा—चकोरी जयंतीची झाला—शक्य नाही. चकोरी कुणाची होता कामा नये; ती माझीच झाली पाहिजे. तिच्या त्या मखमली स्पर्शावर कुणाचाच हक्क नाही. तिच्या बंडखोर केसांनी माझ्याच मस्तकावर चवरी धरली पाहिजे... तिच्या फुगीर-उभट गालांना माझेच दात लागले पाहिजेत... तिच्या निरोगी तारुण्याची रग मलाच थंड केली पाहिजे... ज्यांचा हेवा वाटेल अशा त्या पुष्ट वक्षांचा मीच चुराडा केला पाहिजे... आणि माझ्या वसंत स्पर्शानेच तिचा मोहोर फुलला पाहिजे... कोणाला ती मिळता नये - दिसता नये. माझ्या प्रेमाच्या गोष्टींत तिला सुख लाभले पाहिजे.

चकोरी! या क्षणी माझ्या ध्यानात आहे की—केवळ माझ्यासाठी तुझा जन्म आहे... केवळ माझ्यासाठी तुला अशी सतेज, निरोगी, उंचनिच काया देवाने... दिली चकोरी!

* * *

जिन्यावरून मधे येणाऱ्या माणसांना ढकलीत हेमंत रायांच्या निवासद्वारी आला आणि त्या द्वाराचा पडदा दूर करून त्याने आत प्रवेश केला.

दिवाणखान्यात बरीच मंडळी होती. नवविवाहित जोडपे कोचावर पाठमोरे बसलेले होते. दोन-तीन पाठमोऱ्या स्त्रियांबरोबर समोरची काही मंडळी हास्यविनोद करीत होती. तेवढ्यात रायांचे लक्ष हेमंतकडे गेले. एका आश्चर्यात आदर

मिसळून ते पुढे झाले. त्याबरोबर सर्वांच्याच माना फिरल्या. कोणाकडे बघावे, कोणाकडे नजर टाकावी, याविषयी मनात संदेह होते. जयंतीच्या नजरेला नजर द्यायची भीती होती. चकोरीकडे दृष्टिक्षेप टाकणे अशक्य होते.

...आणि त्या भ्रमिष्ट अवस्थेत झाडाने पछाडावे त्याप्रमाणे त्याचे डोळे स्थिरच राहिले. तेवढ्यात एका ओळखीच्या स्निग्ध अशा मिठीने तो जागा झाला.

...आणि जयंतीचा हर्षोत्फुल्ल चेहरा डोळ्यांतल्या अश्रुबिंदूंसकट त्याला दिसला. निदान जयंती त्याच्यावर रागावला नव्हता, हे त्या अश्रूंनी त्याला सांगितले. पापण्यांच्या शिंपल्यांत ठेवले तर त्या अश्रूंचे मोती बनतील, असे त्याला वाटत होते, आणि नकळत हेमंतही पाणावला. सहजगत्या त्याची मिठी जयंतीभोवती पडली.

जर कोणी जाग आणली नसती; तर ते एक अखंड, अनंत काव्य म्हणूनच चिरस्थायी झाले असते; पण मग अकस्मात एका नादब्रह्माने ती कविता बिघडली. तो आवाज ओळखीचा होता. त्या आवाजाने त्याला धमकी दिली होती, त्याच आवाजाने त्याच्या स्पर्शाला नको म्हटले होते, त्याच आवाजाने साद देताना सुखातिशयाचा हुंकार दिला होता. समेवर येताना तोच आवाज निरर्थक झाला होता. तो अनंत काळच्या परिचयाचा ध्वनी अकस्मात कानी येताच हेमंतच्या पुढे ब्रह्मांड उभे राहिले. आपल्या रंगेलपणाची ध्वजा, आपल्या मित्रद्रोहाची पताका, आपल्या पराभवांचे निशाण.... डोळे असेच कायमचे बंद झाले, तर काय होईल?

* * *

''डोळे उघडा महाशय—''

''काय?'' डोळे उघडीत हेमंत म्हणाला.

''तुमच्या मित्रांना म्हणावे की, तुम्हाला मिठी मारायचे दिवस संपले; मृदुलाकडे लक्ष द्या म्हणावे.''

''मृदुलाकडे?''

''बायकोपेक्षा काय मित्र जास्त आहे की काय?''

''म्हणजे?''

''ही मृदुला, माझी बहीण—तुमची वहिनी.''

''म्हणजे मृदुला—मृदुलाशी लग्न झालं तुझं जयंती?''

''मृदुलाशीच लग्न ठरलं होतं.''

''पण ते या—या मृदुला नाव घेतलेल्या चकोरीशी.''

"नाही. हेमंत, तुमच्याशी लपंडाव खेळल्याबद्दल क्षमा करा. बोलून-चालून लढाई होती ती. जयंतीला मी सारं सांगितलं होतं, आणि त्यांनी माझ्या बाजूने न्याय दिला नि साथ द्यायचं कबूल केलं. पण तुमच्याकडून मला फारच सोप्या तऱ्हेनं लग्नाचं वचन मिळालं, त्यामुळे तुमच्याशी युद्ध करण्याचा प्रसंगच आला नाही."

"कबूल. मान लिया!"

"पण हेमंत, तुम्ही दिलेल्या वचनातून मी तुम्हाला मुक्त करते."

एकदम "का?" असा उच्चार तीन-चार मुखांतून बाहेर पडला. हेमंतही त्यांत सामील होता.

"कारण इतकंच की, अशा तऱ्हेनं कुणाला शब्दात पकडून, कुणाला अडचणीत टाकून का लग्नं जमतात?"

"मला वाटतं, तसं कांही घडलेलं नाही. मी आपणहून लग्नाला तयार आहे."

"हे आता तुम्ही सारवासारवीदाखल बोलत आहात हेमंत."

"नाही, खरोखरीच नाही."

"काही असो, मी तुम्हाला तुमच्या शब्दांतून मुक्त केलं आहे. आता तुमच्या इच्छेनुसार तुम्हाला शोभेल अशा कुलस्त्रीबरोबर तुम्ही लग्न करू शकाल."

"मला तुझ्याशीच लग्न करायचं आहे."

"पण मला नाही. तुम्हाला माझ्याशीच लग्न करायला भाग पाडावे, अशी माझी जिद्द होती; पण ती आता उरली नाही. हवा काढून घेतलेल्या टायरवर गाडी चालते का? नाही. माझीही तशीच गोष्ट झाली आहे. मी तुमच्याशी लग्न करू शकत नाही."

"चकोरी!"

"माफ करा—" आणि चकोरी दरवाजा उघडून बाहेर पडली.

सर्वजण विस्मित होऊन झालेल्या घटनेकडे पाहतच राहिले. चकोरीला अडवायचे कोणालाच भान राहिले नाही.

* * *

मित्रामित्रांची गाठ पडली. जे कधीच आले नव्हते, ते किल्मिष दूर झाले; पण हेमंतच्या मनातले मळभ तसेच राहिले. नेहमीप्रमाणेच त्यांचे जीवन चालले होते पण अंतर्याम मात्र व्याकुळ होते.

चकोरी मात्र त्याला पुन्हा दिसली नाही, भेटली नाही. त्यालाच नव्हे, तर कोणालाच– एखाद्या मादक द्रवाप्रमाणे असणारी चकोरी जणू हवेत उडून गेली!

अशीच एक संध्याकाळ होती. फ्लोरा फाउंटन गजबजलेलाच होता. पावसाळ्यातल्या या सायंकाळी असाच हेमंत फाउंटनवर उभा होता. मनातली पोकळी तशीच होती. 'चकोरी' आता दिसणार नव्हती. संध्याकाळची हवा हेमंतच्या अंत:करणात भरत होती.

माणसाला या चालत्या गर्दीत, पावसाळी वेशात माणूस ओळखणे कठीण होते.

हेमंतच्या पाठीवर एक मऊ हात पडला. चमकून हेमंतने पाहिले.

"डॉली - यू चॉकोलेट."

"हेऽऽमँट, वेटिंग फॉर एनिबडी?" (कुणाची वाट पाहतो आहेस काय?)

तिच्या स्वरातला 'हेमँट' हा लाडिकपणा इतका लाघवी होता की, हेमंतचे अस्थिर मन जरा ताळ्यावर आले. डॉलीची प्रसन्नवदन, सदा हसतमुख, निरोगी मूर्ती त्याच्यासमोर उभी होती. डॉली आणि हेमंत यांच्यात दूरत्व नव्हते. अनेक वेळा त्यांनी चित्रपट पाहिले - भ्रमंती केली - रेसकोर्स पालथे घातले. वाटेल तेव्हा रात्रीही घालवल्या होत्या. पण डॉलीच्या डोळ्यांतला खिलाडूपणा कधी कमी झाला नाही की, त्यांच्यात वासना दरवळली नाही. संकेत करताना तिला चाचरल्यासारखे वाटले नाही. वावगे वाटले नाही. हवे तेव्हा ती हेमंतला फोन करी, फउंटनचा संकेत ठरवी. पुढे कित्येकदा काही घडतही नसे. वासनेच्या डबक्यातला तो किडा नव्हता.

डॉलीने एका हाताने छत्री सावरली होती, दुसऱ्या हाताने त्याचा स्कंध पकडला.

"कुठे असतोस तरी कुठे?"

"का? इथेच."

"कधी फिरकला नाहीस ऑफिसात - फोन ही केला नाहीस?"

"नाही गं- जरा गडबडीत होतो."

"तू अन् गडबडीत? संध्याकाळी? लपवू नकोस - काही तरी झालंय तुला. बघ—किती फिकट दिसतोयस! हा माझा नित्याचा 'हेऽमँट' नाही - डिअर, यू मस्ट कम औट विथ युअर ट्रबल - विल यू?"

"डॉली काही तरी वेड्यासारखे बोलू नकोस. मला काय झालंय? मी छान आहे. बघ तरी—" हेमंतने तिचा उघडा बाहुगोल जोराने दाबला. एवढा की, तिने एक जनानी चीत्कार काढला.

तिच्या उबदार स्पर्शाने हेमंत जागा झाला आणि त्याची सारी मरगळ गळून गेली.

"कुठे जाऊ या?"

"म्हणशील तिथे."

"तरीपण—"

"ग्रीन्समध्ये."

"तिथला रिसेप्शनिस्ट लोलाच्या नात्याचा आहे, तिथं नको."

"मग पिकनिक कॉटेजमध्ये?"

"चालेल."

टॅक्सीत शिरताच डॉली हेमंतच्या कुशीत शिरली.

पावसाळ्यातली हवा... टॅक्सीत शिरता-शिरता यायला लागलेले शिंतोडे... आपल्या प्रियकराचे दुःख हरण करायला निघालेली कामिनी... उबदार ससा... पुष्ट हरिणी... गुंगलेली हरिणी... रंगलेली भैरवी... नकळत हेमंतचा हात तिच्या अंगावर फिरू लागला. समुद्राला उधाण येऊ लागले.

टॅक्सी थांबली. वेटर अदबशीरपणे पुढे झाले. दार उघडले. बिलगलेल्या पारवीसकट पारवा उतरला. खोलीकडे जाता-जाता वेटरने ओळखीचे हास्य केले नि फुलांचा गुच्छ तिच्यापुढे केला. बेहोशीत गुंतलेल्या डॉलीने तो नकळत घेतला. खोलीचा दरवाजा बंद झाला. समुद्राचा खारा वारा खोलीत सोसाटत होता. परांच्या शय्येवर जाताच हेमंतचे डोके मांडीवर घेऊन डॉली त्याच्या कानांत पुटपुटली, "डार्लिंग, तू कसल्या दुःखात आहेस?"

"खरंच नाही डॉली—"

"हे बघ, तुझ्या संगतीत मी चार सुखाचे क्षण काढलेत. मला लग्न करायचे असते, तर मी तुला कधी सोडले नसते आणि तुझ्याशी मोठ्या इमानाने राहिले असते. मला तू आवडतोस - फार फार आवडतोस. तुझे सुख-दुःख, हर्ष, खेद—सारे मला कळतात. म्हणून म्हणते, मनात ठेवू नको डिअर— कुठे दुखावला आहेस? कुणा पोरीने जागा केलीय का तुझ्या हृदयात?"

"डॉली यू आर ए वाइज गर्ल! काही तरी बिघडलंय डॉली. माझं मलाच कळत नाही. काय करू - कसे करू? मी कसा आहे याची तुला कल्पना आहे. पण का कुणास ठाऊक, या साऱ्या वागण्यातली गंमतच एकदम आटून गेलीय. केवळ तूच भेटलीस, म्हणून मी इथवर आलो. डॉली, स्त्रिया एवढ्या कठोर का असतात गं?"

यावर काही उत्तर द्यायचे नसते, हे डॉलीला माहीत होते. हेमंतच्या केसांतून तिने बोटे फिरवली. स्त्रीच्या अंत:करणातले सर्व काही वात्सल्य तिच्या स्पर्शात आता आले होते.

आढ्याकडे पाहत हेमंत म्हणाला, "स्त्रियांना मी जवळून पाहिले, खूप पाहिले... आणि मला घमेंड होती की, स्त्री-मन मला कळले. पण मी हरलो डॉली... तिने मला कोड्यात टाकले.''

"कोण?''

"चकोरी. ही सारी या जून महिन्यातील गोष्ट आहे.'' शब्दाशब्दांतून फुलत हेमंतने सारी कथा-अनुभव तिच्यापुढे उघडला. चकोरीच्या आठवणीने– विरहाने त्याच्या डोळ्यांत पाणी आले आणि तो अकस्मात थांबला.

डॉलीने त्याचे मस्तक उचलून त्याचे एक चुंबन घेतले. त्यातून उंचबळलेल्या सांत्वनाने तर तो अधिकच गहिवरला. म्हणाला, "डॉली, तू मला सांग—मी काय करू?''

"तिला शोधून काढ. जिच्यासाठी अश्रू निघतात, ती प्रीती मोलाची असते—जा! हेमंत, एका नव्या प्रतीक्षेच्या दुनियेत तू प्रवेश कर. हे माझे अखेरचे चुंबन. अखेरचे - अखेरचे—'' असे म्हणत तिने त्याची अनेक चुंबने घेतली.

ती घोगऱ्या आवाजात म्हणाली, "पण मला विसरू नकोस हेमंत. आपले नाते आता निराळे झाले. आता तुझ्यावर माझा कसलाही आणि चकोरीशिवाय दुसऱ्या कोणाचाही हक्क असता कामा नये. मी तुला विसरू शकणार नाही आणि तशी इच्छाही नाही. उशीर करू नकोस. चल, आपण निघू या.''

* * *

चकोरीचा ठावठिकाणा लावण्याचा यत्न करून सर्व जण थकले, पण चकोरी अदृश्यच राहिली.

पावसाळा डोक्यावर होता. देहाची काहिली होत होती. अशा एका रात्री व्याकुळ मनाने हेमंत केसरबाईंना भेटला. आईला तरी तिचा ठावठिकाणा यावेळपावतो कळला असेल या आशेने आणि चकोरी माथेरानला रायांच्या एका मित्राच्या बंगल्यावर जाऊन राहिली असल्याचे त्याला कळले.

* * *

नेरळ स्टेशनवर उतरताना हेमंतचा उत्साह बराच मावळला होता. अशी काही वेळ आपल्या आयुष्यात येईल, अशी त्याला कधीच कल्पना नव्हती.

उत्तुंग सह्याद्रीने सपाट व्हावे, सुरूच्या झाडाने जुईच्या वेलीप्रमाणे केविलवाणे व्हावे, शरावतीच्या त्या बेफाट-बेबंद प्रवाहाने गिरसप्पात उडी झोकताना एखाद्या लाजवंती नववधूच्या स्वरांत बोलावे, पंजाब मेलच्या इंजिनाने मुंबईची ट्रॅम व्हावे—असे काहीसे हेमंतच्या बाबतीत घडले होते. नेरळच्या स्टेशनवर त्या छोट्याशा काड्यापेटीसारख्या आगगाडीत हेमंत बसला, तेव्हा त्याला हसूच लोटले. ही गाडी चालणार कशी, असाच त्याला प्रश्न पडला. एवढेसे इंजिन लावलेले पाहून त्याची खात्री पटली की, बहुधा पोर्टर लोक गाडी ओढत नेत असले पाहिजेत!

या छोट्याशा प्रवासात एरवी हेमंत किती वेळा उतरला असता, चढला असता... त्याने पाने-फुले गोळा केली असती, ड्रायव्हरशी दोस्ती केली असती. इंजिनमधूनसुद्धा प्रवास करायला कमी केले नसते. सिनेमाच्या गोष्टी सांगितल्या असत्या, नव्या-जुन्या गाण्यांची उजळणी केली असती, पाच वर्षांपासून ५० वर्षांपर्यंतच्या सर्व जातींच्या मित्र-मैत्रिणींत गर्क झाला असता.

...पण या घटकेला तो व्यग्र होता, व्यथित होता आणि गाडीही बहुश: रिकामी होती. बाहेरच्या जगाला खूश करण्याइतकी खुशी त्याच्या चित्तात नव्हती. गेले तीन दिवस त्याच्या मनाची काहिली होत होती. चकोरीसारख्या मुलींशी आपण जगावेगळी लगट केली खरी; पण तिला समजू मात्र शकलो नाही.

चकोरी—चकोरी... सारे चित्तच आता चकोरीमय झाले होते. मंद आचेने दूध तापावे आणि जेव्हा ते भांड्याबाहेर जाऊ लागते, तेव्हा ध्यानी यावे—असेच त्याच्या मनाचे झाले. चकोरीचे स्मरण आता केवळ त्याच्या अंतर्यामात राहू शकत नव्हते. त्याच्या वागण्याबोलण्यात, पाहण्यात ह्या स्मरणाने अस्वस्थता निर्माण झाली होती.

माथेरानच्या त्या प्रवासात केवढी सौंदर्यस्थळे होती! एखाद्या धूम्रवलयाप्रमाणे गाडी वळत-वळत वर चालली होती. केसांच्या बटा एकावर एक बांधाव्यात नि डौलदार वेणी गुंफावी—तशी ती छोटी गाडी माथेरानच्या माथ्यावर रुळांची वेणी गुंफत होती. मधून-मधून लालभडक फुलांचे गुच्छ गुंफले होते. केसांची टोके केसांत मुडपून बसवावीत, तशी पॅनोरमा पॉइंटच्या खाली गाडी एकदम अदृश्य झाली.

वास्तविक, सिमला-मसुरी पाहिलेल्या कुणालाही माथेरान हा पोरखेळ आहे. शंकरापुढे नंदी आहे, गणपतीपुढे उंदीर आहे. पण सिमला, मसुरी आहेत सहस्र मैल दूर. तासा-दोन तासांच्या अंतरावर असणाऱ्या या थोड्याफार उंचीच्या

डोंगरावर मुंबईचे लक्ष्मीपती थोडीफार करमणूक करायला नि करवून घ्यायला येतात. एके काळी पारशी सुंदरी असणारी ही टेकडी आता गुजराती शेठाणी झाली आहे. ब्रेड-बटरऐवजी इथे शेवगाठींनी दिवस सुरू होतो आणि व्हिस्की-बिअरऐवजी फालुदा अन् आइस्क्रीमने संपतो.

एकदाची माथेरानच्या स्टेशन समजल्या जाणाऱ्या एका भयानक गोडाऊनमध्ये गाडी थांबली. गाड्या आता लवकरच बंद व्हायच्या असल्यामुळे परतणाऱ्या लोकांची बेफाट गर्दी, गाडी येण्यापूर्वीच तुटून पडण्यासाठी खोळंबली होती. त्यातून वाट काढीत हेमंत बाहेर आला, तो त्याच्यावर हॉटेल्सचे एजंट तुटून पडले.

आपण काय करावयाचे, हे अजून ठरवले नाही, हे हेमंतच्या लक्षात आले. दुपारच्या वेळी आकस्मिकपणे आपण चकोरीकडे जाणे बरोबर दिसेल काय? ती कोणाकडे राहत आहे, हे अदमासाने आपल्याला माहीत आहे. पण एकदम तिथे अपरिचित ठिकाणी आपण आपला मुक्काम टाकणे बरे दिसेल काय? त्यापेक्षा एखाद्या हॉटेलात जावे, अंघोळ करावी, जेवण करावे आणि तीन-चारच्या सुमारास तिच्याकडे जावे, असे मनाशी ठरवून त्याने एक हॉटेल एजंट निवडला आणि एका हॉटेलकडे मोर्चा वळवला.

पाऊस केव्हा कोसळेल याचा वास्तविक नेम नव्हता. जून महिन्याची ती अखेर होती. रेल्वे कंपनी अखेरच्या दिवसापर्यंत गाडी सोडणार होती, म्हणून एक-एक दिवस करत अद्यापि काही मंडळी माथेरानला ठाण देऊन बसली होती. पण सीझन मात्र संपला होता; हॉटेले ओस झाली होती. बऱ्याच बंगल्यांना कुलपे लागलेली दिसत होती. रस्ते निर्मनुष्य होते, आणि जी माणसे दिसत होती, ती बहुधा स्टेशनच्या रोखान—परतीच्या तयारीने.

हेमंतला तो एकान्त फार आवडला. तांबडी माती, हिरवी पर्णे... भर दुपारीसुद्धा अकारण किर्र वाटणारे खर, जांभूळ यांचे जंगल... पावसाच्या स्वीकारासाठी अधीर झालेली धरित्री—हे सारेच त्याला आवडले. माणसाच्या सहवासाला तो विटला नव्हता, पण आयुष्याकडे निर्विकारपणे पाहण्याची इच्छा त्याला या एकान्ताने आणून दिली. उंच चढण चढताना उगीचच वाटेपासून दूर होऊन स्तब्ध राहून मागे पाहावे, लेखकाने आपलाच लिहिलेला किस्सा जमला की नाही, हे पाहण्यासाठी वाचकाप्रमाणे रसिकतेने तो थांबून वेगळ्या ठिकाणी जाऊन वाचावा; अर्धे घडलेले चित्र आपल्या योजनेप्रमाणे झाले की नाही हे पाहण्यासाठी चित्रकाराने मागे जाऊन ते न्याहाळावे; तद्वत आपल्या आयुष्याचे

संगीत स्वराला नि तालाला पक्के आहे की नाही, हे पाहण्यासाठी हा जूनअखेरचा एकान्त हेमंतला एकदम पटला.

दुपारी तीन-चार वाजता हेमंतने हॉटेल मॅनेजरला विचारले की, वसनजी पटेल यांचा बंगला कुठे आहे? आणि त्याच्याकडून खाणाखुणा घेऊन तो निघाला. पाऊस आज-उद्या कोसळणार, असे आकाश भरून आले होते. पावसापासून बचाव करण्याजोगे काहीही साधन आणण्याचे आपल्याला सुचले नाही... पण सुचणार कसे!

चकोरी आपल्याशी खरोखरच कशी वागेल? आपला स्वीकार करील काय?

चकोरीला आपण समजू शकलो नाही! आणि आता समजू शकलो तो, ती आपल्या भावना समजू शकणार नाही. आपल्याला एक लपंट, ख्याली-खुशालीत रंगणारा रंगेल गडी असे मानण्यापलीकडे ती तरी काय करणार? 'जयंती'ऐवजी जर अन्य कोणा पुरुषाला चकोरीने जाळ्यात पकडले असते तर? तर, चकोरीबद्दल आपल्या मनात पुन्हा कधी विचार आले असते का?

चकोरी! केवळ आपल्या प्राप्तीसाठी तिने केवढे हे भलतेच दिव्य केले! ...आणि आदर्श असा पती मिळण्यासारखा असताना त्याला नाकारले! सर्वांच्या समक्ष सर्वांच्या विनंतीला मान देताना माझा धिक्कार तिने केला नि मला कस्पटासारखे उडवून लावले. काय मिळवले तिने त्यात? मला नाकारून तिला मिळवायचे तरी काय होते? एवढे होते, तर मग माझ्याकडून वचन घेण्याचे तरी कारण काय? जयंतीला मुक्त करण्याचे तरी कारण काय?

स्त्री-मन हे फार खोल असते, हेच खरे! काठावर बसून कोळी जाळे फेकतो ते मासे गळाला लागावेत, म्हणूनच ना? मासा गळाला लागूनही जर पुनश्च तो काढून पाण्यात फेकणाऱ्या छंदी मासेमाऱ्याला काय म्हणावे?

विचारांनी भटकत हेमंत चालला होता. तो किती वेळ चालला होता, कुणास ठाऊक! भोवताली पाहिले, तो मनुष्यवस्तीपासून बरेच दूर आपण आलो असले पाहिजे, हे त्याच्या ध्यानी आले. आपण रस्ता चुकलो, हे ध्यानी यावयास वेळ लागला नाही. कोपऱ्यावरची पाटी 'लुइसा पॉइंट'कडे चला, असे सुचवीत होती. एवीतेवी रस्ता चुकलाच होता आणि आपण भटकत आलो आहोत असा विचार करून हेमंत त्या गर्द झाडीच्या रस्त्यावरून चालत राहिला.

संध्याकाळची हवा होती. हवेत थंडाई आली होती. थोड्याशा चालीनंतर हेमंतच्या समोरची झाडी तुटली नि निळे-काळे आकाश, समोरचा प्रबळग, हजार-बाराशे फूट खोलीची खालची दरी उभी राहिली अन् निसर्गाच्या त्या

विक्राळ स्वरूपाकडे पाहून तो क्षणभर विस्मितच झाला.

मागे गर्द रान, पुढे एकदम तुटलेला कडा आणि त्यापलीकडे विशाल सर्वव्यापी असे सहस्र फूट खोलीवरचे पठार—थेट मुंबईपर्यंतचे अधूनमधून चमकणारे जलाशय... एखाद्या वृद्ध गृहस्थाच्या खडबडीत डोक्यावरचे तुरळक पांढऱ्या केसांचे झुपकेच जणू! खुली, मस्त हवा. हेमंतला वाटले, आपल्या जीवनाला हा एकान्त आवश्यकच आहे. असेच या अनंत आकाशाखाली पडून राहावे, त्या दूरदर्शी आकाशाला न्याहाळावे.

पण एकदम ऐकू आलेल्या एका बायकी गाण्याने तो चमकला. कड्याच्या बाजूच्या थोड्या उतरत्या दुसऱ्या एका बैठकीच्या बाजूने हा आवाज येत होता. या अशा उतरत्या सायंकाळी एकान्तात, पावसाची अगदी शक्यता असता, रौद्र निसर्गाच्या सान्निध्यात हा कोवळा बायकी आवाज आणि त्यातही त्यातला दर्द चट्कन ध्यानात घेऊन चित्ताला वेधून गेला आणि तोल सावरत त्या आवाजाच्या अनुरोधाने तो चालू लागला.

त्याचा पदरव ऐकू आल्याने एक उग्र टेरियर कुत्रा त्याच्याकडे मोठ्या त्वेषाने धावून आला. प्रथमत: त्या वाघासारख्या उग्र कुत्र्याने हेमंतची गाळण उडवली. एका बाजूला खोल दरी, दुसऱ्या बाजूला उंच चढण आणि मागे निमुळती खडबडीत पायवाट... पण तो कुत्रा प्रथम जरी अंगावर खडसून आला तरी हेमंत पुढे काय करतो याची वाट पाहत रस्ता अडवून मान उंचावून क्षणभर उभा राहिला.

हेमंत चालतच राहिला. त्याच्या डोळ्यांतली भीती गेली आणि पुढे होऊन त्याने त्या कुत्र्याच्या अंगावरून प्रेमाने हात फिरवला.

त्या अनोळखी स्पर्शाने प्रथम गोंधळलेले ते जनावर क्षणभरात स्थिर झाले. तो स्निग्ध स्पर्श त्याला आवडला आणि त्याने उत्तरादाखल एक मोठा भुभु:कार केला व तो हेमंतच्या अंगावर खेळू लागला.

हेमंतने ओळखले की, याची मालकीण खाली असणार. त्याने त्या बाजूकडे बोट करून एखाद्या मित्राला विचारावे तसे खुणेने विचारले, 'तिकडे कोण आहे?'

हेमंतच्या रुमालाचा शेव तोंडात पकडून त्या मित्राने हेमंतला आपल्या मालकिणीकडे नेण्याचे ठरवले.

अकस्मात हेमंतचा रुमाल सोडून तो कुत्रा जेव्हा सुसाट एका झुडपाच्या आड गेला; तेव्हा त्याने ओळखले की, त्याने मालकिणीकडे झेप घेतली असावी.

कुत्र्याची गुरगुर—त्यावर एका तरुण स्त्रीचे रागावणे—एवढे ऐकून हेमंतचे मन तृप्त होण्यासारखे नव्हते. आवाजाची पहेचान वाटत होती. पण उलट्या वाऱ्यामुळे अगदी अस्पष्ट असा आवाज येत होता.

—आणि एकदम तो कुत्रा नि त्याची मालकीण दत्त म्हणून उभी राहिली. हेमंत आश्चर्यचकित झाला.

ती दुसरी-तिसरी कोणी नसून चकोरी होती. क्षणभर तिच्याजवळ जावे, स्निग्ध नजरेने पाहावे नि शक्य झाल्यास जवळ घ्यावे—या साऱ्या क्रिया करण्यासाठी तयार असलेल्या मनाला शरीराने साथ दिली नाही. कारण तिच्या दर्शनाने मन थक्क झाले होते... अनपेक्षित– तितकेच काव्यमय.

तीही तशीच चकित झाली होती. मृगजळामुळे अनेक वेळा थकलेल्या प्रवाशाला पाण्याच्या वाहत्या प्रवाहाकडे पाहतानाही विश्वास बसणे शक्यच नसते. चकोरीला तो असाच भास वाटत होता. असा भास यापूर्वी तिला अनेकदा झाला होता. माथेरानच्या प्रत्येक सौंदर्यस्थळावर तिला हेमंत दिसला होता. तिच्या डोळ्यांना तिच्या मनाने अनेकदा भुलवले होते, व्याकूळ केले होते.

पण कुत्र्याच्या आवाजाने, लडिवाळपणाने त्या भ्रमिष्टपणातून ती पुन्हापुन्हा जागी होत होती; पण पाय मात्र हलत नव्हते. त्या मुक्या जनावराला मात्र तिचा स्तब्धपणा असह्य झाला. 'एवढा चांगला दोस्त तुला भेटण्यासाठी मी आणला असताना तू अशी वेड्यासारखी उभी का? चल—' असेच जणू तो उड्या मारून सुचवत होता. शेवटी मालकीण हलेना, हे पाहून तो खालच्या मानेने हेमंतकडे आला नि तक्रार करू लागला.

हेमंतकडे बघत, हेमंतच्या पायाला ढुशा देत त्याने हेमंतला चकोरीकडे ढकलण्यास आरंभ केला; तेव्हा मात्र हेमंत बेहोशीतून– विस्मयातून जागा झाला आणि दोन ढांगा टाकून त्याने चकोरीला गाठले. तो शुष्क हसला. तिच्या खांद्यावर तळवे टेकत म्हणाला,

"सापडलीस!"

"मी पळून का गेले होते?"

"होयच मुळी! एकाकी पळून यायला काय झालं होतं?"

"पळून नाही आले, चालतच आले."

"पण इकडे जंगलात न सांगता, न सवरता—का?"

"तुम्हाला कसं कळणार?"

"कळेल. सांगितलंस तर जरूर कळेल. पण तुझं वागणं शोभलं का

तुला?''

"मग, मी तिथं राहायला पाहिजे होतं तुमच्या मतानं?''

"होयच.''

"तुम्ही माझ्याशी लग्न करण्याची मेहेरबानी करणार होतात, ती करून घ्यायला हवी होती?''

"मेहेरबानी?''

"होय! माझ्यासारख्या मुलीशी तुमच्यासारख्या कुलोत्तमानं लग्न करणं म्हणजे मेहेरबानीच की!''

"तुझ्यासारखी मुलगी– तुझ्यात काय कमी आहे?''

"मी विसरले नाही—तुमच्याकडे माझ्या पायांनी याचना करायला आले, तेव्हा तुम्ही मला जे बोललात—ते मी विसरले नाही.''

"होय, मी तुझ्या कुळाबद्दल बोललो होतो; तुझ्या आईबद्दल बोललो होतो. तुझ्या प्रेमाचा स्वीकार करायचा नव्हता, म्हणून जे बरं दिसलं ते सारं बोललो होतो. पण चकोरी, चार सामान्य लोक जे बोलले असते, तेच मी तुला बोललो. ते मनावर का घेतेस?''

"मला तुम्ही चारचौघांसारखे वाटला नव्हतात, म्हणूनच मी तुमच्या दाराशी आले होते. तसं मला जगात काय कमी आहे? धन्वंतरी बाप पाठीशी उभा आहे. जन्माची ददात तो मला कधी पडू देणार नाही. आईच्या कृपेने संगीतासारख्या कलेचा ध्यास लावून घेतला, तर या सर्वसामान्य जंजाळातून मी मुक्त होऊ शकेन. चित्रकला आहे, संगीत आहे, उत्तम पुस्तकं आहेत. मी काही रस्त्यावर पडलेली मुलगी नाही, की लग्न म्हणजे मला पोटाला मिळवण्याचं हुकमी साधन वाटावं. मला लग्न करायचं होतं ते लग्नाच्या खऱ्या अर्थानं, मनाची मिळणी झाली होती. देहाची तर झालीच होती, म्हणून...''

"पण अजून काय चुकलंय चकोरी, मला खरोखरीच तू आवडली आहेस? माझं वागणं थोडं चुकलं असेल, तर तू क्षमा करायला हवीस. तू मला हवी आहेस बायको म्हणून! आणि तुझ्या बाबतीत माझ्याकडून झालेल्या अन्यायाची भरपाई करून द्यायला तू मला संधी दिलीच पाहिजेस''

"नाही, हेमंत, नाही. तुमचा अपराध नव्हता, तेव्हा भरपाईही नाही. कसलं तरी परिमार्जन म्हणून तुम्ही लग्नाला तयार झाला आहात; पापक्षालनार्थ लग्नाचे मंत्र तुम्हाला म्हणायचे आहेत. पाप मुळी झालेलंच नाही. मला आवडलेल्या पुरुषापासून मी सुख घेतलं, त्याचा मला पश्चात्ताप नाही. तेव्हा जे पाप नाही,

त्याची भरपाई कसली?''

''तुझी आई म्हणाली, तुझी बहीणही म्हणाली—की, चकोरी तुटेल, पण वाकणार नाही—ते खरं आहे.''

''असंही नाही. तसं असतं तर मी तुमच्याकडे लग्नाची विनवणी करायला आलेच नसते.''

''तर मग अजून थोडी वाक, तो ताठा सोड. मी तुझी विनवणी करतोय, ती मान्य कर.''

''नाही हेमंत, या घटकेला तुमच्या मनात उपरती झाली आहे आणि म्हणून तुम्ही लग्नानं आपल्या संबंधाला पवित्र करता आहात. पण तुम्ही नि मी देहानं एकत्र आलो, तो दिवस तुम्ही कसा विसरणार?''

''मी विसरणार नाही—त्याची पुन:पुन्हा आठवण करीन.''

''आणि पुन: पुन्हा शंभर रुपयांत माझ्या देहाचं सुख लुटू शकाल!''

''नाही, नाही. मला माफ कर. मोबदल्याची भाषा बोलू नकोस—हिशेबाची भाषा करू नकोस. त्या शंभर रुपयांचा हिशोब संपला, असं मी म्हणालो होतो— आठवतंय ना? चुकलं ते. आज मी हिशेब पुरा करतो—''

चकोरी हसली. खिन्नतेने. ढगाळलेल्या आकाशातूनही संध्याकाळच्या सूर्याचा लालिमा तिच्या मुखावर परावर्तित झाला होता. तो इमानी कुत्रा दोघांच्या संभाषणाकडे टक लावून पाहून ऐकत होता. माणसे एवढे बोलतात, काय ते त्याला कळत नव्हते. सरळ नाही म्हणून टाकावे; ऐकले नाही तर भुंकावे नि अंगावर धावून जावे! त्याऐवजी काय एवढे पुन्हापुन्हा ही माणसे बोलतात, देव जाणे!''

''वा! पाहा, देणं-घेणं काही बाकी निघालंच, तरी आता उपयोग नाही. मुदतबाद झालं देणं.''

''वा! एवढ्या लवकर? तीन वर्षांनी देणं मुदतबाद होतं आणि देणाऱ्याची इच्छा असेल, तर देणं केव्हाही देता येतं.''

''नाही, पण तुमच्या हिशेबाचं पुस्तक मी पुरं केलंय. जमा—तुमच्या सहवासातली ती धुंद संध्याकाळ, उमलत्या देहाला कलाबतूचा स्पर्श... खर्च—चारित्र्यशून्यता, डागाळलेलं शरीर... बाकी निरर्थक आयुष्य.''

''नाही चकोरी... हे पाहा—चूक-भूल द्यावी घ्यावी, असं तू म्हणाली होतीस ना? मग आता हट्टीपणा काय कामाचा?''

''तुम्हाला कळणार नाही हेमंत, स्त्रीचं मन कसं असतं ते. कुठे तरी खोल अशी काही जखम झाली आहे की, ती कधी बरी होईल की नाही; कुणास ठाऊक.

माझ्यावर उपकार म्हणून जसं मला लग्न नको; तसंच माझा उद्धार करण्यासाठीही मला प्रेम नको... माझ्या शरीरावर, गुणावर, स्वभावावर लुब्ध झालेल्या पुरुषाचा अनुनय मला हवा आहे... आणि त्या सहप्रवासातच जन्माची गोडी आहे.''

''मला घाई नाही चकोरी,— तू म्हणशील तेवढा मी थांबायला तयार आहे. तुझं मन स्थिर होऊ दे. तुझ्यावरचं माझं प्रेम उपकारबुद्धीत नाही आणि उदार बुद्धीतही नाही, हे पटवून देईन. मला तू हवी आहेस आणि तुझा अनुनय करण्यात मला सुखच वाटेल. आज-उद्या-परवा—अशा अनेक सुंदर सायंकाळी तुझ्या प्राप्तीच्या आशेनं तुझ्याभोवती घुटमळताना जाऊ देत. जणू काही आपण नव्यानं भेटलो आहेत, आकर्षित झालो आहोत आणि प्राप्तीच्या, लोभानं पुन्हापुन्हा परस्परांच्या आकर्षणात गुरफटत आहोत! जे त्या रात्री घडलं, ते विसरून पुन्हा केव्हा गाठ पडेल ह्या धुंदीत मी वाट पाहणार आहे. अनंत काळपर्यंत– आणि तू म्हणशील तेव्हा त्या शंभर रुपयांचा हिशेब पुरा करायला तयार आहे.''

''हिशेब?''

''ह्या वस्तूने हिशेब पुरा होईल—''

''कशानं?''

''काळे मणी आहेत, साधे. खरी किंमत शून्य आणि मानली तरी अमोल. मंगळसूत्र आहे, तुझ्यासाठी करून ठेवलंय. बरोबर १०० रुपये खर्च झाले याला. तू म्हणशील तेव्हा तुझ्या गळ्यात घालीन.''

''बघू—बघू दे मला—''

तिच्या तळहातावर ते मंगळसूत्र ठेवताना त्याने तो हात हातात घट्ट धरला. थोडे भावनाकुल होत तो म्हणाला, ''माझी घाई नाही. तुझ्या इच्छेनं तू जेव्हा म्हणशील, तेव्हा हे मंगळसूत्र गळ्यात घालीन मी तुझ्या.''

तिचे डोळे पाणावले होते. आपल्या तळहातावरील मंगळसूत्राकडे पाहत ती म्हणाली, ''माझ्याजवळ राहिलं, तर हरकत नाही ना?''

''मुळीच नाही.''

हे सारे संभाषण शांतपणे इतका वेळ ऐकणारा तो अबोल मित्र आता भुभुःकार करू लागला. आकाश ढगाळून आले होते आणि पावसाची संततधार सुरू होण्याची वेळ झाली होती. ''चल लवकर, हललं पाहिजे. पाऊस पडणार आता.''

हातात हात घेऊन दोघं जण परतू लागली. नाचत-नाचत तो कुत्राही कधी पुढे
जाई, कधी मागे राही. त्याच्या त्या क्रीडेकडे बघत हेमंत म्हणाला,

"हा बघ आपला दोस्त, त्याच्यामुळे आपली गाठ आत्ता पडली."

"फार छान आहे. अगदी लहानपणापासून मी वाढवलाय त्याला. माझ्यावर फार प्रेम आहे त्याचं. तुझा तो मत्सर करील, तू फार प्रेम करायला लागलास तर—होय ना टोनी?"

'टोनी' या हाकेबरोबर टोनी थांबला. त्याला कळले की, आपल्याबद्दल काही तरी बोलणे चालू आहे.

त्याच्या मुद्रेकडे पाहून हसण्याला निमित्त हवे असणाऱ्या हेमंत-चकोरीला हसू फुटले आणि पाऊस कोसळण्याला आरंभ झाला.

पाऊस आला तो राक्षसासारखा झेपावत. सोसाटवाऱ्याचा जोर अचानक वाढला. विजेचा चमचमाट फुटू लागला. झाडांमधून वारे सोसाटत येऊ लागले या वाऱ्याने ही हलकी-फुलकी झाडी केव्हा कोसळून पडेल, याचा नेम नव्हता. तेवढ्यात वीज चमकून कुठे तरी जवळच पडली होती. तोफेसारखा गडगडाट झाला आणि भयाने व्याकुळून चकोरीने हेमंतला मिठी मारली.

त्या ओल्या लुसलुशीत स्पर्शाने हेमंत रोमांचित झाला. शय्यागृहात निवांतपणा असावा, अशा तऱ्हेने त्याने तिला घट्ट मिठीत घेतली आणि तिच्या केसांवरील पाणी निपटीत तिच्या ओल्या गालांचा, ओठांचा मुका घेतला. त्या मुक्यामुळे अधिकच उत्तेजित होऊन चकोरी हेमंतला अधिकच बिलगली. काहीही अर्थ नसलेले चार-दोन कामुक चीत्कार तिने काढले. शब्द सुचत नसले आणि भावना अनावर झाल्या, कृती तीव्र झाली आणि आवेग असह्य झाला, कामना पुरी झाली तरी तृप्ती अपुरीच राहिली; म्हणजे बायका काही तरीच पुटपुटतात. त्याचा अर्थ एवढाच घ्यायचा असतो की, शतजन्मांचे अंतर तुटत आलेले असते—बाकी चुकती झालेली असते!

* * *

हेमंत नित्याप्रमाणे फाउंटनवर उभा होता—फक्त सवय म्हणून. शिकाऱ्याजवळ शस्त्र नव्हते, लेखकाजवळ लेखणी नव्हती. गायकाजवळ गळा नव्हता, आणि कम्युनिस्टाजवळ आवाज नव्हता. आता कुणाला जिंकायचे नव्हते, कुणाला डोळा मोडायचा नव्हता, अंगावर आले तर शिंगावर घ्यायचे नव्हते; तर उलट दूरच सरकायचे होते.

माथेरानहून हेमंत आला तो तृप्त मनाने. सारे काही घडूनसुद्धा चकोरीने आपला हट्ट सोडला नव्हता. तरीसुद्धा एक वर्षभर थांबल्याशिवाय लग्न करणार नाही, हा तिचा हट्ट कायम होता आणि त्या हट्टापुढे इलाज नव्हता.

तिला एकटीलाच सोडून माथेरानहून तंगडेतोड करीत नेरळहून हेमंतला यावे लागले. दिनक्रमाप्रमाणे उद्योगाला लागावे लागले. डॉलीला चॉकोलेट्स, माणिक वागळेला चाफ्याची फुले, खिलनानीला चावट मासिके यांचा पुरवठा करावा लागला. केवळ सवय-वेळ घालवायचा म्हणून. कोणाला हाक नाही, कुठे साद नाही. पुढाकार घेतला तर माघार, घाव घातला तर नि:श्वास! काय झालंय हेमंतला तेच कळेना. या साऱ्या फुलपाखरांना फुले होती, पण फुलोरा नव्हता. संगीत होते, पण रंगत नव्हती. बिअर होती, पण गारवा नव्हता.

हेमंत, हेमंत नव्हता—जुन्या आठवणी देऊन पुष्पाने त्याच्या मनाचे दु:ख शोधण्याचा यत्न केला, तर जवळपास जबरदस्तीने त्याला व्होल्गात नेऊन खेटून बसून अंगांत अंग रुतवीत, छातीवर लक्ष खेळवीत डॉलीने त्याच्या मनात बुडी मारण्याचा यत्न केला; माणिक वागळेने सिनेमाच्या अंधारात गालावर गाल घासले, कमरेची मिठी घट्ट केली; त्याच्या मनावरच्या पटलाला मात्र सैल करता आले नाही. हेमंत हसत होता, विनोदी गोष्टी सांगत होता; पण त्याच्या मनात काय दडून राहिले आहे, हे कळण्याजोगे नव्हते.

माथेरानहून आल्यापासून आठ-दहा दिवस रोज नियमाने फाउंटनवर तो उभा राहत होता. सहा-साडेसहाची वेळ झाली की, त्याचे पाय आपसुक फाउंटनकडे वळायचे. चकोरी उभी आहे– येते आहे, असा त्याला भास व्हायचा; पण तो भासच.

थोड्याच वेळात तो भ्रमनिरास व्हायचा आणि जड पायाने हेमंत तिथून निघून जायचा.

पावसाळा जोरात सुरू झाला होता. मुंबईवर एक काळीभोर गळकी छत्रीच कुणी तरी धरली होती. चार-चार दिवसांत सूर्याचे दर्शन होत नव्हते.

पण हेमंतला घरी बसून चालण्याजोगे नव्हते. जगाचे व्यवहार चालूच होते.

हेमंत नित्याप्रमाणे फाउंटनवर उभा होता. भरपूर धावपळीने गळला होता. पण रिकामे बसण्यापेक्षा कष्ट केलेले बरे, या न्यायाने तो सारा दिवस नवनवीन कामे काढीत होता.

सायंकाळचे सहा वाजायला आले, तेव्हा त्याची पावले आपोआप फाउंटनकडे वळली. नजर फिरू लागली. पण रेनकोटमध्ये आणि छत्र्यांच्या आडोशाला लपलेली गोरीमोरी तोंडे दिसत; त्याखालचा देह कोणाचा, हे कळणे कठीण

होते.

घरी जावे की अन्य कोणीकडे, याचा विचार मनात ठसत नव्हता. जायला तर अनेक ठिकाणी हवे होते, कारण गेल्या अनेक दिवसांत कोणाकडे जाणे झाले नव्हते. चकोरीच्या घरी गेलो तर!

त्या कल्पनेनेच हेमंत हरखला.

चकोरी नि हेमंतचे नाते केसरबाईंना कळलेले होते.

तिथे जाणे अनुचित नव्हते.

चकोरीच्या सहवासाची तहान तिच्या घराकडे पाहून, खोलीत बसून, कपड्यांना स्पर्श करून, शय्येवर पडून, तिच्या स्पर्शाने गंधित झालेल्या रजईत अंग गुरफटवून शमविता येणार होती.

मन हळवे झाले की, ते कशानेही तुष्ट होते—मग ते सिंहाचे असो वा सशांचे. हेमंतने पावले उचलली तोच समोर अगदी परिचित अशी पाठमोरी स्त्री—

प्रथम चकोरी दिसली तशीच—

पावसात भिजत उभी दिसली.

ही चकोरी असणे शक्य नव्हते, कारण चकोरी अजून माथेरानलाच असणार. मृदुला तर खास नव्हे, कारण लग्न झाल्याबरोबर ती आफ्रिकेला गेली होती.

आपल्या डोळ्याला हा नवा भ्रम नको, एवढ्यासाठी त्याने डोळे क्षणभर मिटून घेतले.

"कुणाची तपश्चर्या चालली आहे?"

"तू न् इथे?"

"का?"

"चकोरी, तू इथे?"

"आले."

"आणि आता पावसात भिजून काय करते आहेस इथेच?"

"मला या पावसात खेळावेसे वाटले—राहिले उभी!"

"पावसात खेळायचे का वय आहे तुझे?"

"जास्त तरी कुठे झाले!"

"म्हणून काय झाले? आजारी पडशील—"

''नाही पडत.''

''या पावसात किती वेळ उभी राहणार आहेस? चल, मी घरी पोचवतो.''

''मला घरी नाही जायचे.''

''मग कुठे?''

''इथेच जरा वेळ थांबायचेय.''

''का?''

''अपॉइंटमेंट आहे.''

''कुणाबरोबर?''

''आहे अशीच.''

''पावसात?''

''हं.''

''उघड्यावर?''

''हं.''

''कुणाबरोबर आहे?''

''अशीच.''

''तरी पण—''

''जुनी-पुराणी दोस्ती आहे, काही हिशेब पटवायचाय.''

''कसला?''

''शंभर रुपयांचा.''

''काही वांधा आहे?''

''थोडा.''

''पण...''

''चूक-भूल द्यावी-घ्यावी. हिशेब पटेल, असे वाटते.''

''हिशेबात वांधा तरी केवढा होता?''

''एका शून्याचा.''

''अपॉइंटमेंट केव्हाची आहे?''

''संध्याकाळ—कोणतीही... अंधारलेल्या फाउंटनच्या कोपऱ्यावर!''

''पार्टी येईलसे वाटत नाही.''

''पार्टी साऊंड आहे.''

''एवढ्याश्या हिशेबातसुद्धा वांधा?''

''एवढासा हिशेब— पण भागाकार फार.''

"बाकीची वसुली इथेच रस्त्यावर?"

"हं."

पदर जरा सरकवीत चकोरी म्हणाली.

तिच्या पुष्ट उरोजांवर लोंबकळणारे ते मंगळसूत्र पाहून हेमंत प्रसन्न झाला आणि त्याने टॅक्सीला खूण केली.

-०-०-०-